காகதீய பேரரசு

தெலங்கானா மன்னர்களின் வீரவரலாறு

O HENRY FRANCIS

INDIA • SINGAPORE • MALAYSIA

ISBN 979-8-89133-983-5

நெஞ்சார்ந்த நன்றி

இந்நூலை வெளியிட எனக்கு ஆக்கமும் ஊக்கமும் தந்த எனது அக்கையாரின் புதல்வியும்,
வி.கேர் நிறுவனத்தின் தலைவருமான

டாக்டர் பிரபா ரெட்டி

அவர்களுக்கு எனது நெஞ்சார்ந்த நன்றியும்

வணக்கமும்...

To my beloved grandchildren

Oruganti Milana Reddy

and

Oruganti Michael Reddy

Whose ancestry may be traced to Orugallu (Warangal)

the Capital of Kakatiyas, now in Telangana State.

என் மனதிலிருந்து

காால்நடை மருத்துவப் பட்டதாரியான நான், ஆர்வத்தின் காரணமாக மதுரை காமராஜர் பல்கலைக் கழகத்தில், தொலைத் தொடர்பு கல்வி வழியாக, அரசியல் அறிவியலில் முதுகலைப் பட்டம் (M.A., Political Science) பெற்றேன். இதுவரை கால்நடை வளர்ப்புப் பற்றிய நூல்கள் எழுதிவந்த எனக்கு, வரலாறு சார்ந்த ஒரு நூல் எழுத வேண்டும் என்ற உந்துதல் ஏற்பட்டது. ஆந்திராவையும் தெலங்கானாவையும் ஒன்றிணைத்து ஆண்டவர்கள் காகதிய பேரரசர்கள். 2014 ஆம் ஆண்டு தெலங்கானா மாநிலம் உதயமான போது, நாம் ஏன் காகதியரைப் பற்றி ஒரு வரலாற்று நூல் எழுதக் கூடாது என்று மின்னல் போல் ஓர் எண்ணம் தோன்றியது. அதன் விளைவே “காகதிய பேரரசு - தெலங்கானா மன்னர்களின் வீர வரலாறு.”

தெலங்கானாவில் உள்ள வரங்கல் எனப்படும் ஓருகல்லுவை தலைமையிடமாகக் கொண்டு, ஆந்திரா, தெலங்கானா, வடகிழக்கு கர்நாடகா மற்றும் வடக்கு தமிழகத்தை உள்ளடக்கிய காகதிய பேரரசை உருவாக்கி 250 ஆண்டுகள் சீரும் சிறப்போடும் ஆண்டவர்கள், காகதிய மன்னர்கள், இவர்களது போர் வெற்றிகள், சிற்பக் கலைகள், இலக்கியங்கள் மற்றும் கோயில்கள், காலத்தால் அழிக்க முடியாதவை. இவர்களது காலத்தில் உருவாக்கப்பட்ட ஆயிரக்கணக்கான ஏரிகளும், கண்மாய்களும் இன்றும் நிலைத்து நின்று, தெலங்கானாவிற்கு வளம் சேர்க்கின்றன. பாரத நாட்டில் முதல் பெண்ணரசி காகதிய ராணி ருத்ரமாதேவி. வேளாண்மையையும் வணிகத்தையும் போற்றிப் பாதுகாத்தவர்கள், காகதியர்.

இத்தகைய சீர்மிகு ஆட்சியைப் பற்றி எழுதுவதற்கு உதவி புரிந்தவர் பலர். வரங்கல், காகதிய பல்கலைக் கழகப் பேராசியர் திரு. சதானந்தம் அவர்களுக்கும், ஐதராபாத் நகரில் உள்ள தெலங்கானா தொல்லியல் துறை அலுவலர்கள் மற்றும் பார்வை நூல்கள் கொடுத்து உதவிய நூலகர் அவர்களுக்கும் நான் நன்றி சொல்லக் கடமைப்பட்டுள்ளேன். மேலும் வரங்கல்லில் உள்ள KAKATIYA HERITAGE TRUST - ன், நிர்வாகி திரு.பாண்டுரங்க ராவ் அவர்களுக்கும் எனது நன்றியை சமர்ப்பிக்கிறேன்.

ஐதராபாத் — ஓ. ஹென்றி ஃபிரான்சிஸ்

நாள் : நவம்பர் 2023

முன்னுரை

தெலங்கானா உட்பட்ட ஆந்திர தேசத்தை ஆட்சி செய்த முற்கால மற்றும் மத்தியகால அரசர்களில், அவர்கள் சிற்றரசராக இருந்தாலும் பேரரசராக இருந்தாலும், காகதிய மன்னர்கள் தமக்கென ஒரு சிறப்பான மேன்மை மிகு இடத்தை பெற்றிருந்தனர். கல்யாண மேலைச் சாளுக்கியரிடம் சிற்றரசர்களாக இருந்தபோது, அனுமகொண்டா நகரை தலைமையிடமாகக் கொண்டு ஆந்திர தேசத்தை சீரும் சிறப்புமாக ஆட்சி செய்தனர். கி.பி.990இல் உதயமான இவர்களது ஆட்சி ஏறக்குறைய 250 ஆண்டுகள் நீடித்தது. இவர்களது நிர்வாகத்திறனும், வீரம் செறிந்த வாழ்வும், படைகளை நடத்தும் போர்த்திறனும், சாளுக்கிய பேரரசர்களால் மிகவும் போற்றப்பட்டது. சாளுக்கிய பேரரசன் ஆறாம் விக்கிரமாதித்தன் (கி.பி.1076-1126) காகதிய மன்னன் இரண்டாம் பேட்டாவுக்கு தனது சிறப்புப்பட்டமான திரிபுவனமல்லன் என்ற புகழ்மிகு பட்டத்தை அளித்து மகிழ்ந்தான். மேலும் மகாசமந்தாதிபதி என்ற உயரிய பதவி அளித்து தனது வராக (பன்றி) சின்னத்தை அவர்களது பதாகைகளில் பயன்படுத்த அனுமதித்தான். 12ஆம் நூற்றாண்டில் சாளுக்கியருக்கு எதிராக களச்சூரி பிஜ்ஜலா போர்க்கொடி உயர்த்தியபோது, காகதிய இரண்டாம் புரோலாவும் அவனது புதல்வன் ருத்ரதேவாவும், தமது பேரரசனான ஜெகதேகமல்லா மற்றும் அவனது புதல்வன் மூன்றாம் தைலப்பாவுக்கு துணை நின்று, எதிர்ப்பை அடக்கினர்.

கி.பி.1157 - இல் சாளுக்கிய பேரரசு முடிவுக்கு வந்தபோது, ருத்ரதேவா சுயாட்சி பெற்று தெலங்கானா முழுவதும் தனது கட்டுக்குள் கொண்டு வந்தான். இதனை உலகுக்கு அறிவிக்கும்பொருட்டு, பெரிய கல்வெட்டை பொறித்து, ஆயிரம்கால் மண்டப திருக்கோவிலில் முப்பெரும் தெய்வங்களான, ருத்ரேஸ்வரர், வாசுதேவர் மற்றம் சூரியதேவருக்கு சிலை வடித்து வழிபட்டான், இந்த சரித்திர நிகழ்வு நடந்தேறியது கி.பி.1163 ஆம் ஆண்டு.

இந்த நேரத்தில் தெலங்கானா மட்டுமின்றி ஆந்திர தேசத்தின் பெரும்பகுதியை தனது ஆட்சிக்குகீழ் கொண்டு வந்தான் ருத்ரதேவன். தனது புதிய விரிந்த தேசத்திற்கு பாதுகாப்பு தரும் பொருட்டு ஓருகல்லு (தற்போதைய வரங்கல்) என்னுமிடத்தில் ஈரடுக்கு கொண்ட கோட்டையை நிர்மாணித்தான். இவனது சகோதரன் மகாதேவன் மூன்று ஆண்டு காலமே ஆட்சி செய்தான். (கி.பி.1195-98). இதையடுத்து வந்த அவன் புதல்வன் கணபதி தேவா கி.பி.1199 முதல் 1262 வரை, அறுபத்தி மூன்று ஆண்டுகள் ஆட்சி செய்தான். இவனது காலத்தில் காகதிய பேரரசு வடக்கே கோதாவரி முதல் தெற்கே காஞ்சி வரை விரிந்திருந்தது. இவன் சிறந்த போர்வீரன் மட்டுமின்றி, சீரிய ஆளுமையும், கலைகளில்

நாட்டமும் கொண்டு விளங்கினான். இவனது புதல்வி ருத்ரமாதேவி கி.பி.1263 முதல் 1289 வரை மிகச் சிறப்பாக ஆட்சி செய்தார். பாரத நாட்டின் முதல் பெண்ணரசி என்ற புகழுக்கு உரியவர். இவரது தந்தையின் உயரிய குணங்களைப் பெற்றிருந்த இவரது காலத்தில் காகதிய பேரரசு பரந்து விரிவடைந்தது.

இவரது மறைவுக்குப் பின்னர், இவரது மகள் வழிப் பேரன் பிரதாப ருத்ர தேவா ஆட்சிக்கு வந்தான். இவன் எல்லா விதத்திலும் கணபதி தேவாவின் உயரிய அரச குணங்களை பெற்றிருந்தான். கி.பி.1323 வரை சிறப்பாக இருந்த இவனது ஆட்சி இஸ்ஸாமிய படையெடுப்பால் முடிவுக்கு வந்தது. கி.பி.1160 முதல் 1323 வரை கோலோச்சியிருந்த காகதிய பேரரசு, கலை, பண்பாடு, கலாச்சாரம், சமூக வளர்ச்சி ஆகிய பல்வேறு துறைகளில் சிறப்புற்று விளங்கியது.

காகதியர் காலத்தில் கட்டப்பட்ட இராமப்பா கோயில், ஆயிரம் கால் கோயில், பத்மாக்ஷி கோயில், இவையெல்லாம் இவர்களது சிற்பக்கலைக்கு சான்றாகத் திகழ்கின்றன. இராமப்பா என்ற ஸ்தபதி கட்டியதாலேயே இக்கோயில் இராமப்பா கோயில் என்று பெயர் பெற்றது. காகதியர் தம்மை முன்னிருத்தாமல் கோவிலை கட்டியவருக்கு புகழ் சேர்த்தனர். இதுபோல நீர்ப்பாசனத் திட்டங்களை ஊக்கப்படுத்தினர். இவர்கள் காலத்தில் தோற்றுவிக்கப்பட்ட இராமப்பா ஏரி, லக்னவரம் ஏரி, பால்கா ஏரி போன்ற நூற்றுக்கணக்கான ஏரிகளே இதற்கு இன்றும் சாட்சியாக விளங்குகின்றன. தமது பேரரசை 72 மண்டலங்களாகப் பிரித்து, ஒவ்வொரு மண்டலத்துக்கும் ஒரு மண்டலேஸ்வரரை நியமித்து ஆட்சியில் பங்களித்தனர். ஆரம்ப காலத்தில் சமணத்தை பின்பற்றிய இவர்கள் பின்னர் சைவ மதத்தை தழுவினார்கள். ஆயினும் சமணம், சைவம், வைஷ்ணம், புத்தம் என அனைத்து மதங்களையும் போற்றிப் பாதுகாத்தனர். தனது சிற்றரசர்களுக்கு “நியாயம்காரா” என்ற கோட்பாட்டின் அடிப்படையில் சுயாட்சி வழங்கினர். இந்திய வரலாற்றில் முதன் முதலாக அரியணைக்கு வந்த பேரரசி ராணி ருத்ரமாதேவி என்பது இங்கு குறிப்பிடத்தக்கது. இராமாயணம், மகாபாரதம், மார்க்கண்டேய புராணம் போன்ற காலத்தால் அழிக்க முடியாத காவியங்கள் சமஸ்கிருதத்திலும், தெலுங்கிலும் இவர்கள் காலத்தில்தான் இயற்றப்பட்டன. காகதியர் ஆட்சிக்குட்பட்ட சிற்றரசர்களான ரேச்சர்லா மன்னர்கள், இந்தலூரி மன்னர்கள், விரியாலா, கோட்டா, வெலமா, போன்ற மன்னர்கள், காகதியர் நடத்திய போர்களில் முன்நின்று பங்கு பெற்றனர். இவர்களின் பெயராலேயே கல்வெட்டுகள் வெளியிடும் அளவுக்கு உரிமை பெற்றிருந்தார்கள். கலை, இலக்கியம், சிற்பம், நடனம் ஆகிய கலைகளுக்கு முக்கியத்துவம் அளித்தார்கள். காகதியரைப் பற்றி அவர்களுக்குப்பின் தோன்றிய மன்னர்கள் இவர்கள் புகழ் பாடியுள்ளனர்.

ரெட்டி அரசியான அனிதல்லி என்பவர் தமது கலுவ செருவு கொடையில், கணபதி தேவா, ருத்ரமாதேவி, பிரதாப ருத்ராவை எட்டு அடி கொண்ட பாடலில் புகழ்ந்து பாடியுள்ளார். கலிங்க மன்னனான கஜபதி, கி.பி. 1500இல் முஸ்லீம்களிடமிருந்து வரங்கல் கோட்டையை கைப்பற்றி, இவர்களது நினைவாக காகதிருத்ரா என்று பெயர் சூட்டிக் கொண்டான். 16ஆம் நூற்றாண்டில் வெளியிடப்பட்ட பிரதாபருத்ர சரிதம், சித்தேஸ்வர சரிதம் ஆகிய நூல்கள் காகதியரின் அரசியல், சமூக, கலை, இலக்கிய, மதம் சார்ந்த பண்புகளை புகழ்ந்து கூறியுள்ளன. சுருங்கச் சொன்னால் காகதியர் ஆண்ட 250 வருடங்கள் தெலங்கானாவின் பொற்காலம் என்று கூறலாம்.

பொருளடக்கம்

1. காகதியர் தோற்றம்

காகாதியர் - யார் இவர்கள்?

எங்கிருந்து வந்தார்கள்!

ஒருகல்லு நகரை தலைநகராகக் கொண்டு தெலங்கானா உள்ளடக்கிய ஆந்திர தேசத்தை கி.பி.1150 முதல் 1323 வரை சிறப்பாக ஆட்சி செய்தவர்கள் காகதியர்கள். காகதி ருத்ர தேவா வெளியிட்ட அனுமகொண்டா கல்வெட்டுகளையும் பட்டயங்களையும் முழுமையாக ஆராய்ச்சி செய்து கி.பி.1882இல் வெளியிட்டவர் ஜெ.எஃப்.ஃபீளிட் (J.F.Fleet) என்ற ஆங்கிலேயர். இந்த ஆராய்ச்சியை மேலெடுத்துச் சென்றவர்கள், வரலாற்றாய்வாளர்களான, முனைவர் என். வெங்கட ரமணைய்யா, எம். சோம சேகர சர்மா மற்றும் முனைவர் ஜி. ரஸ்தானி. அப்போதைய ஆந்திர அரசு, தொல்லியல் துறைமூலம், தெலங்கானாவின் பல்வேறு பகுதிகளில், குறிப்பாக வரங்கல், கரிம்நகர் மற்றும் நல்கொண்டா மாவட்டங்களில் கல்வெட்டுகள் செப்புப் பட்டயங்களை ஆராய்ச்சி செய்து, பல்வேறு புதிய தகவல்களை வெளிக் கொணர்ந்தது. இதன்மூலம் காகதிய பேரரசைப் பற்றிய புதிய தகவல்கள் வெளி உலகுக்கு தெரிய வந்தன.

காகதிய பேரரசின் வரலாற்றை மூன்று பகுதிகளாகப் பிரிக்கலாம்.

1. காகதியரின் தோற்றம்
2. காகதியரின் தனியுரிமை ஆட்சி (Sovereign Power)
3. அவர்களது ஆட்சி அமைப்பும் நிர்வாகமும்

காகதியரின் தோற்றம்:

இவர்கள் ஆரம்ப காலத்தில் இராஷ்டிரகூட மன்னர்களிடம் தளபதிகளாக இருந்தார்கள். இதைப் பற்றிய குறிப்புகள் கீழைச் சாளுக்கிய இளவரசனான தானார்நவா, கி.பி.956-இல் வெளியிட்ட மாங்கல்லு கொடைப் பத்திரத்தில் காணப்படுகின்றன. அவர்கள் சுயாட்சி பெற்றது

கி.பி.1163 என்று, ருத்ரதேவா வெளியிட்ட அனுமகொண்டா கல்வெட்டின் மூலம் அறிய முடிகிறது. அவர்கள் அதுவரை சிற்றரசர்களாக இருந்தனர் என்பதை இரண்டாம் புரோலா கி.பி.1149இல் வெளியிட்ட சனிகரம் கல்வெட்டுகள் மூலம் புரிந்துகொள்ளலாம். இந்த இரண்டு நூற்றாண்டுகளுக்கு, காகதியர்கள் இராஷ்டிர கூடர்களுக்கும் பின்னர் மேலைச் சாளுக்கியர்களுக்கும் அடங்கிய சிற்றரசர்களாக இருந்தனர். இந்த காலத்தில், இவர்கள் தமது பேரரசர்களுடனும், தம்முடன்

சமகாலத்தில் அரசாண்ட இதர சிற்றரசர்களுடனும் எவ்வாறு உறவு கொண்டிருந்தனர் என்பதையும் நாம் விரிவாக பார்க்க இருக்கிறோம். எனவே இதர சிறறரசர்களான முடிகொண்டா சாளுக்கியர், போலவாசா மன்னர்கள் மற்றும் கந்தூரு சோடா மன்னர்கள், என இம்மூன்று அரசர்களின் உறவுகள் மிக முக்கியமாக கருதப்படுகின்றன.

இக்காலத்தில் கல்யாண சாளுக்கியரின் கீழ் தெலங்கானாவின் அரசியல் மற்றும் சமூக நிலை பற்றிய கண்ணோட்டமும் காகதியரின் அரசியல் நிலைபற்றியும் நாம் அறிந்துகொள்ளலாம். எனவே, காகதியரின் தோற்றம் என்பது கி.பி.956 முதல் 1150 வரை எனக் கொள்ளலாம்.

இரண்டாவதாக, காகதியரின் சுயாட்சி குறித்து தெரிந்து கொள்ளலாம். கி.பி.1163இல் ருத்ர தேவாவால் வெளியிடப்பட்ட அனுமகொண்ட கல்வெட்டுப்படி, அந்த ஆண்டு முதல் காகதியர் சுயாட்சி பெற்றதாக சொன்னாலும், இவர்கள் இதற்கு சிலகாலம் முன்பே சுதந்திரமாக செயல்பட்டனர் என்பது உறுதி. காகதியரின் பேரரசு கி.பி.1323இல் முடிவுற்றது என்பதற்கு தகுந்த சான்றுகள் உண்டு. அவர்களது நிலப்பரப்பானது, தெலங்கானா, ஆந்திர தேசத்தின் பெரும் பகுதிகள், கர்நாடகத்தின் சில மேற்குப் பகுதிகள் மற்றும் காஞ்சி உள்ளடக்கிய தமிழ்நாட்டின் சில வடபகுதிகள். எனவே தெலுங்கு மன்னர்களின் வரலாறு கி.பி.1150 முதல் 1323 வரை என்று சொல்லலாம்.

மூன்றாவது பகுதியில் காகதியர்கள் காலத்தில் நிலவிய அரசியல் அமைப்பு மற்றும் பொருளாதார நிலைகள் விவரிக்கப்படும்.

காகதியர் வரலாற்று ஆவணங்கள்

முற்கால மற்றும் இடைக்கால மன்னர்களைப் போலவே, காகதியரின் வரலாற்றுக் குறிப்புகள் மூன்று வழிகளில் கிடைக்கின்றன.

1. கல்வெட்டுகள், பட்டயங்கள்
2. இலக்கியங்கள்
3. நினைவுச் சின்னங்கள்

கல்வெட்டுகள் / பட்டயங்கள்

கல்வெட்டுகள் வழியாக பல்வேறு காலக்குறிப்புகள் கிடைக்கின்றன. இவையன்றி, செப்புப் பட்டயங்கள் மூலமாகவும், காகதியரின் வரலாற்றுச் சாதனைகள் கிடைக்கப் பெற்றுள்ளன.

வ. எண்.	பட்டயங்கள் பெயர்கள்	காலம் (கிபி)	குறிப்புகள்
1.	தானார்நவாவின் மாங்கல்லு கல்வெட்டுகள்	956	காகதியா குண்டியனாவின் கோரிக்கைப்படி, கீழைச் சாளுக்கிய இளவரசன் தானார்நவ, ஒரு பிராமணனுக்கு கிராமத்தை மானியமாக வழங்குதல்.
2.	கணபதி தேவா வழங்கிய மாங்கல்லு கொடை	1219	மன்னர் மகளான, கோட ஞானபாம்பா வழங்கியது, மொகலுட்லா என்ற கிராமத்தை ஒரு பிராமணனுக்கு இனாமாக வழங்கியது.
3.	கணபதி தேவா வழங்கிய கோலவென்னு கொடை	1250	பிரதமசாகா பிராமணர்களுக்கு கோலவென்னு கிராமத்தை கணபதி தேவா, தானமாக வழங்கியது.
4.	கணபதி தேவாவின் கரிம்நகர் கல்வெட்டுகள்	1254	கால்வாய் தகராறை தீர்த்து வைத்து அரசனின் கட்டளை.
5.	சக்ர நாராயண வழங்கிய சாரங்கபுரம் கொடை	1254-55	காகதி கணபதி தேவாவின் சிற்றரசன் சாரங்கதாரா என்பவன், சாரங்கபுரம் என்ற கிராமத்தை, பிரமாணர்களுக்கு வழங்கிய கொடை.
6.	கணபதி தேவா வழங்கிய கரவபாடு கல்வெட்டுகள்	1260	கரவபாடு கிராமத்தை பிராமணர்களுக்கு, கணபதி தேவா வழங்கிய கொடை.
7.	ருத்ரமாதேவி காலத்தில் வழங்கப்பட்ட அலபாடு கொடை	1264	அரசியின் மருமகனான எல்லன தேவா, அலபாடு பிராமணர்களுக்கு வழங்கிய கொடை.

வ. எண்.	பட்டயங்கள் பெயர்கள்	காலம் (கிபி)	குறிப்புகள்
8.	ருத்ரமாதேவி காலத்தில் வழங்கப்பட்ட கோடகிரி கல்வெட்டுகள்.	1273	அரசியின் கீழ் பணிபுரிந்த விரியால சூரா என்பவன் விநாயகபுரா கிராமத்தை பல்வேறு பிராமணர்களுக்கு தானமாக வழங்குவது.
9.	பிரதாப ருத்ரா வழங்கிய உத்தரேஸ்வரா கொடை	1290	அரசனின் அமைச்சரான இந்து சேகரா, என்பவன் உத்தரேஸ்வரா கிராமத்தை வித்தனாசார்யா பிராமணனுக்கு வழங்கியது.
10.	தயா கஜகேசரி எனப்படும் பிரதாபருத்ரா வழங்கிய கந்தவல்லி கல்வெட்டுகள்	1289	அரசினின் அமைச்சரான இந்து சேகரா என்பவன் உத்தரேஸ்வரா கிராமத்தை வித்தனாச்சார்யா பிராமணனுக்கு வழங்கியது.
11.	பிரதாப ருத்ராவின் தளபதி ராஜருத்ரா வழங்கிய கோரவங்கபல்லி கொடை	1293	கோரவங்கபல்லி கிராமத்தை பிராமணர்களுக்கு, ராஜருத்ரா தானமாக வழங்கியது.
12.	பிரதாப ருத்ராவின் தளபதி ராஜருத்ரா வழங்கிய கோரவங்கபல்லி கொடை	-	அனந்தபுரா கிராமத்தை பிராமணர்களுக்கு தானமாக கொடுத்ததாக கூறப்படுவது.

காகதியரின் குடிமை வழிப்பட்டியலை புரிந்து கொள்ள மாங்கல்லு கல்வெட்டுகள் பேருதவி புரிந்துள்ளன. கரிம்நகர் கல்வெட்டுகள் கால்வாய் உரிமையை பேசுகின்றன. ருத்ரமாவுக்கு இரண்டாவதாக பிறந்தது ஒரு பெண் என்பதும் அவர் பெயரும் ருத்ரமா என்பதும் அவர், யாதவ சமூதாயம் சார்ந்த எல்லனதேவா என்பவனுக்கு மணம் செய்து கொடுக்கப்பட்டார் என்பதும் ஆலப்பாடு கொடையின் மூலம் தெரியவருகிறது. மேலும் இக்குறிப்புகள் அனைத்தும், அக்காலத்தில் நிலவிய சமுதாய சூழலை பிரதிபலிக்கின்றன. பிரதாப ருத்ரதேவாவால் வெளியிடப்பட்ட கந்தவல்லி பட்டயங்கள் மிகவும் தனித்துவம் வாய்ந்தவை. இவற்றில்தான் அவரது புகழ்பெயரான "தயாகஜகேசரி" என்பதுடன் அரசு இலச்சினையும் பொறிக்கப்பட்டுள்ளது. மேலும் இம்மன்னர்கள் காலத்தில்தான் அவர் பெயருடன் நாணயங்கள் வெளியிடப் பட்டுள்ளன. மேலும் கடைசியாக குறிப்பிட்டுள்ள கொடையில், மகாதேவா என்பவர் காகதிய வசம்சத்தை சேர்ந்தவர் என்று தெளிவாகிறது.

கல்வெட்டுக் குறிப்புகள்

காகதியாரைப் பற்றிய அரசியல், சமுதாய தகவல்கள் பெரும்பாலும் கல்வெட்டுகள் வழியாக நமக்கு தெரியவருகின்றன. தெலங்கானவில் உள்ள வரங்கல், கரிம்நகர் மற்றும் நல்கொண்டா மாவட்டங்களில் மட்டும் ஆயிரக்கணக்கான கல்வெட்டுகள் கிடைத்துள்ளன. இவை யாவும் காகதியரைப் பற்றி அறிந்துகொள்ள பேருதவி புரிகின்றன.

இவற்றில் பைய்யாரம் கல்வெட்டுகள், கணபதி தேவாவின் சகோதரி மைலம்மாவால் வெளியிடப்பட்டவை. இவை காகதிய குடும்பத்தின் ஆரம்பகால வரலாற்றை கூறுகின்றன. இதேபோல, ருத்ரதேவா வெளியிட்ட ஆயிரம்கால் மண்டப கல்வெட்டுகளும், முக்கியமான தகவல்களை தருகின்றன. இக் கல்வெட்டுகளை ஆராய்ந்தால், ஒரு செய்தி புலனாகிறது. காகதியர் கல்யாண சாளுக்கியரை எதிர்த்தோ அல்லது போரிட்டோ சுயாட்சி பெற்ற மன்னராகவில்லை. மாறாக சாளுக்கியரை எதிர்த்த இதர சிற்றரசர்களை போரில் வென்று, தமது பேரரசர்களான சாளுக்கியருக்கு நம்பிக்கையாக செயலாற்றியதாலேயே, சாளுக்கிய பேரரசு வீழ்ந்தபின்பு, காகதியர் தாம் பேரரசாக அறிவித்து ஆட்சி செய்தனர். பீதர் கோட்டையை ருத்ரமாதேவி கைப்பற்றியதை பீதர் கல்வெட்டு மூலம் அறியலாம், சந்துபட்லா கல்வெட்டு தகவல்படி, ருத்ரமாதேவி மறைந்த ஆண்டு கி.பி.1289 என்று தெரிந்துகொள்ள முடிகிறது.

காகதியரின் சமூக வரலாற்றை மிகச் சிறப்பாக சித்தரிப்பவை, கணபதி தேவாவின் மோட்டுபல்லி தனியுரிமை சாசனம், மட்டிவாடா

கல்வெட்டுகள் மற்றும் ருத்ரமாதேவி வழங்கிய மல்காபுரம் கல்வெட்டுகள். இதில் கடல் வணிகம், வரி விதிப்பு முறைகள் மற்றும் வியாபாரம் செய்யப்பட்ட பலவகைப் பொருட்கள் பற்றி ஏராளமான விவரங்கள் உள்ளன. பிரதாப ருத்ர தேவா உருவாக்கிய தேரலா கல்வெட்டுகளில் தயாகஜகேசரி என்னும் புகழ் பெயருடன் அச்சிடப்பட்ட நாணயங்கள் மிகவும் புகழ்பெற்றவை. இதேபோல வரங்கல்லை அடுத்த உர்சுகுட்டா பகுதியில் ஒரு சிறிய குன்றில் பொறிக்கப்பட்ட கல்வெட்டில், அறிஞரும் கவிஞருமான நரசிம்மா என்பவர் எழுதிய அருமையான சமஸ்கிருத கவிதை காணப்படுகிறது. இதனை ஒரு குருங்காவியம் என்று கூறலாம்.

இலக்கியச் சான்றுகள்

1. பிரதாப ருத்ரியம்:

காகதிய கடைசி மன்னனான பிரதாப ருத்ராவின் அவையில், கவிஞராக இருந்த வித்யாநாதா என்பவர் சமஸ்கிருதத்தில் எழுதிய "அணி இலக்கண நூல்" பிரதாப ருத்ரியம். இது பிரதாப ருத்ராவை புகழ்ந்துபாடி, அவருக்கென தனியாக நாடக பிரகாரணா என்ற தலைப்பில் பாடியும் இருக்கிறார். வரலாற்றுக் குறிப்புகள் குறைவாக இருப்பினும், இருக்கும் சங்கதிகள் எல்லாம் ஆதாரமானவை. இதற்கான விளக்கவுரை கோலசாலா குமாரசாமி என்பவரால் எழுதப்பட்டது. இலக்கிய நயம் கொண்ட இந்நூலில், காகதியரின் அரச இலச்சினை, அவர்களது குடிமைப்பட்டியல், கணபதி தேவா, ருத்ரமாதேவி, பிதாப ருத்ரதேவா ஆகியோருக்கிடையே இருந்த உறவு நிலை தெளிவாகிறது.

2. கிருதாபிராமமு:

முன்னூறு செய்யுள்கள் கொண்ட தெலுங்கு நூல்; ஆசிரியர் யார் என்பதில் குழப்பம் உள்ளது. இதன் ஆசிரிய வினுகொண்டா வல்லபராயா என்று ஒருசிலரும், ஸ்ரீநாதா என்று வேறு சிலரும் கூறுகின்றனர். ஓருகல்லு நகரை வலம் வருகையில், மஞ்சன சர்மா மற்றும் திட்டிபசெட்டி என்ற இரு நணர்பகளுக்கிடையே நடந்த உரையாடல் இது. கவிதைகளுக்கே உரித்தான நகைச்சுவையுடன் எழுதப்பட்டிருந்தாலும், காகதியரின் காலத்தில் நகரங்களில் நிலவிய அரசியல், சமூக, பொருளாதார நிலைகளை எடுத்துரைக்கிறது. நகரத்தின் கட்டமைப்பு, கோட்டை கொத்தளங்கள், கோட்டைக் காவல், கோயில்கள், மக்களின் இயல்வு வாழ்க்கை, கலாச்சாரம் ஆகியன பற்றி இந்நூலில் விளக்கப்பட்டுள்ளன.

3. பண்டிதராய சரிதம்:

பிரதாப ருத்ர தேவாவின் சமகாலத்தில் வாழ்ந்த சைவ சித்தாந்த கவிஞர் பால்கூரிகி சோமநாதா என்பவர் எழுதிய ஒரு ஆய்வுக் கட்டுரையே பண்டித ராய சரிதம். சைவத்தைப் போதித்த பண்டித ராயரின் வாழ்க்கை

வரலாறாக இருப்பினும், சைவத்தைப் போற்றும் அதே வேளையில் மற்ற மதங்களை இழிவுபடுத்தி எழுதப்பட்ட நூல் இது. பசவ புராணா என்ற நூலும் இதே ஆசிரியரால் எழுதப்பட்டதே. இவ்விரு நூல்களும் ஆந்திர தேசத்தில் அப்போது நிலவிய சமயம் சார்ந்த தகவல்களை கூறுகின்றன. டாக்டர் சிலுஜரி நாராயணராவ் என்பவர் இதற்கு முன்னுரை எழுத, ஆந்திர கிரந்தமாலா பதிப்பாளர்களால் 1939ஆம் ஆண்டு சென்னையில் வெளியிடப்பட்டது. பசவபுராண என்னும் நூலானது, வீரசைவத்தைப் போற்றிய பசவேஸ்வரா என்பவரது வாழ்க்கைத் தொகுப்பு. இதுவும் சென்னையில் 1954ஆம் ஆண்டு வெளியிடப்பட்டது.

4. சிவயோக சாரம்:

இது கோலனு கணபதி தேவாவால் எழுதப்பட்டது. கணபதி தேவாவின் காலந்தொட்டு காகதியரிடம் சிற்றரசர்களாக இருந்த இந்துலூரி மன்னர்களைப் பற்றிய நூல் இது. இக்குடும்பத்தைச் சேர்ந்த அன்னய்யா என்பவர் ருத்ரமா தேவியின் மூன்றாவது மகளை மணம் செய்துகொண்டு ருத்ரமாதேவிக்கும், பிரதாப ருத்ரதேவாவுக்கும் தளபதியாகவும் அமைச்சராகவும் இருந்து பணியாற்றியவர். இந்துலூரி மன்னர்களைப் பற்றியும் அவர்களுக்கு காகதிய அரசு குடும்பத்துடன் இருந்த உறவுகள் பற்றியும் இந்நூல் விளக்குகிறது.

5. நீதி சாரம்:

தெலுங்கில் எழுதப்பட்ட இந்நூல், பிரதாப ருத்ர தேவாவின் அரசயிலமைப்பையும் அவரது ஆளுமைத் திறனைப் பற்றியும் கூறுகிறது. இது சக்ரநீதி சாரா என்னும் சமஸ்கிருத நூலைத் தழுவி எழுதப்பட்டாலும், வரிகள் பற்றியும் வணிக நிலைபற்றியும் தனித்து நின்று எடுத்துரைக்கிறது. இந்த நூல் முழுமையாகக் கிடைக்கவில்லை. இதன் சில செய்யுள் பகுதிகள் “சகல நீதி சம்மதமு” என்ற நூலில் கையாளப்பட்டுள்ளன. இதன் மூலம் காகதியர் காலத்து பொருளாதார நிலையை அறிந்து கொள்ளலாம்.

6. நீதி சாஸ்திர முக்தாவளி:

தெலுங்கு சோழ சிற்றரசரான பத்தேனா என்பவரால் மேலே குறிப்பிடப்பட்ட காலத்தில் தெலுங்கில் எழுதப்பட்ட செய்யுள் தொகுப்பு. அரசர்கள், அமைச்சர்கள், கோட்டைகள், பேரரசின் பாதுகாப்பு முறைகள், அரசியல் குழப்பம், விசுவாசமற்ற ஊழியர்களின் தீச்செயல்கள், மற்றும் பொதுவான ஒழுக்க நெறிகள் ஆகியவை இதில் விளக்கப்பட்டுள்ளன. நரேந்திர சாகித்திய மண்டலி என்ற பதிப்பகம், இதை 1962இல் வெளியிட்டது. மனவல்லி ராமச்சந்திர கவி இதற்கு முன்னுரை வழங்கியுள்ளார்.

7. நிருத்த ரத்னாவளி:

ஜெய சேனாபதி என்பவரால் சமஸ்கிருதத்தில் எழுதப்பட்டது. இதன் ஆசிரியர் கணபதி தேவாவிடம் தளபதியாகவும் அமைச்சராகவும் பணியாற்றியவர். நாட்டிய நாடகங்களை விவரிக்கும் நூல் இது. நிருத்தம் மற்றும் நாட்டியம் குறித்த பல்வேறு வகைகளை விவரிக்கிறது. காகதியர் காலத்தில் பழக்கத்திலிருந்த நாட்டிய கலை பற்றி புரிந்துகொள்ள உதவும் நூல் இது. டாக்டர் வி. ராகவா என்பவர் இதனை பகுத்து தொகுக்க, அரசு ஓரியண்டல் நூலகத்தால் சென்னையில் 1965ஆம் ஆண்டு பதிப்பிக்கப் பெற்றது.

8. பிரதாப சரித்ர:

16ஆம் நூற்றாண்டில் வாழ்ந்த ஏகாம்பரநாதா என்பரால் எழுதப்பட்ட கட்டுரைத் தொகுப்பு

9. சித்தேஸ்வர சரிதம்:

17ஆம் நூற்றாண்டில் வாழ்ந்த காசே சர்வப்பா என்பவரால் எழுதப்பட்ட இரண்டடி செய்யுள்.

10. சோம தேவ ராஜ்யமு:

குச்சி மஞ்ச்சி ஜெக்ககவி என்பவர் 18ஆம் நூற்றாண்டில் இயற்றியது.

இவை அனைத்துமே ஏறக்குறைய ஒரே பொருளைப் பற்றியே பாடுகின்றன. பொருத்தமற்ற செய்திகளும் மூட நம்பிக்கைகளும் இதில் மலிந்து காணப்படுகின்றன. ஆயினும் காகிதியரின் வம்சாவழியை அறிந்து கொள்ள இவை துணைபுரிகின்றன.

11. பல்நாட்டி வீர சரிதம்

14-15ஆம் நூற்றாண்டில் வாழ்ந்த தெலுங்கு கவிஞர் ஸ்ரீநாதாவால் எழுதப்பட்ட ஈரடிக் காவியம். சாளுக்கிய மன்னன் மூன்றாம் சோமேஸ்வரன் கீழ் சிற்றரசர்களாக இருந்த பல்நாடு ஹரிஹர மன்னர் குடும்பத்தாரிடையே ஏற்பட்ட குடும்ப பூசல்களை விவரிக்கும் நூல். ஆனால், இதன் அடிப்படை, காகதிய ருத்ர தேவாவின் சமகாலத்தில் ஆட்சி செய்த நலகாமாராஜா மற்றும் அவனது ஒன்றுவிட்ட சகோதரன் மல்லி தேவராஜாவைப் பற்றிய பாடல். ருத்ராவின் முன் பகுதி ஆட்சியில் ஆந்திர தேசத்தில் நிலவிய அரசியல் சூழலை விவரிக்கிறது. மேலும் சமூக, மதங்கள் பற்றிய குறிப்புகளும் உள்ளன. பண்டித உமாகாந்த வித்யாசேகரா என்பவரால் தொகுக்கப்பட்டு வாவில்லாஸ் பதிப்பகத்தால் சென்னையில் 1955ஆம் ஆண்டு பிரசுரமானது.

12. **வெலுகோடிவாரி வம்சாவளி**

13. **வெலுகோடிவாரி வம்ச சரித்திர**

இதில் வம்சாவளி என்னும் நூல், டாக்டர். என். வெங்கட்ரமணைய்யா என்பவரால் தொகுக்கப்பட்டு, சென்னை பல்கலைக்கழகத்தால் 1939ஆம் ஆண்டு வெளியிடப்பட்டது. வம்ச சரித்திர நூலானது, வெள்ளாள சதாசிவ சாஸ்திரியால் தொகுக்கப்பட்டு வெங்கடகிரி ராஜாவால் வெளியிடப்பட்டது. வெலமா மன்னர்களின் குடும்ப வரலாற்று நூலான இதில் காகதிய மன்னர்களின் போர்களைப் பற்றிக் குறிக்கிறது. இந்த வெலமா மன்னர்கள், காகதிய மன்னர்களான கணபதி தேவா மற்றும் ருத்ரமாதேவியிடம் தளபதிகளாக பணியாற்றினர்.

14. **குமார ரமணா சரித:**

கன்னட நூலான இதில், பிரதாப ருத்ர தேவா, காம்பிலி நாட்டுடன் கொண்டிருந்த உறவைக் குறிக்கிறது.

இஸ்லாமிய வரலாற்றுக் குறிப்புகள்

15. **ஃபுதூஷ் - உஸ் - சலாதின்:**

பிரதாப ருத்ர தேவாவின் சமகாலத்தில் ஆட்சி புரிந்தவன்; முஸ்லீம் மன்னர்களால் எவ்வாறு பிரதாப ருத்ர தேவா தோற்கடிக்கப்பட்டான் என்று விவரிக்கும் ஒரு நூல்.

16. **ஃபெரிஷ்டா:**

பிரிக்ஸ் என்னும் ஆங்கிலேயரால் 17ஆம் நூற்றாண்டில் மொழி பெயர்க்கப்பட்டது. ஒரு சில நிகழ்வுகளின் தொகுப்பு.

நினைவுச் சின்னங்கள்:

கட்டுமானங்களில் புதுமையை புகுத்தியவர்கள் காகதியர்கள். மத்திய கால கோட்டைகளில் சிறப்பானது ஓருகல்லு கோட்டை. இவர்களது கலை மற்றும் கட்டிடக்கலைகளுக்கு சான்றாக இன்றும் வாழ்பவை, பாலம்பேட், பில்லலமர்ரி, அனுமகொண்டா, நாகுலபாடு, மற்றும் கான்பூர் கோயில்கள். இவற்றில் செதுக்கப்பட்டுள்ள சிற்பங்கள் அப்போது நிலவிய ஆடை அணிகலங்கள், நாட்டிய வகைகள் ஆகியவற்றை எடுத்துக்காட்டுகின்றன. இவர்களால் வெட்டப்பட்ட மிகப் பெரிய ஏரிகளும், கண்மாய்களும், இவர்கள் நீர்ப்பாசனத்திற்கு ஆற்றிய தொண்டுக்கு வாழும் சாட்சியாக திகழ்கின்றன.

2. காகதியர் வம்சாவழி

காகதியர்களைப் பற்றிய ஆதிகால குறிப்புகள் "மாங்கல்லு கல்வெட்டுகள்" மூலமாக வெளிப்படுகின்றன. இவை கீழைச் சாளுக்கிய இளவரசன் தானார் நவா என்பவனால் கி.பி. 956ஆம் ஆண்டு வெளியிடப்பட்டுள்ளன. தற்போதைய கிருஷ்ணா மாவட்டம் (ஆந்திரா) நந்திகாமா தாலுக்காவில் உள்ளது மாங்கல்லு என்ற ஊரினை தலைமையாகக் கொண்டு ஆண்டு வந்த கீழைச் சாளுக்கியர்களுக்கு அடங்கி வாழ்ந்தவர்கள் காகதியர்கள் என்று கூறப்படுகிறது. ஆனாலும் சில ஆராய்ச்சியாளர்கள் காகதியர்கள், கீழைச் சாளுக்கியர்களின் கீழ் சிற்றரசர்களாக இருந்தார்கள் என்பதை ஏற்றுக் கொள்ளவில்லை.

சுருக்கமாகச் சொன்னால்

இராஷ்டிரகூட மன்னன், 3ஆம் கிருஷ்ணன் என்பவனது துணையுடன் தானார்நவா வேங்கியின் சிம்மாசனத்தை கைப்பற்றினான்.

"அம்மராஜா" என்ற தனது ஒன்றுவிட்ட சகோதரனை விரட்டியடிப்பதற்கு உதவி புரிந்தமையால், காகதிய குண்டியனா எனப்படும் இராஷ்டிரகூட தளபதியை மகிழ்விக்கும் பொருட்டு, தானார்நவா சிற்றரசன், மாங்கல்லு கல்வெட்டை வெளியிட்டான். மாங்கல்லு கல்வெட்டு மூலமாக, தோமண்ணா என்ற கிராமத்தை மானியமாக அளித்தான் என்று கல்வெட்டுகள் சாட்சி சொல்லுகின்றன.

1. காகதியர் பெயர் காரணம்

காகதியர் என்ற பெயர் எவ்வாறு ஏற்பட்டது என்பதற்கு இருவேறு காரணங்கள் கூறப்படுகின்றன. துர்க்கை அம்மனின் வடிவமான காகதி அம்மனை, இவர்கள் வழிபட்டதால் காகதியர் என்று அழைக்கப்பட்டனர். வரங்கல் என்று தற்போது அழைக்கப்படும் "ஓருகல்லு" நகரத்தில், காகதி அம்மன் சிலையும் ஏகவீரன் சிலையும் அருகருகே வைக்கப்பட்டு வழிபாடு செய்யப்பட்டதாக பட்டயங்கள் சுட்டிக் காட்டுகின்றன.

இரண்டாவதாக சொல்லப்படும் பெயர்க் காரணம், காகதி என்பது ஒரு இருப்பிடம் (அ) ஊரின் பெயரை குறிப்பதாகும். "பைய்யாரம்" கல்வெட்டுகள் மூலமாக வெளிப்படுவது யாதெனில், காகதிய பேரரசு உருவாகக் காரணமான "வென்னா" என்பவர் "காகதி" என்ற இடத்தை தலைமையாகக் கொண்டு ஆட்சி புரிந்தார். கணபதி தேவா வெளியிட்ட "கரவபாடு" கல்வெட்டும் இக்கருத்தை உறுதிசெய்கிறது. மேலும் சில ஆராய்ச்சியாளர்கள் துர்ஜெயனின் வாரிசான கரிகால் சோழனுக்கும்

காகதியர்களுக்கும் உறவுண்டு என்று கூறுகிறார்கள். ஆனால் இதற்கான உறுதியான ஆதாரங்கள் இல்லை.

கல்வெட்டியல் ஆராய்ச்சியாளர் திரு லட்சுமி நாராயணா என்பவர் கூற்றுப்படி காகதி என்னும் ஊரானது பெல்காமுக்கு வடக்கே 12 கல் தொலைவில் அமைந்திருந்தது என்று கூறுகிறார். காகதியர்கள், ராஷ்டிரகூடர்களுக்கு அடங்கிய சிற்றரசர்களாக இருந்தமையால், இவர்கள் கர்நாடகத்தின் வடக்குப் பகுதியில் இருந்து தோன்றியவர்கள் என்பதை ஏற்றுக்கொள்ளலாம்.

2. ஜைன மதத்துடன தொடர்பு

ஒருசிலர் காகதி என்பது ஜைன தேவதையின் பெயர் என்றும், காகதியர் ஜைன மதத்தினை பின்பற்றினர் என்றும் கூறினார்கள். அனுமகொண்ட என்ற ஊரில் உள்ள ஒரு சிறிய குன்றில், உள்ள "பத்மாக்ஷி" என்னும் இறைவி, இரண்டாம் புரோலா (கி.பி.1117) என்னும் காகதிய அரசன் காலத்தில் வழிபாடு செய்யப்பட்டது என்றும் ஜைனக் குறிப்புகள் சுட்டிக்காட்டுகின்றன. இதுவே பின்னர் காகதி அம்மனாக, காகதியர்களால் வழிபாடு செய்யப்பட்டது என்று கூறலாம். காகதியர்கள் சிவனை வழிபட்டவர்கள் என்பது அவர்கள் கட்டிய கோவில்களை பார்த்தாலே புரிந்துகொள்ளலாம்.

3. அரசு மரபுரிமைச் சின்னம்

காகதியர்களின் அரசு மரபுரிமைச் சின்னமாக "கருடன்" என்ற பறவை இருந்தது. இவர்களுக்கு ராஷ்டிரகூடர்களுடன் தொடர்பு இருந்தது, ஒரு முக்கிய காரணம். மேலும் பிரதாப ருத்ரைய்யா மற்றும் ஏகாம்பரநாதர் கல்வெட்டுகளும் இதனை உறுதி செய்கின்றன. இதன் பிற்பட்ட காலத்தில், கல்யாண சாளுக்கியர்களின் ஆட்சியின் கீழ் வந்தபோது, "வராகம்" என்ற பன்றியின் உருவத்தை அரசுச் சின்னமாகக் கொண்டருந்தனர்.

காகதிய மன்னன் முதலாம் புரோலா என்பவன் பெரியதோர் ஏரியை அகழ்ந்து உருவாக்கி அதற்கு "கேசரி சமுத்திரம்" என்று பெயரிட்டான். இவனது சந்ததியாருக்கும் ராஷ்டிரகூடர் மீது இருந்த பெருமதிப்பு காரணமாக, அவர்களது வராக சின்னத்தையே அரசு சின்னமாக தேர்ந்து கொண்டனர் என்று "பைய்யாரம்" கல்வெட்டுகள் உறுதி செய்கின்றன. ஆயினும் பிற்காலத்தில் அதாவது பிரதாபருத்ர தேவா அரசுபுரியும் காலத்தில், மீண்டும் கருடனே அரசுச் சின்னமாக விளங்கியது என்பது தெளிவு.

மேலும் "போலவாச" தளபதிகள் ஜைன மதத்தை பின்பற்றினார்கள். காகதியர்கள் கருட இலச்சினை கொண்டிருந்தாலும் அவர்கள் விஷ்ணுவை வழிபடவில்லை. பக்ஷி சாந்திநாதர் என்றழைக்கப்படும் 16வது தீர்த்தங்கரர் அவர்களின் குறியீடும் கருடன் என்பதே இதற்கு சாட்சியாகும். எனவே கருட இலச்சினை என்பது காகதியர்கள் ஆரம்பகாலத்தில் ஜைன மதத்தை பின்பற்றினர் என்பதும் அதன் காரணமாகவே இதனை அரசுச் சின்னமாக வைத்திருந்தனர் என்பதும் தெள்ளத்தெளிவாகத் தெரிகிறது. ஆயினும், காகதியர்கள் பிற்காலத்தில் சைவ மதத்தை பின்பற்றினர் என்பதே வரலாற்று உண்மை.

4. சமுதாயப் பிரிவு - ஷத்திரிய வம்சம்

காகதியர்கள் எந்த சமுதாயப் பிரிவைச் சேர்ந்தவர்கள் என்று ஆராய்ந்து பார்த்தால் அதற்கான விடை கணபதி தேவா மன்னர் காலத்திய கல்வெட்டுகளைப் பார்த்தாலே கிடைக்கும். கணபதி தேவா மற்றும் அவரது புதல்வி ராணி ருத்ரமா தேவிக்கும் ராஜ குருவான விஸ்வேஸ்வரா சிவாச்சாரிய அவர்களின் கல்வெட்டு கூற்றுப்படி, காகதியர்கள் சூர்ய வம்சத்தைச் சேர்ந்த ஷத்திரிய குலத்தினர் ஆவர்.

மேலும் கணபதி தேவா மன்னரின் மோட்டுப்பல்லி கல்வெட்டுகள் கூற்றுப்படி, இந்து புராண இதிகாசங்களில் நம்பப்படுவது போல, மனு, இக்ஷவாகு, மாந்தாத்ரி, பகீரதன், ரகு, தசரதன், இராமன் ஆகியோரின் வழித் தோன்றலான துர்ஜெய மன்னவரின் வழிவந்தவனே முதலாம் புரோலா எனப்படும் காகதிய மன்னன் ஆவான்.

ஆனால் வேறு சில வரலாற்று ஆராய்ச்சிகள் இதற்கு முரண்பாடாக உள்ளன. இவர்கள் காகதியர்களின் ஆட்சி இறைமையை உறுதிப்படுத்தினாலும், இவர்களின் கோத்திரம் ஏன் குறிப்பிடப்படவில்லை என்று கேள்வி எழுப்புகிறார்கள். ஏனெனில் அரசர்களின் கோத்திரம் பற்றி குறிப்பிடுவது அக்கால மன்னர்களின் வழக்கமாக இருந்தது. எடுத்துக்காட்டாக, சாளுக்கியர்கள் "மானவ்ய கோத்திரம்" என்றும், சோழர்கள் "காஷ்யப கோத்திரம்" என்றும் குறிப்பிடப்பட்டுள்ளது.

5. சூர்ய வம்சம்:

பிரதாப ருத்ரிய என்னும் பட்டயத்தின் ஆசிரியரான வித்யநாதா என்பவர் காகதியர், ஷத்திரிய குலத்தவர் அல்ல என்றும் காகதியர் ஷத்திரியருக்கும் மேலான நிலையில் உள்ள சூரிய சந்திர வம்சத்தினர் என்றும் கூறுகிறார். இவர்களுக்கு மட்டுமல்லாமல், அக்காலத்தில் அரசாண்ட பல்வேறு இந்து மன்னர்களின் குலமும் இதுதான் என்று குறிப்பிட்டுச் சொல்ல ஆதாரமில்லை.

ஏனெனில் அரசர்களுக்கிடையே நடை பெற்ற திருமணங்கள், அவர்களிடையே இருந்த ஜாதி அமைப்பை மாற்றிவிட்டன. கணபதி தேவாவின், ஞானம்பா என்ற மகளை, கோடா பேட்டா என்ற நான்காம் சாதியைச் சேர்ந்தவருக்கு மணம் செய்வித்தார். மற்றொரு மகளான ருத்ரமாதேவியை கீழைச் சாளுக்கிய இளவலான வீரபத்ராவுக்கு மணம் செய்வித்தார். ஆயினும் வித்யநாதர் கூற்றுப்படி, பிரதாப ருத்ரதேவாவை உருவாக்கிய பிரம்மா, தனது தோளிலிருந்து வெளிப்பட்ட பிரதாபருத்திரன், இவ்வுலகை ஆளத் தகுதியானவன் என்று பெருமை கொண்டார். அவர் கூற்றுப்படி, காகதியர் பிறப்பால் ஷத்திரியராக இல்லாவிட்டாலும் நாடாளும் வல்லமையால் ஷத்திரியர் ஆவார்.

ஆயினும் அவர்களது குலத்தைப் பற்றி இருவேறு கருத்துக்கள் நிலவுகின்றன. கணபதி தேவாவின் ஆன்மீக குருவான விஸ்வேஸ்வரா சிவாச்சாரியர் கூற்றுப்படி கணபதி தேவா சூரிய வம்சத்தில் பிறந்தவர் என்று உறுதியாகிறது. ஆனால் வித்யாநாதர் கூற்றுப்படி பார்த்தால், காகதியர்கள் சூரிய சந்திர வம்சத்திற்கும் மேலான வம்சத்தினர் என்று கூறுகிறார். எது எவ்வாறாயினும் காகதியர் பிறப்பாலோ அல்லது அவர்களின் வீரதீரச் செயல்களாலோ ஷத்திரியரே என்று கருதப்படுகின்றனர்.

6. காகதியர் மரபு வரலாறு:

1965-இல் கண்டெடுக்கப்பட்ட பைய்யாரம் கல்வெட்டுகள், காகதியர் மரபை பறை சாற்றுகின்றன. ஒரு மாபெரும் கருநிற கிரானைட் கல்லில் நாற்புறமும் செதுக்கப்பட்டுள்ள எழுத்துக்கள் ஒரு முக்கியமான அத்தாட்சி ஆகும். இக்கல்வெட்டானது, கணபதி தேவா மன்னர் காலத்தில் (கிபி 1199-1262) அவரது தமக்கையான மைலாம்பாவால், தர்மாக்கிரிதி சமுத்திரா எனப்படும் ஒரு மாபெரும் நீர்நிலையை உருவாக்கியபோது செதுக்கப்பட்டதாகும். கணபதி தேவாவிற்கு முற்பட்ட பதினொரு சந்ததியாரின் பெயர்களை குறிப்பிட்டுச் சொல்லும் ஒரே ஆவணம் இதுதான். துர்ஜெயன் என்னும் காகதி மன்னனை முதலாகக் கொண்டு, வென்னா என்ற அரசன் இரண்டாவது வழித் தோன்றலாகவும், பின்னர் குண்டா என்ற பெயரில் மூன்று வழித்தோன்றல்கள் உருவாகினர். இந்த மூன்று குண்டா அரசர்களும் இராமயணத்தில் இருந்ததுபோல, பரசுராமன், தசரதராமன் மற்றும் பலராமன் என்று மூன்று வகை இராமர்களாகக் கருதப்பட்டனர். மூன்றாம் குண்டாவை தொடர்ந்து, ஏர்ரா பிம்டி குண்டா, கருடாம்க பேட்டா, முதலாம் புரோலா, திருபுவனமல்லா ஆகியோர் தோன்றினர், இவரைத் தொடர்ந்து இரண்டாம் புரோலா முப்பம்மாவை மணந்து, அவருக்கு ருத்ரதேவா மற்றும் மகாதேவா என்ற இரண்டு புதல்வர்கள் பிறந்தனர். பைய்யாம்பாவை மணந்ததின்

மூலம், மகாதேவாவுக்கு கணபதி என்ற ஆண்மகனும் மைலாம்பா என்ற பெண் மகளும் பிறந்தனர்.

7. மரபு வழி பட்டியல்

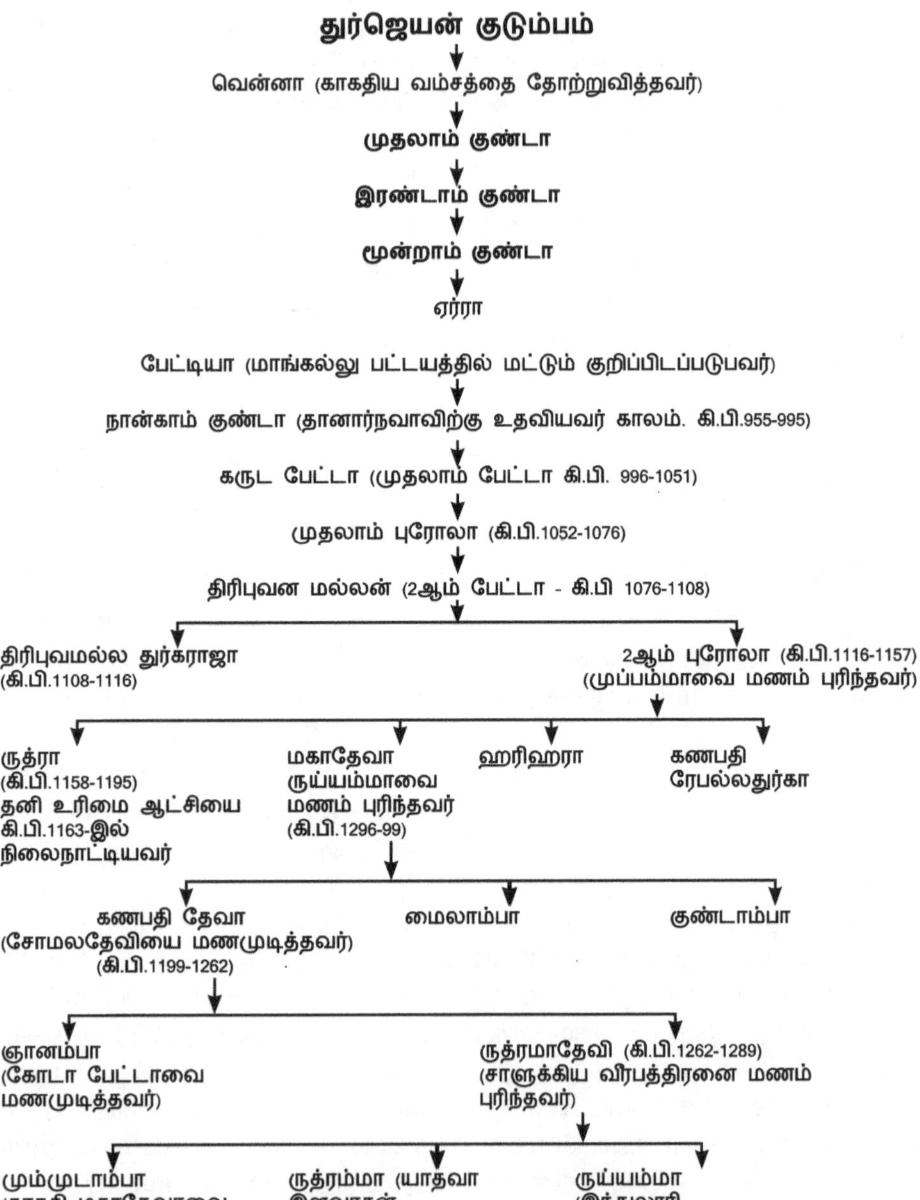

மேலே கூறப்பட்ட காகதியரின் வம்சாவளி பைய்யாரம் கல்வெட்டுகளை ஆதாரமாகக் கொண்டது. ஆனால் மாங்கல்லு கல்வெட்டுகளில் வேறு சிலரின் பெயர்களும் சேர்க்கப்பட்டுள்ளன. பிம்டி கும்டா (அ) 4ஆம் குண்டாவின் பெற்றோர் பேட்டியா மற்றும் வந்தனாம்பா என்று குறிப்பிடப்பட்டுள்ளது.

8. கீழைச் சாளுக்கியர்கள் வம்சாவளி

10 ஆம் நூற்றாண்டு முதல்

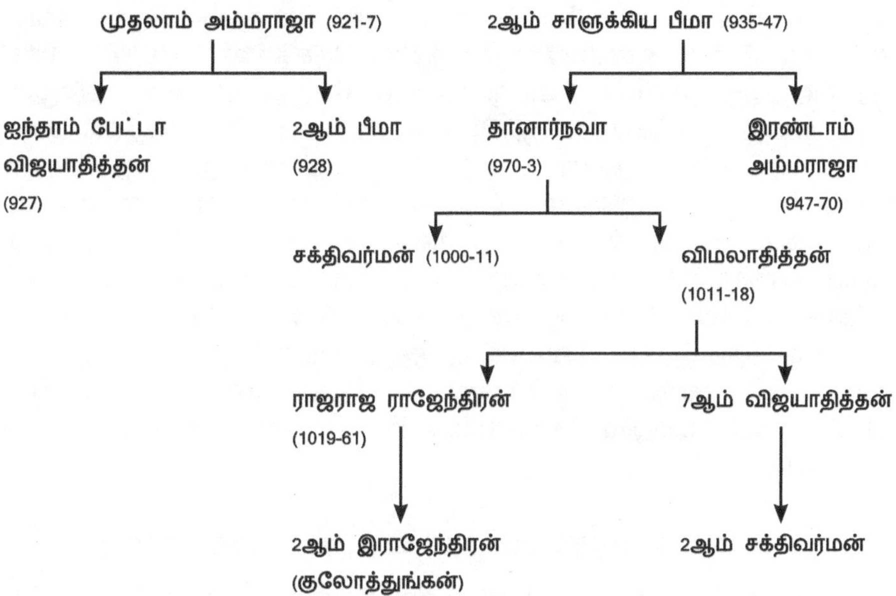

9. கால வரிசை

மேலே குறிப்பிட்ட மரபு வரிசையை பார்க்கும்போது இரண்டாம் புரோலாவின் மூத்த மகன் ருத்ராவுக்கு ஆண் வாரிசுரிமை இல்லை. அவர் சகோதரர் மகாதேவாவிற்கு கணபதி என்ற மகனும், மைலாம்பா மற்றும் குந்தாம்பா என்ற இரு மகள்களும் இருந்தனர். எனவே கணபதி தேவா வாரிசுமை பெற்றான். ஆனால் அவருக்கும் ஆண் வாரிசுகள் இல்லை; ஞானாம்பா மற்றும் ருத்ரமாதேவி என்ற இரு பெண் வாரிசுகள் மட்டுமே இருந்தனர். ருத்ரமாதேவி, சாளுக்கிய இளவரசன் வீரபத்ராவை மணம்புரிந்து கணபதி தேவாவின் வாரிசாக காகதிய பேரரசை ஆட்சி புரிந்தார். மற்றொரு இளவரசியான ஞானாம்பா, கோட்டாவின் தளபதியான பேட்டாவுக்கு திருமணம் செய்விக்கப்பட்டார். ருத்ரமா தேவிக்கும் ஆண் வாரிசுகள் இல்லை. மூன்று பெண் வாரிசுகள் மட்டுமே. மூத்தவளான மும்முடாம்பா, காகதிய இளவரசன் மகாதேவாவுக்கு திருமணம்

செய்து கொடுக்கப்பட்டார். இரண்டாவது பெண்ணான ருத்ரமா, யாதவ இளவரசன் எல்லன தேவாவுக்கும், மூன்றாவது, பெண் ருய்யம்மா, இந்துலூரி குடும்பத்தைச் சார்ந்த அன்னய்ய தேவாவுக்கும் திருமணம் செய்விக்கப்பட்டனர். மும்மடம்மாவின் மகன் பிரதாபருத்ரதேவா, காகதிய வம்சத்தின் கடைசி மன்னர் ஆவார்.

10. ஆரம்பகால அரசர்கள்

வென்னா அரசன் மற்றும் இரண்டாம் குண்டா வரை

நாம் ஏற்கனவே கூறியதுபோல, துர்ஜெயன் வம்சத்தில் முதலாவது அரசன் வென்னா என்பவனே. ஆந்திர தேசத்தில் ஆட்சி புரிந்த வேறு சில அரசர்களான வெளிநாட்டைச் சேர்ந்த கொண்ட படுமுடி மற்றும் சாக்கி ஆகியோரும் துர்ஜெயன் வம்சத்தைச் சேர்ந்தவர்களாக கூறிக்கொண்டனர், ஆனால் இதற்கு வரலாற்று பூர்வமான ஆதாரங்கள் எதுவும் இல்லை. வென்னாவைப் பற்றிய ஒரே தகவல் என்னவென்றால், காகதி என்ற நகரிலிருந்து ஆட்சி புரிந்தமையால், இவர்கள் காகதியர் என்று அழைக்கப்பட்டனர். காகதியரின் வம்சாவழி காலத்தை பார்க்கும்போது, இவனது காலம் கி.பி.800 முதல் 815 வரை என்று கருதமுடிகிறது. இவனை அடுத்து வந்த முதலாம் குண்டா மற்றும் 2ஆம் குண்டா ஆகியோரைப் பற்றிய காலம் எதுவென்று ஆதாரமில்லாவிட்டாலும், தோராயமாக கி.பி.815 முதல் 865 வரை என்று கொள்ளலாம்.

மூன்றாம் குண்டா, எர்ரா மற்றும் பேட்டியா மன்னர்கள்

காகதிய அரசன் 4ஆம் குண்டாவின் வேண்டுகோளுக்கிணங்க, கி.பி.956இல் கீழைச் சாளுக்கிய மன்னனான தானார்நவா வெளியிட்ட மாங்கல்லு கல்வெட்டுகள் மூலமாக, 4ஆம் குண்டாவின் முப்பாட்டனான 3ஆம் குண்டாவின் வீரமரணத்தைப் பற்றி அறிய முடிகிறது.

“என் எஜமானரின் ஆணைக்கிணங்க, குண்டாவாகிய நான், சாளுக்கிய மன்னரின் கோட்டை வாசலில் பிரவேசித்து, வீரமரணத்தை தழுவிக் கொள்கிறேன்" என்று மாங்கல்லு கல்வெட்டு கட்டியம் கூறுகிறது. மேலே கூறப்பட்ட நிகழ்ச்சியானது கிபி 956க்கு மூன்று தலைமுறைக்கு முன்னால், அதவாது 9ஆம் நூற்றாண்டின் பிற்பகுதியில் நடைபெற்று இருக்க வேண்டும் என்று அறியலாம். வேங்கியை ஆண்ட முதலாம் பீமா (கி.பி.892 - 922) காலத்தில் இராஷ்டிரகூட மன்னனான 2ஆம் கிருஷ்ணா, பலமுறை வேங்கி மீது படையெடுத்து இருக்கக் கூடும். இவ்வாறு இரண்டாம் கிருஷ்ணா, விஜயவாடா மீது போர் தொடுத்தபோது குண்டா வீரமரணம் எய்திருக்கலாம். மசூலிப்பட்டினம்,

கல்வெட்டுகள்படி, பெருவங்கூறு என்ற இடத்தில் நடைபெற்ற போரில், முதலாம் பீமாவின் மகன் இருமர்திகண்டா என்பவர் இராஷ்டிகூடர் தளபதியான தண்டேன குண்டாவை போரில் வெட்டிச் சாய்த்தான என அறியலாம். மதூலிப்பட்டினம் கல்வெட்டுகளின் கால நிலையை கணிக்க முடியாவிட்டாலும், இரண்டாம் கிருஷ்ணாவின் சமகாலத்தவன் முதலாம் பீமா என்று அறிந்துகொள்ளலாம். இவற்றையெல்லாம் ஒப்பிட்டுப் பார்க்கும்போது, 3ஆம் குண்டா என்பவன், சாளுக்கிய பீமாவின் மகன், இருமர்த்திகண்டா என்பவனால் கொல்லப்பட்டிருக்கலாம் என்று புரிந்துகொள்ளலாம். பெருவங்கூறு என்ற இடம், வேங்கி நாட்டிலுள்ள நிடதவோலு அருகே அமைந்திருக்கலாம் என்று ஆராய்ச்சியாளர் கூறுகின்றனர்.

எனவே மாங்கல்லு கல்வெட்டு கூறுவதுபோல இராஷ்டிரகூட மன்னன் 2ஆம் கிருஷ்ணா, கீழைச் சாளுக்கிய தலைநகரான விஜயவாடாவை தாக்கியபோது, அவர்களது கவனத்தை திசை திருப்பும் பொருட்டு பெருவங்கூறு என்னுமிடத்தில் மற்றுமொரு யுத்தத்தை ஆரம்பித்து, தனது அரசனின் கடமையை எளிதாக்க நினைத்து, அதனாலேயே உயிர்த்தியாகம் செய்தான் என்று கொள்ளலாம். 3ஆம் குண்டாவின் மறைவுக்குப் பின்னர் எர்ரா என்னும் மன்னன், குர்ரவாடி மற்றும் அதைச்சார்ந்த பகுதிகளை ஆண்டான் என்று தெரிகிறது. இந்த இடம் எங்குள்ளது என்று சரியாக சொல்ல முடியாவிட்டாலும், வரங்கல் மாவட்டம், மஹ்பூபாபாத் மண்டலத்தில் 50 கல் தெற்கே அமைந்தது என்று அதன் தற்போதைய பெயரான 'குர்ரதீவ்' மூலம் புரிந்துகொள்ளலாம்.

சாளுக்கிய பீமா ஆட்சி செய்தபோது குரவியானது, கன்னர பல்லால என்று அழைக்கப்படும் இராஷ்டிரகூட 2ஆம் கிருஷ்ணன் என்பவனால் கைப்பற்றப்பட்டது. பின்னாட்களில் முடிகொண்ட சாளுக்கிய மன்னனான கோனகா என்பவன், மீண்டும் குரவாவை கைப்பற்றி எர்ரா என்பவனை அங்கு தனது பிரதிநிதியாக ஆட்சி செய்யும்படி பணித்துள்ளான். தெலங்கானா பிராந்தியத்தில் அப்போது தலைநிமிர்ந்திருந்த காகதியர் வசம் இப்பகுதிகளை ஆள 2ஆம் கிருஷ்ணா பணித்திருக்க வாய்ப்புண்டு. முடிகொண்டா சாளுக்கியர் மீண்டும் குரவையை கைப்பற்றியபோது, காகதியர் பின்வாங்கியிருக்கக்கூடும். எர்ராவின் மகன் பேட்டியா என்பவன் குறிப்பிடத்தக்கப் பணி எதுவும் செய்யாதலால், பைய்யரம் கல்வெட்டுகளில் அவனைப் பற்றி குறிப்புகள் ஏதுமில்லை.

நான்காம் குண்டா (கி.பி. 955-995)

கி.பி.956ஆம் ஆண்டு சாளுக்கிய மன்னன் தானார்நவா மாங்கல்லு கல்வெட்டுகளை வெளியிடக் காரணமாக இருந்தவன் பேட்டியாவின்

புதல்வன் 4ஆம் குண்டா என்பவனே. இரண்டாம் அம்மராஜாவிற்கும் அவனது ஒன்றுவிட்ட சகோதரனான தானார்நவாவிற்கும் ஏற்பட்ட உட்பகை காரணமாக, இராஷ்டிரகூட மன்னன் 3ஆம் கிருஷ்ணா, வேங்கி நாட்டின் உள்விவகாரங்களில் தலையிட வேண்டியதாயிற்று. இரண்டாம் பீமாவிற்கு பின்னர் அவனது, புதல்வன் கி.பி. 944இல் இரண்டாம் அம்மராஜா மன்னன் ஆனான். இதனை அவனுக்கு மூத்தவனான தானார்நவா ஏற்கவில்லை.

எனவே தானார்நவா, 3ஆம் கிருஷ்ணாவை உதவி வேண்டி நின்றான். அவனும் உடனே தனது தளபதியான 4ஆம் குண்டாவை அனுப்பினான். இவ்வாறாக, தானாக முடிசூட்டிக்கொண்ட 2ஆம் அம்மாவை தோற்கடித்து, தற்காலிகமாக தானார்நவா பட்டம் சூட்டிக் கொண்டான். 2ஆம் அம்மராஜா, கலிங்கம் சென்று படை திரட்டி தானர்நவாவை தோற்கடித்து மீண்டும் முடி சூட்டிக் கொண்டான். ஆனால் தானார்நாவின் குறுகிய கால ஆட்சியைப் பற்றி சாளுக்கிய கல்வெட்டுகளில் குறிப்பிடப்படவில்லை. ஏனெனில் அக்குறுகிய காலத்தில் அமைச்சர்கள் மற்றும் தளபதிகளின் நம்பிக்கையை தானார்நவா பெறவில்லை. எனவே மாங்கல்லு கல்வெட்டு, 2ஆம் அம்மராஜாவால் வெளியிடப்பட்டது என்று வரலாற்றாசிரியர்கள் கருதுகின்றனர். அப்போதைய அரசகுல வழக்கப்படி, முடிசூட்டப்பட்ட மன்னர்களே, விஷ்ணுவர்த்தனா அல்லது விஜயாதித்யா என்ற பட்டங்களை மாறி மாறி சூட்டிக்கொள்ள முடியும். அரசு மரபுரிமைப்படி வழிவரும் மன்னர்கள் முடிசூட்டப்பட்டாலன்றி, முன்னாலிருந்த மன்னரின் பட்டமே உபயோகத்தில் இருந்தது. எனவே விஜயாதித்யா என்ற பட்டத்துடன் தானார்நவா, மாங்கல்லு என்ற கல்வெட்டு மூலமாக தோமண்ணா என்ற அந்தணனுக்கு இனாம்களை வழங்கினான் என்று தெளிவாகிறது. இந்த நிகழ்வானது அம்மராஜா பட்டத்திற்கு (கி.பி. 944) வந்து 11 ஆண்டுகள் கழித்து நடந்திருக்கக் கூடும். அப்போது 4ஆம் குண்டாவிற்கு 25 வயது இருந்திருக்கக்கூடும். எனவே தளபதியாக தனது அரச வாழ்வை தொடங்கிய இராஷ்டிரகூட தளபதியான 4ஆம் குண்டா என்பவன் தெலங்கானாவின் கிழக்குப் பகுதிகளின் கீர்த்தி பெற்றிருந்தான் என்பது தெளிவு.

முற்காலத்திய தளபதிகள்

இராஷ்டரகூடர்கள் ஆட்சி காலம் முடியும் வரை (கி.பி.973) நான்காம் குண்டா அவர்களுக்கு விசுவாசமாக இருந்தான். இதே ஆண்டில்தான் வேங்கி மன்னனான தானார்நாவாவும் கொலை செய்யப்பட்டான். தானார்நவா மறைவிற்குப் பின்னர் வேங்கி நாட்டை கைப்பற்றிய ஜடா கோட்டா பீமாவிற்கு

பணிந்து போவதா, அல்லது புதிய சாளுக்கிய மன்னனான இரண்டாம் தைலப்பாவுக்கு அடங்கி நடப்பதா என்ற குழப்பத்தில் குண்டா மன்னன் தத்தளித்துக் கொண்டிருந்தான். இறுதியில் யாருக்கும் அடிபணியாமல் தனது சிறிய கொரவை நாட்டிற்கு சுதந்திரமான ஒரு சிற்றரசனாக இருக்க முடிவு செய்தான். இதன் பொருட்டு கொரவை நாட்டை ஆண்ட சாளுக்கிய சேனாதிபதி முடிகொண்டாவை விரட்டி அடித்தான். தானார்நவா மறைவிற்குப் பின்னர், வேங்கி நாட்டில், அமைதிக்கேடும் குழப்பமும் உண்டாயின. இதனால் கொரவை நாடு செல்வாக்கிழந்துவிட்டது. எனவே சாளுக்கியர்கள், கொரவையை விட்டு வெளியேறி தெற்கே புலம் பெயர்ந்து பொட்டு என்றும் ஊரை தலைமையாகமாகக் கொண்டு ஆட்சிபுரிந்தனர். இதனாலேயே அவர்களது குடும்பப் பெயரும் “முடிகொண்டு” என்பதிலிருந்து “பொட்டு” என்று மாறிவிட்ட.து.

இராஷ்டிரகூடர்களின ஆட்சிக்காலம் முடிவற்றபோது நடைபெற்ற சம்பவங்கள்:

இராஷ்டிகூடர்களுக்கு அடங்கி ஒரு சிற்றரசனாக இருந்த நான்காம் குண்டா என்பவன், சாளுக்கிய மன்னனான இரண்டாம் தைலாவிற்கு அடங்காமல், முடிகொண்டா மன்னர்களின் பிரதேசங்களை அடிவடியாகக் கைக்கொண்டான். புதிய அரசனுக்கு உதவுவதன் மூலம், மீண்டும் கொரவை பிரதேசத்தை கைப்பற்றி 4ஆம் குண்டாவை விரட்டி விடலாம் என்பதே முடிகொண்டா மன்னர்களின் லட்சியமாக இருந்தது. விரியாலா ஏர்ரா என்பவன் இரண்டாம் தைலப்பாவின் துணையுடன் போரில் குண்டாவை கொன்றுவிட்டு கொரவையில் மீண்டும் போட்டு பேட்டாவை ஆட்சியில் அமரவைத்தான். இவ்வாறாக, தெலங்கானாவில் ஆட்சி புரிந்து வந்த இராஷ்டிரகூடர்களை முற்றிலுமாக வேரறுத்துவிட்டு தனது உறுவினர்களான முடிகொண்டா சாளுக்கியர்களை தனக்கு கீழ் அடங்கி நடக்க சிற்றரசர்களாக்கினான். இந்த நிகழ்வுகளின் காலத்தை சரியாக கணிக்க முடியாவிட்டாலும் பத்தாம் நூற்றாண்டின் பிற்பகுதியில் நடந்தேறியிருக்க வாய்ப்புண்டு என்று கருதலாம். சாளுக்கிய மன்னன் இரண்டாம் தைலப்பாவை பற்றிய குறிப்புகள் கிபி 995-இல் அனுமகொண்டா அருகில் உள்ள ஜம்மிகுண்டா கல்வெட்டுகள் மூலம் அறிந்துகொள்ளலாம். இத்துடன் தெலங்கானாவில் இராஷ்டிகூடர்களின் ஆட்சி முடிவுற்றது என்பது தெளிவு.

முதலாம் பேட்டா (கி.பி.1000-1052)

பைய்யாரம் கல்வெட்டுகளில் இவரது பெயர் கருட பேட்டா என்று குறிக்கப்பட்டுள்ளது. இவனது தந்தையான நான்காம் குண்டாவை,

விரியாலா எர்ரா என்பவன் கொலை செய்தபோது, கருட பேட்டா மிகவும் இளவயதுடையவனாக இருந்தமையால், இவனது எதிரிகளோடு போராட இயலவில்லை. கொரவையில், போட்டுபேட்டா மீண்டும் அரியணை ஏறியபோது, இவனிடமிருந்து அனைத்து அதிகாரங்களும் பறிக்கப்பட்டன. காகதிய வம்சமே அழியும் நிலைக்கு தள்ளப்பட்டது. ஆயினும் இந்த இக்கட்டான சூழலிலிருந்து காப்பாற்றியவர், விரியாலா ஏர்ராவின் பட்டத்தரசி காமவாசனி ஆவார். இவர் அரசரிடம் முறையிட்டு, இளவல் கருடபேட்டாவிற்கு மீண்டும் அரசுரிமை பெற்றுத் தந்தார்.

இந்தக் குறிப்புகள் எல்லாமே கூடூர் கல்வெட்டுகளை ஆதாரமாகக் கொண்டவை. ஆயினும் இதற்கு மாறுபட்ட கருத்தும் உண்டு. சூரா என்பவன், விரியாலா தம்பதியருக்கு மாபெரும் உதவிகளைச் செய்துள்ளான் என்பதே அது. வெலுபு கொண்டாவை ஆண்ட காடய நாயகனை யுத்தத்தில் தோற்கடித்து சாகடித்தது, அவனிடமிருந்து மொகடுபல்லி, போடிபாடு, மாவிட்லு ஆகிய ஊர்களை கைப்பற்றி கருட ராஜாவிற்கு பரிசளித்தான்.

சூரா என்பவன், ரவ்வ - நிர்பா என்பவனை வெல்வு கொண்டாவில் அரசனாக அரியணையில் அமரச் செய்தான் என்று சில ஆதாரங்கள் சொல்கிறன. இந்த வெல்பு கொண்டா என்ற இடம் தற்போது வாரங்கலுக்கு 20 கல் தென் கிழக்கில் உள்ள ஜா:ஃபர் காடு என்று நம்பப்படுகிறது. இந்த ரவ்வ - நிர்பா என்பவன் யாரென்று கேட்டால், காகதிய இளவலான முதலாம் பேட்டா என்று கொள்ளலாம். இதிலிருந்து நமக்குப் புரிவது என்னவென்றால், கொரவை பிரதேசத்தை இழந்தபின்னர், முதலாம் பேட்டா என்பவன் சூரா என்ற மன்னவன் துணையுடன் வெல்பு கொண்ட என்னும் ஊரை, தற்காலிகத் தலைநகராகக் கொண்டு ஆளமுற்பட்டான். கூடூர் கல்வெட்டுகளில் குறிப்பிட்டுள்ளதுபோல, பின்னொரு காலத்தில், அனுமகொண்டாவை தனது தலைநகராக மாற்றிக் கொண்டு மேலைச் சாளுக்கியருக்கு அடங்கிய ஒரு குறுநில மன்னனாக ஆட்சி புரிந்து வந்தான். காசிப்பேட் கல்வெட்டுகள், முதலாம் பேட்டாவை “சாமு வார்தி பிரமாதன” என்று புகழ்பாடுகின்றன. கடல் போன்ற சோழப் படைகளை கடைந்தெடுத்தவன் என்று இதன் பொருள். மாபெரும் சோழ சைன்யத்தை எப்படி ஒரு குறுநில மன்னன் பந்தாட முடியும் என்பதே ஒரு கேள்விக்குறி. ஆயினும் சாளுக்கியரோடு கூட்டுச் சேர்ந்து சோழப்படைகளை தாக்கி இருக்கலாம் என்று நம்ப வாய்ப்புண்டு. கி.பி.1051இல் வெளியிடப்பட்ட சனிகரம் கல்வெட்டுகள் மூலம், இவன் கி.பி.1000இல் பட்டத்துக்கு வந்து கி.பி.1052 வரை ஆட்சி புரிந்திருக்கலாம் என்பது உறுதி.

முதலாம் புரோலா (கி.பி.1052 - 1076)

கரிம்நகர் மாவட்டத்தில், சனிகரம் என்னுமிடத்தில் கண்டெடுக்கப்பட்ட ஐந்து கல்வெட்டுகள் மூலம் காகதிய மன்னர்களைப் பற்றிய சில குறிப்புக்கள் கிடைத்துள்ளன.

இதன்படி முதலாம் பேட்டாவின் காலம் கி.பி.1051 என்றும், அவனது புதல்வனான புரோலாவின் காலம் கி.பி.1053 என்றும் அறிய முடிகிறது. பைய்யாரம் கல்வெட்டுகளின்படி முதலாம் புரோலாவின் பட்டப் பெயர் "அரிகஜகேசரி" என்பதாகும். அதன் பொருள் யானை போன்ற வலிமையுடைய எதிரிகளுக்கு இவன் சிம்மம் போன்று திகழ்ந்தான் என்பதாகும். வரங்கலுக்கு 50 கல் தெற்கேயுள்ள கேசமுத்திரம் என்னும் ஊரில் "கேசரி சமுத்திரம்" என்ற பெரிய ஏரியை வெட்டினான்.

புரோலாவின் வாரிசுகள், வராக (பன்றி) சின்னத்தை அரசு மரபுச் சின்னமாக கொண்டிருந்தனர். தமது நாணயங்களிலும் இச்சின்னத்தைப் பொறித்து, புரோலாவின் மீது தமக்கிருந்த மரியாதையை வெளிப்படுத்தினர். காசிப்பேட்டை தர்கா கல்வெட்டின்படி, முதலாம் புரோலா என்னும் காகதிய மன்னன் திரிலோக்கிய மன்னனிடமிருந்து அனுமகொண்டா பகுதியை நிலமானியாக பெற்றிருக்கிறான். ஆயினும் காகதியர்களின் பதாகைகளில் கருடச் சின்னமே தொடர்ந்து இடம் பெற்றிருந்தது.

முதலாம் புரோலாவின் பேரனான துர்கராஜா என்பவன் 1097-98இல் வெளியிட்ட காசிபேட் தர்கா கல்வெட்டுகள் தரும் தகவல்கள் மிகவும் ஆதராமானவை.

இதன்படி சக்ரகூடா பிரதேசத்தைக் கைப்பற்றி, பத்ரங்கனை விரட்டி, கொங்கணனை தோற்கடித்து புகழ்பெற்றான். மேலும் அடவி அன்னய்யாவை தோற்கடித்து, புருகூட சேனாதிபதி கோன்னாவை சாகடித்து, அனுமகொண்டாவை நிலமானியமாக பெற்றதும், இதர முக்கிய நிகழ்வுகள். இந்த பத்ரங்கா என்பவன், வேமுலவாடா சாளுக்கியரின் வழித்தோன்றலாக இருக்கக்கூடும். கி.பி.1051 முதல் கி.பி.1053 வரை, முதலாம் பேட்டா மற்றும் முதலாம் புரோலாவால் வெளியிடப்பட்ட, சனிகரம் கல்வெட்டுகள் மேற்கண்ட நிகழ்வுகளை உறுதி செய்கின்றன. இவை அனைத்தும், வேமுலவாடா சாளுக்கியர்களின் கொட்டத்தை அடக்கி, காகதிய பேரரசை சப்பிநாட்டில் நிறுவுவதற்கு மூலகாரணமாயின.

இரண்டாம் பேட்டா (கி.பி.1076 - 1108)

இவனைப் பற்றிய குறிப்புகள் அனுமகொண்டா கல்வெட்டுகளில் காணக்கிடைக்கின்றன. (கி.பி.1079) "ஸ்ரிமன் விக்கிர சக்கிரி ஸ்ரி பேட்ட

மண்டலி கோட்டம்" என்னும் பட்டப் பெயர் கொண்டவன். கி.பி.1076இல் அரியணை ஏறிய நான்காம் விக்ரமாதித்தன் என்பவன் இவனுக்கு மேற்பட்ட மேலாண்மை அரசராகத் திகழ்ந்தான். கி.பி.1068இல் திரிலோக்கிய மல்லன் மறைவுக்குப் பின்னர், பட்டம் சூட்டிக்கொண்ட இரண்டாம் சோமேஸ்வரனை எதிர்த்தவன் விக்கிரமாதித்தன். இதற்காகவே பலகுறுநில மன்னர்களை தன் பக்கம் சேர்த்துக் கொண்டு சோமேஸ்வரனை எதிர்த்தான்.

தெலங்கானாவில் பானுகல்லு சிற்றரசனான தெலுங்கு சோடா பீமா என்பவன், விக்கிரமாதித்தனுக்கு துணை புரிந்ததால், கண்டூரா நாடு என்னும் பிரதேசத்தை மானியமாகப் பெற்றான். இதுபோலவே முதலாம் புரோலாவும், அவனது புதல்வன் இரண்டாம் பேட்டாவும், இப்புதியவனுக்கு உதவி புரிந்தமையால், பேட்டா என்பவனுக்கு "விக்கிர சக்கிரன்" என்றும் பட்டப் பெயர் வழங்கப்பட்டது. இக்குறிப்புகள் எல்லாம் இவனது மகன் துர்கராஜாவின் காசிப்பேட் தர்கா கல்வெட்டுகளில் காணப்படுகின்றன.

இரண்டாம் பேட்டாவைப் பற்றிய வரலாற்றுக் குறிப்புகள், அனுமகொண்டா, சானிகரம், பானாஜிபேட் மற்றும் காசிபேட் கல்வெட்டுகளில் தென்படுகின்றன. அனுமகொண்ட கல்வெட்டில் இரண்டு முக்கிய நிகழ்வுகள் பொறிக்கப்பட்டுள்ளன.

இதில் சிவபுரம் என்னுமிடத்தில் பேட்டீஸ்வரா இறைவனுக்கு கட்டப்பட்ட கோயில் முதலாவதாகும். பிரமோத ஆண்டு கார்த்திகை மாதத்தில் (24 நவம்பர் 1090) சூரிய கிரகணத்தன்று, காளாமுக சைவ சந்நியாசியான இராமேஸ்வர பண்டிதருக்கு மானியமாக அளிக்கப்பட்டது சிவபுரம் என்னும் ஊர்.

இரண்டாவது பகுதியில், பேட்டாவின் புதல்வனான துர்கராஜாவின் அமைச்சர் ஒருவரால், கிருஷ்டாம்பா என்னுமிடத்தில் செதுக்கப்பட்ட கல்வெட்டு குறிப்பிடுகிறது. இவற்றையெல்லாம் நோக்கும்போது,

இரண்டாம் பேட்டாவின் அந்திமக்காலம் கி.பி.1090 என்று கொள்ளலாம். ஆனால் சனிகரம் கல்வெட்டின்படி அவனது இறுதிக்காலம் கி.பி.1108 என்று தெரிகிறது.

பானாஜிபேட் கல்வெட்டுப்படி, திருபுவனமல்லனின் வளமை மிக்க ஆட்சிக்காலத்தில், அனுமாகொண்டாவை தலைநகராகக் கொண்டு ஒரு சிற்றரசனாக ஆண்டு வந்த காகதிய மகாமண்டலேஸ்வரன், ஒரு நிலத்தை தானமாக அளித்து, ஜைன கோவில் கட்ட பொருளுதவி புரிந்தான் என்று தெரிகிறது.

சப்பிநாடு, (கரிம்நகர்) காகதியரின் ஆளுகைக்கு உட்பட்டாலும், விக்கிரமாதித்தன் கல்வெட்டுகளின்படி பார்த்தால், சப்பி நாட்டை கி.பி.1083இல் சேநாதிபதி ராஜாதித்தனும், கி.பி.1106இல் குமாரசோமேஸ்வரனும் ஆட்சி புரிந்து வந்துள்ளனர். சப்பி நாட்டில் இருக்கும் வேமுலவாடா கல்வெட்டுகளில், காகதியர் சப்பிநாட்டை ஆண்டதற்கான குறிப்புகள் இல்லை. எனவே, சப்பி நாட்டின் ஒருசில பகுதிகளைத்தான் முதலாம் புரோலாவிற்கு, திரிலோக மல்லன், வழங்கி இருக்கக்கூடும். அந்த ஒருசில பகுதிகளைக் கூட, கொல்லிபாக கோட்டைக் காவலரான பரமார ஜெக்கதேவா, 12ஆம் நூற்றாண்டின் முற்பகுதியில் திருப்பி கையகப்படுத்திக் கொண்டார். எனவே காகதிய பேட்டா, அரசனை மன்றாடி மீண்டும் சப்பிநாட்டை பெற்றுக்கொண்டான் என்று பத்மாக்ஷி கோயில் கல்வெட்டுகள் சான்று பகர்கின்றன.

துர்கராஜா

இரண்டாம் பேட்டாவைத் தொடர்ந்து கி.பி.1080ஆம் ஆண்டு, அவனது புதல்வன் துர்கராஜா பட்டத்திற்கு வந்தான். ஆனால் காசிபேட் கல்வெட்டின்படி, இவன் கி.பி.1090ஆம் ஆண்டு முடிசூட்டிக்கொண்டான். சனிகரம் கல்வெட்டின்படி, இரண்டாம் பேட்டா கி.பி.1107 வரை ஆட்சி புரிந்துள்ளான். எனவே தந்தை உயிரோடிருக்கும்போதே, தனயனும் இளவரசனாக முடிசூட்டிக்கொண்டதால் இருவரும் ஒருசேர அரசுக்கட்டிலில் வீற்றிருந்தனர் என கொள்ளலாம்.

மேற்கண்ட தகவல்களை பார்க்கும்போது, பேட்டாவின் மகனான துர்கராஜா, தான் இளவரசனாக முடிசூட்டிக்கொண்டபோது, திரிபுவன மல்லன் என்ற பட்டத்தையும் சூட்டிக்கொண்டான் என்று தெளிவாகிறது. இந்த முடிசூட்டுவிழா, அவனது தந்தை மற்றும் ஆன்மீக குருவான இராமேஸ்வர பண்டிதர் முன்னிலையில் நடைபெற்றது. ஆயினும், ஆச்சரியப்படவைக்கும் விஷயம் யாதெனில், இவனைப் பற்றிய குறிப்புக்கள் காகதியர் கல்வெட்டுகளிலோ இலக்கியங்களிலோ காணப்படவில்லை. மேலும் பத்மாக்ஷி திருக்கோயில் கல்வெட்டின்படி இரண்டாம் பேட்டா மறைந்த பத்தாண்டுகளுக்குள் அவனது புதல்வன் இரண்டாம் புரோலா ஆட்சிபீடம் ஏறினான். அப்படியே அவன் ஆட்சி செய்திருந்ததாக எடுத்துக்கொண்டாலும், அவனது ஆட்சிக் காலம் கி.பி.1108 முதல் 1117 வரை இருந்திருக்கக்கூடும்.

நல்கொண்டா மாவட்டம் கோட்டபல்லி கல்வெட்டுகள் துர்கராஜாவிற்கு என்ன நடந்திருக்கலாம் என்று சில தகவல்களை கூறுகின்றன. தன்னிடம் அடைக்கலம் கேட்டுவந்த தனது தமையனாரின் மகனான "பரத்ரிவ்யா" என்பவனுக்கு பாதுகாப்பளித்துள்ளான். துர்கராஜன் ஆட்சிக்காலம் மிகக் குறுகியதாக இருந்தாலும், அப்போது நிலவிய

அரசியல் குழப்பத்தாலும், அவனது மகன், புரோலாவிடம் தஞ்சம் புகுந்துள்ளான். எனவே புரோலாவே, துர்கராஜாவை ஒழித்திருக்கக்கூடும். எனவே இவனை குலக்காப்பாளன் என்று மேற்கண்ட கல்வெட்டு கூறுகிறது. புரோலாவின் இந்த செயலை, சாளுக்கிய மன்னன் மட்டுமல்ல, அவனது ஆன்மீக குருவான இராமேஸ்வர பண்டிதரும் ஆமோதித்துள்ளார். இதில் குறிப்பிடத்தக்க செய்தி யாதெனில், காகதி இரண்டாம் பேட்டா, அவனது மகன் துர்கராஜா, முதலாம் பேட்டா மற்றும் அவனது மகன் ஜெக்கதேவா ஆகியோர் கி.பி.1107லிருந்து 1117 வரைக் குறிப்பிட்ட காலத்தில் மறைந்தனர் என்பதே. இந்த பத்தாண்டு காலத்தில், அனுமகொண்டா மற்றும் சப்பிநாடு பகுதிகளில் ஒரு குழப்பான அரசியல் நிலைமை இருந்தது என்று தெரிகிறது.

காகதியருக்கு முற்பட்ட தெலங்கானாவின் அரசியல் நிலைமை

காகதியரின் வரலாறு பத்தாம் நூற்றாண்டின் பின்பகுதியில் தொடங்கியது. அவர்களுடைய தனி உரிமை ஆட்சி கி.பி.1163க்கு முன்பே ஆரம்பமானது. அதுவரை அவர்கள் இராஷ்டிகூடர்களுக்கும் மேலைச் சாளுக்கியர்களுக்கும் அடங்கிய சிற்றரர்களாகவே வாழ்ந்தனர். இக்காலத்தில் காகதியர் தெலங்கானா பகுதியை ஆண்டு வந்தாலும், அவர்களைச் சுற்றிலும் பகைமை கொண்ட வேறு சில குறுநில மன்னர்களும் இருந்தனர். அவர்களில் முக்கியமானவர்கள்.

1. கிழக்குப் பகுதியிலிருந்த முடிகொண்டா சாளுக்கியர்கள் (கம்மம்)
2. வடமேற்கு பகுதியிலிருந்த போலவாச சிற்றரசர்கள். (கரிம் நகர்)
3. தெற்குப் பகுதியிலிருந்த தெலுங்கு சோடர்கள்

அனுமகொண்டாவிற்கு மேற்குப்பகுதி காகதியரின் நேரடி கண்காணிப்பில் இருந்தது. அனுமகொண்டாவிற்கு 70 கல் தொலைவில் இருந்த கொல்லிபாக என்னும் ஊரிலிருந்து இவர்களின் தளபதிகள் மேற்பார்வையிட்டு பாதுகாத்து வந்தனர். மேற்கண்ட இம்மூவருமே காகதியரிடம் பெரும்பாலும் பகைமையே காட்டினர்.

1. முடிகொண்டா சாளுக்கியர்கள்

கம்மம் பகுதியை ஆண்ட முடிகொண்ட சாளுக்கியரின் குடிவழிப் பட்டியல் குறித்து வேறுபட்ட கருத்துக்கள் உள்ளன. ஆயினும் குக்கனூறு தாமிரப் பட்டயங்கள் பெருமளவு ஏற்கத்தக்க வகையில் அமைந்துள்ளன.

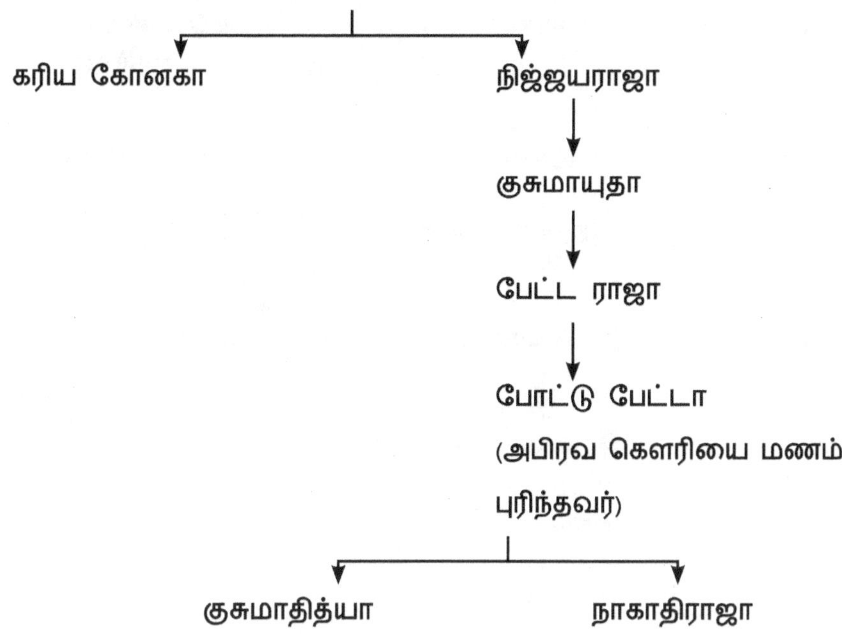

விரியால எர்ரா என்னும் அரசன், போட்டு பேட்டாவை கொரவி பகுதிக்கு சிற்றரசனாக நியமித்தான் என்றும், அவனது மனைவி காமவாசனியோ, காகதிய சிற்றரசன் கருட பேட்டாவை ஆதரித்து அவருக்கு அப்பதவியை வழங்கினார் என்றும் கூடூர் கல்வெட்டுகள் விவரிக்கின்றன. பாலம்பேட் கல்வெட்டுகளின்படி, கணபதி தேவாவின் தளபதியான ரேச்சர்லா ருத்ரா, நாகாதி ராஜாவை தோற்கடித்தான் என்று தெரிவிக்கின்றன. மேற்கு கோதாவரி மாவட்டம் நட்டராமேஸ்வரம் பட்டயத்தின்படி, நாகாதிராஜாவும் குசுமாதித்யாவும் சகோதரர்கள் என்றும் இவர்கள் போட்டு பேட்டாவின் பிள்ளைகள் என்றும் தெரிய வருகிறது.

ஆயினும் இவர்களுடைய குடிவழிப் பட்டியலில் சிலமுரண்பட்ட மாறுபாடுகள் இருக்கின்றன என்பதை நாம் ஏற்றுக்கொள்ளலாம்.

மூன்று முக்கிய குடும்பங்களின் குடிவழிப்பட்டியல்

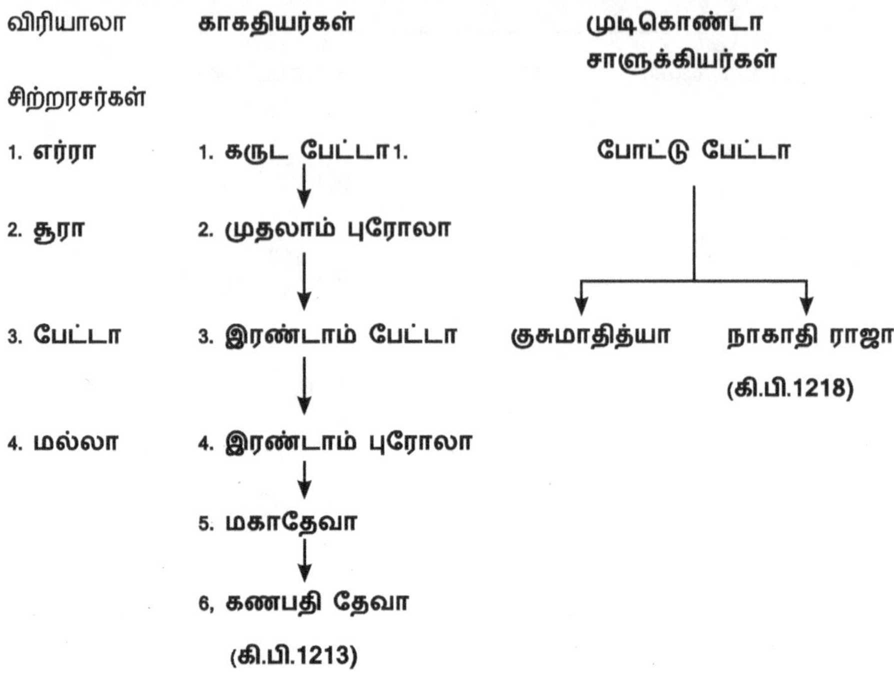

கி.பி.935இல் வெளியிடப்பட்ட கொரவி கல்வெட்டுகள், முடிகொண்ட சாளுக்கியர்கள் சுய அதிகாரம் பெற்ற சிற்றரசர்களாக கம்மம் மற்றும் வாரங்கல் பகுதிகளில் திகழ்ந்தார்கள். தெலங்கானாவில் அப்போது அரசியல் அதிக்கம் கொண்ட இராஷ்டிரகூட மன்னர்களைவிட, வேங்கி நாட்டை ஆண்ட கீழைச் சாளுக்கியரிடம் முடிகொண்ட சாளுக்கியர் நட்பு பாராட்டினார்கள்.

இராஷ்டிரகூட மன்னன் நான்காம் கோவிந்தனுடைய ஆட்சி காலத்தில், முடிகொண்டா சாளுக்கிய சிற்றரசனான் கோனகா என்பவன், வேமுலவாடா சாளுக்கிய மன்னனான இரண்டாம் அரிகேசரியிடம் தஞ்சம் புகுந்தான். இவனது தம்பியான நிர்வத்யா என்பவன், இரண்டாம் சாளுக்கிய பீமா என்பவன் துணையுடன் கொரவி பிரேதசத்திற்கு சிற்றரசன் ஆனான். இது நடந்தது கி.பி.933-944ஆம் ஆண்டு.

கி.பி.1000ஆம் ஆண்டு முதல் போட்டு சிற்றரசர்கள், கல்யாண சாளுக்கியர்களுக்கடங்கி கொரவி ராஜ்ஜியத்தை ஆண்டு அனுபவித்து வந்தனர். கி.பி.1170 வரை, காகதிய மன்னர்களும் இவர்களை தொல்லைப்படுத்தவில்லை. ஆனால் கி.பி.1163இல் காகதி ருத்ரதேவா சுயாட்சி பெற்றபின்னர், பக்கத்திலிருந்த அனைத்து சிற்றரசர்களின் அதிகாரங்களைப் பிடுங்கி தனது ஆளுமைக்குக்கீழ் கொண்டு வந்தான்.

இதன் பொருட்டே தனது ஆட்சியின் இறுதிக்காலத்தில், தனது தளபதியான ரேச்சர்ல ருத்ராவை அனுப்பி கொரவை மன்னன் போட்டு போட்டாவை அடங்கச் செய்தான். இவையெல்லாம் பாலம்பேட் கல்வெட்டுகளிலும், குக்கனூர் தாமிரப் பட்டயங்களிலும் குறிப்பிடப்பட்டுள்ளன.

மேலும் போட்டு பேட்டாவின் புதல்வனான குசுமாதித்யா பதியேற்ற பின்பு, காகதியர்களால் விரட்டியக்கப்பட்டதால், குரவி நாட்டைவிட்டு வெளியேறி, பக்கத்து நாடான வேங்கியை ஒட்டியிருந்த பகுதிகளில் தங்க வேண்டியாதியிற்று. அவ்வாறு அவர்கள் மூட்டை முடிச்சுகளோடு வெளியேறியபோது, காட்டில் கிடைத்த வேர்கள், பழங்கள் போன்றவற்றை சாப்பிட்டு உயிர் வாழ வேண்டியதாயிற்று. இவர்கள் பயணத்திற்கு மிகவும் உறுதுணையாய் இருந்தவர்கள் அவர்களது அமைச்சர்களான இந்தப்பையாவும் அவரது சகோதரனான ராமைய்யாவும் ஆவர். பன்னிரண்டு ஆண்டுகள் இவ்வாறு வனவாசம் புரிந்த பின்னர், இதே அமைச்சர்களின் துணையுடன் மீண்டும் கொரவி நபட்டிற்கே வந்தடைந்தனர்.

அமைச்சர்களின் சேவையைப் பாராட்டி அவர்களுக்கு ஒரு கிராமத்தையே இம்மன்னர்கள் மானியமாக அளித்துள்ளனர். ஆயினும் இவர்கள் மீண்டும் காகதிய கணபதி தேவாவால் விரட்டியடிக்கப்பட்டனர். கோலானி அரசனின் வேண்டுகோளுக்கிணங்க, கி.பி.1218ஆம் ஆண்டில், இம்மன்னர்களான குசுமாதித்யனும் அவனது சகோதரனான நாகாதிராஜாவும் வேங்கி நாட்டில் சிலவகை மானியங்கள் அளித்துள்ளனர். இக்குறிப்புக்கள் கி.பி.1218இல் வெளியிடப்பட்ட நட்ட ராமேஸ்வரம் கல்வெட்டுகளில் குறிக்கப்பட்டுள்ளன.

எட்டாம் நூற்றாண்டில் கம்மம் மற்றும் கொரவி பகுதிகளில் சுதந்திரமாக ஆண்ட முடிகொண்ட மன்னர்களின் செல்வாக்கு பன்னிரெண்டாம் நூற்றாண்டு வரை நீடித்தது. அப்போதைய பலம் வாய்ந்த மன்னர்களான, இராஷ்டிகூடர்கள், கீழைச் சாளுக்கியர்கள் மற்றும் மேலைச் சாளுக்கியர்களுக்கு அடங்கிய சிற்றரசர்களாக ஆட்சி செய்தனர். ஆனால் தெலங்கானாவில் காகதியர் தலையெடுத்தபின்னர், தமது மூதாதையர் வழங்கிய நாட்டைவிட்டு வெளியேறி கடலோர ஆந்திரப் பகுதிக்கு சென்றனர்.

2. போலவாசா மன்னர்கள்

காகதியர்களின் ஆரம்ப காலத்தில் முடிகொண்டா மன்னர்கள் முக்கிய பங்காற்றியது போலவே, போலவாசா மன்னர்களும் குறிப்பிடத்தக்க அளவில்

முத்திரை பதித்துள்ளனர். கரிம் நகர் மாவட்டத்தில் மேற்குப் பகதியிலுள்ள ஜக்தியால் என்னுமிடத்தின் அருகே உள்ள போலா என்பதே அவர்களின் தலைநகரமாக இருந்தது. காகதி ருத்ராவினால் ஆயிரங்கால் மண்டபத்தில் உள்ள கல்வெட்டுகளும், அவரது அமைச்சரான கங்காதரா பொறித்த கல்வெட்டுகளும் ஒரு செய்தியை தெரிவிக்கின்றன. போலவாசா வம்சத்தைச் சார்ந்த மேடராஜா என்பவன் காகதி ருத்ர மன்னனிடம் பகைமை கொண்டிருந்தான் என்பதே அது. மேடராஜாவின் ஆட்சிப்பகுதியானது, போலவாசாவிலிருந்து, அனுமகொண்டாவை தொட்டுக் கொண்டிருந்த நரசம்பேட் வரைக்கும் விரிந்திருந்தது. இதன் மூலம் காகதியரின் முற்பகுதியில் ஆண்ட இரண்டாம் புரோலா மற்றும் அவனது புதல்வன் ருத்ராவுடன் மிகவும் நெருக்கமாக இருந்தனர். கீழே குறிக்கப்பட்டுள்ள ஆறு கல்வெட்டுகள் மூலம் போலவாசா மன்னர்களின் கொடை மற்றும் அவர்கள் அளித்த நில மானிய விவரங்கள் தெரிய வருகின்றன.

வ. எண்.	பிரதேசம்	ஆண்டு	மானிய விவரங்கள்
1.	பானாஜிபேட் நரசம்பேட் மண்டலம் வரங்கல் மாவட்டம்	கி.பி. 1082	இரண்டாம் காகதிய பேட்டாவால் அளிக்கப்பட்ட நில மானிய குறிப்புகள்
2.	போலவாச - ஜக்தியால் மண்டலம், கரிம்நகர் மாவட்டம்	கி.பி. 1108	போலவாசா போயிலுக்கு வணிகர்களால் தானமாக தரப்பட்ட கொடைகள்
3.	மேட்பல்லி நரசம்பேட் மண்டலம், வரங்கல் மாவட்டம்.	கி.பி. 1112	நிலமானியம் மற்றும் திரிகூடா திருக்கோயிலுக்கு அளிக்கப்பட்ட நிலமானியம்
4.	பத்மாக்ஷி திருக்கோயில் அனுமகொண்டா, வரங்கல் மாவட்டம்.	கி.பி. 1117	இரண்டாம் காகதி புரோலாவின் அமைச்சரின் மனைவி திருக்கோயிலுக்கு அளித்த மானியம் மற்றும் மேடராஜா வழங்கிய நிலமானிய விவரங்கள்.

வ. எண்.	பிரதேசம்	ஆண்டு	மானிய விவரங்கள்
5.	கோவிந்தபுரம் நரசம்பேட் மண்டலம் வரங்கல் மாவட்டம்.	கி.பி. 1122	மேடராஜாவின் அமைச்சர் நாகராஜா நிறுவிய கடவுளர் சிலைகள் மற்றும் இதர கொடைகள்.
6.	காமகாபுரம், மந்தினி மண்டலம் கரிம்நகர் மாவட்டம்.	காலம் குறிப்பிடப் படவில்லை	சாளுக்கிய மன்னன் பற்றிய குறிப்புகள் மற்றும் கும்டராஜா அளித்த சில கொடைகள்

போலவாசா மன்னர்களின் குடிவழிப் பட்டியலை கோவிந்தபுரம் கல்வெட்டுகள் குறிப்பிட்டுள்ளன.

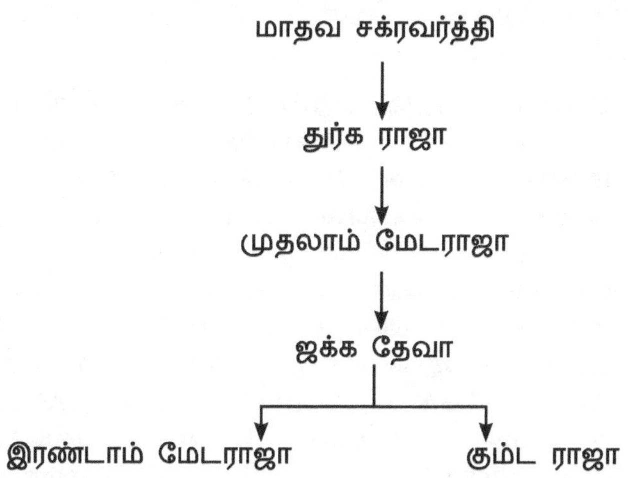

மேலே குறிப்பிடப்பட்டவர்களுள், மாதவ சக்ரவர்த்தி மற்றும் துர்க ராஜா பற்றிய ஆதாரபூர்வமான குறிப்புகள் இல்லை. ஆனால் இதர அரசு வழித் தோன்றல்களான முதலாம் மேடராஜா, ஜக்கதேவா, இரண்டாம் மேடராஜா மற்றும் கும்ட ராஜாவைப் பற்றிய ஆதாரங்கள் கிடைத்துள்ளன. இவர்களின் காலம் கிபி 1075 முதல் 1160 வரை ஆகும்.

பானாஜிபேட் கல்வெட்டும், போலவாசா கல்வெட்டும், முதலாம் மேட ராஜா காலத்தில் வெளியிடப்பட்டவை. இவற்றில் பானாஜிபேட் கல்வெட்டில் மட்டும் சாளுக்கிய மன்னன் திரிபுவனமல்லாவைப் பற்றி குறிப்பிடப்பட்டுள்ளது. மேலும் இரண்டாம் காகதிய பேட்டா, மேட ராஜாவால் கட்டப்பட்ட ஜைன கோயிலுக்கு அளித்த கொடைகளும் பொறிக்கப்பட்டுள்ளன. மேலும் மகாமண்டலேஸ்வரா மேடராஜா என்பவன் மாதவவர்மன் குடும்பத்தில் தோன்றியதாகவும், அவன் வீரகமலா ஜைன கோயிலைக் கட்டினான் என்றும் தெரிவிக்கிறது. இத்துடன் மகாமண்டலேஸ்வரா காகதிய இரண்டாம் பேட்டா, ஜைன கோயிலுக்கு நிலமானியம் வழங்கியதும் குறிக்கப்பட்டுள்ளது.

போலவாசா கல்வெட்டுகளின்படி, மேடராஜா என்னும் அரசனுக்கு லத்தலூர் பூர்வரா ஆதீஸ்வரா என்னும் பட்டப் பெயரும், சுவர்ணா கருட துவஜா என்று மற்றொரு பட்டப் பெயரும் இருந்தன. இதிலிருந்து இவர்களுக்கு இராஷ்டிரகூடர்களுடன் தொடர்பு இருந்தது என்று கொள்ளலாம். மேலும் இவனுக்கு சக்ரகோட்ட ராய திசாபட்டா என்று பட்டப் பெயரும் இருந்தது. ஆறாம் விக்ரமாதித்தன், சக்ரகூடாவின் மேல் போர்தொடுத்து வெற்றி கண்டமையால், இவனுக்கு இப்பட்டம் வழங்கப்பட்டது.

இதிலிருந்து புலப்படுவது யாதெனில், மேடராஜாவின் தலைநகரம் போலவாசா என்பதே ஆகும்.

இவன் குடும்பத்தைப் பற்றி மற்றொரு ஆதாரம் கி.பி.1112இல் வெளியிடப்பட்ட மேட்பல்லி கல்வெட்டுகள் ஆகும். இவை மேடராஜாவின் மகனான ஜெக்க தேவாவின் அமைச்சரான ஆச்சி ராஜா (அ) ஆதித்யராஜா என்பவனால் வெளியிடப்பட்டன. முதலாம் மேடராஜா, கல்வெட்டுகள் பொறிக்கும் காலத்திற்கு சற்று முன்னர் இறந்திருக்கலாம்; அதனால் அவன் புதல்வன் ஜெகதேவா பட்டத்திற்கு வந்தான். இவன் ஆட்சிக்காலம் மிகக் குறுகியதாக இருந்தது. பத்மாக்ஷி கோயில் கல்வெட்டில், ஜெகதேவாவின் குமாரனான இரண்டாம் பேட்ட ராஜாவின் கொடை விவரங்கள் தரப்பட்டுள்ளன. காகதி புரோலாவின் அமைச்சர் பேட்டாவின் மனைவி மைலம்மா வெளியிட்ட கல்வெட்டுகள் இவை. சாளுக்கிய மன்னன் ஆறாம் விக்கிரமாதித்தனை இவை குறிக்கின்றன.

இதனையடுத்து கி.பி. 1122இல் கோவிந்தபுரம் கல்வெட்டுகள் வெளியிடப்பட்டன. இவை ஜெகதேவனின் இரண்டு புதல்வர்களான இரண்டாம் மேடா, மற்றும் கும்டராஜாவை குறிப்பிடுகின்றன. இதன்படி, மேடராஜாவின் அமைச்சரான நாகராஜா என்பவன் பர்ஸ்வநாதா இறைவனுக்கு சிலை நிர்மாணித்தான் என்றும், இரு சகோதரர்களும் கோயிலுக்கு கொடை வழங்கினர் என்றும் புலப்படுகிறது. மந்தினிக்கு

அருகில் உள்ள கங்கபுரத்தில் கிடைத்த கல்வெட்டின்படி, சாளுக்கிய பூலோகமல்லாவும் அவனது தளபதியான மகாமண்டலேஸ்வர கும்டராஜாவும் சிறப்பான நிர்வாகத்தை அளித்தனர் என்பதும் தெளிவு.

மேலே குறிப்பிட்ட தகல்களை நோக்கும்போது போலவாசா அரசு குலவழிப்பட்டியல் கீழ்க்கண்டவாறு தெளிவாகிறது.

துர்க ராஜா	-	.... முதல் கி.பி.1020 வரை
முதலாம் மேடா	-	கி.பி.1080 முதல் 1110 வரை
ஜெக்கராஜா	-	கி.பி.1110 முதல் 1116 வரை
இரண்டாம் மேடா	-	கி.பி. 1116 முதல் 1158 வரை
கும்ட ராஜா	-	கி.பி. 1116 முதல் 1136 வரை (இரண்டாம் புரோலாவால் கொல்லப்பட்டவன்)

இவர்கள் ஆட்சிபுரிந்த காலம் 75 ஆண்டுகள் என முடிவு செய்யலாம். இவர்கள் இக்காலத்தில் சாளுக்கிய மன்னர்களுக்கு கீழ்பட்ட சிற்றரசர்களாக விளங்கினர் என்பதை பானாஜிபேட் கல்வெட்டுகள் மூலமும் கங்கபுரம் கல்வெட்டுகள் மூலமும் புரிந்துகொள்ளலாம். ஆனால் இதர கல்வெட்டுகளில் சாளுக்கிய மேலாதிக்கம் பற்றி விவரங்கள் இல்லை. எனவே இரண்டாம் மேடாவும் அவனது சகோதரனும் சாளுக்கிய மன்னருக்கு அடங்கி நடக்கவில்லை என்றும் கொள்ளலாம். ஆனால், சாளுக்கிய மன்னன் இச்சகோதரர்களை கட்டுக்குள் கொண்டுவர தலைப்பட்டான். அனுமகொண்டா கல்வெட்டின்படி, இவர்களை தாக்கி விரட்டியடித்தான் என்று தெரிகிறது. இதே நிகழ்வு, ஆயிரங்கால் மண்டப கோயில் கல்வெட்டிலும் காணக்கிடைக்கிறது. காகதிய ருத்ர மன்னன், சுயாட்சி பெறும் முன்னர், பெற்ற வெற்றிகளில் பிரதானமானது போலவாசா தேசத்தை அனுமகொண்டா பிரதேசத்துடன் இணைத்ததே ஆகும். ருத்ர மன்னனின் அமைச்சரான கங்காதரனின் கல்வெட்டிலும் எவ்வாறு மேடராஜா, போலவாசா தேசத்தை நெருப்பில் சிதைத்து வென்றான் என குறிப்பிடப்பட்டுள்ளது. இந்நிகழ்வுகள் யாவும் பன்னிரண்டாம் நூற்றாண்டின் ஐம்பதுகளில் நடை பெற்றிருக்கக்கூடும்.

காகதியரும், மேடராஜாவும், ஆரம்பகாலத்தில் இராஷ்டிரகூடர்களின் தளபதிகளாக தெலங்கானா பகுதிகளில் கோலோச்சினர். இராஷ்டிரகூடர்களின் வீழ்ச்சிக்குப்பின்னர், இவர்களை தெலங்கானாவில் மகாமண்டலேஸ்வரர்களாக ஆட்சி செய்ய சாளுக்கியர் அனுமதித்தனர். ஆரம்பத்தில் இவர்கள் நட்பு பாராட்டினாலும் பின்னர் வேற்றுமைகள் தலை எடுக்க, சாளுக்கிய மன்னரான

பூலோக மல்லாவின் பகைவர்களுடன் மேட ராஜா சேர்ந்து கொண்டு, சுயாட்சி கோரி போராட்டம் செய்தான். இரண்டாம் ஜெதேக மல்லன் பதவியேற்றதும், படை திரட்டி தெலங்கானாவில் ஏற்பட்ட எதிர்ப்பை அடக்க எத்தனித்தான். இதை அறிந்த காகதிய ருத்ராவும், இரண்டாம் புரோலாவும், இரண்டாம் ஜெகதேகமல்லாவிற்கு போரில் துணைபுரிந்து, எதிர்ப்பு காட்டிய குண்டாவை கொன்றுவிட்டு, இரண்டாம் மேடாவை நாட்டைவிட்டு விரட்டியடித்தனர். மேலே குறிப்பிட்ட கல்வெட்டுகள் யாவும் போலாசா மன்னர்கள் ஜைன மதத்தை பின்பற்றி அதனைப் போற்றி வளர்த்தனர் என்று தெரிவிக்கின்றன.

3. கந்தூரி சோடர்கள் (தெலுங்கு சோடர்கள்)

கி.பி. 1060 முதல் 1160 வரை, கந்தூரு சோடர்கள் தற்போது மெஹபூப் நகர் மற்றும் நல்கொண்டா மாவட்டங்களில் உள்ள கொடூர் மற்றும் பானுகல்லு ஆகிய இடங்களை தலைமையிடமாகக் கொண்டு சீரோடும் சிறப்போடும் ஆட்சி செய்தனர். இவர்கள் உறையூர் சோழர்களின் வழித் தோன்றல்களாக இருக்கக்கூடும். இவர்கள் எருவா பகுதியை ஆண்டனர். இவர்களில் முக்கிய அரசனான முதலாம் பீமா என்பவன் பானுகல்லு என்னும் இடத்தை தலைமையிடமாகக் கொண்டு ஆட்சி புரிந்தான். இவர்கள் ஆண்ட எருவா பகுதியானது அங்கு பாய்ந்தோடிய எருவா நதியை ஒட்டி இருந்தமையால் இவர்கள் "எருவா" என்ற பெயர் பெற்றனர்.

எருவா பீமாவுக்கு முதலாம் தொண்டயா என்ற மகனும், இவனுக்கு சோட இரண்டாம் பீமா என்ற மகனும் இருந்தனர். இவனுக்கு நான்கு புதல்வர்கள் இருந்தனர். அவர்களின் பெயர்கள்: இரண்டாம் தொண்டயா, இருகயா, மல்லா (அ) மல்லிகார்ஜுன சோடா மற்றும் பெயர் தெரியாத நான்காவது மகன். இன்னொரு கல்வெட்டில் தொண்டயா மன்னன் ஒரு பிராமணனுக்கு நிலமானியம் வழங்கியது பற்றி குறிப்பிடப்பட்டுள்ளது. இவற்றை ஆராயும்போது, இரண்டாம் பீமாவின் அந்திமக்காலம் கிபி 1091 என்று புலனாகிறது. இந்த பீமாதான், இரண்டாம் தொண்டா மற்றும் மல்லாவின் தகப்பனாக இருந்திருக்கக்கூடும். ஒல்லாள கல்வெட்டின்படி பார்க்கும்போது, திருபுவனமல்லா ஆறாம் விக்கிரமாதித்தனுக்கு மனமகிழ்ச்சி தரும் வரையில் நடந்துகொண்டதால், சோடா பீமா என்பவன் கந்தூரி நாட்டை தானமாகப் பெற்றான் என்று புரிகிறது. எனவே இவனுக்கு "கந்தூரு பூர்வராதீஸ்வரா" என்ற புகழ்பெயரும் கிடைத்தது. இரண்டாம் தொண்டயா 1091இல் வெளியிட்ட பானுகல்லு கல்வெட்டுப்படி, இரண்டாம் சோடபீமா இக்காலத்தில் இறந்திருக்கக்கூடும் என்று தெரிகிறது. மற்றொரு கல்வெட்டின்படி இரண்டாம் தொண்டயாவுக்கு, கோடுருபூர்வரேஸ்வரா என்ற புகழ்பெயரும் இருந்தது என்று அறியலாம்

இந்த தொண்டயாதான், தந்தைக்கு அகவை முதிர்ந்தபடியால், அவர் உயிருடன் இருக்கும்போதே, அரசு கட்டில் ஏறினான். மேலும் இரண்டாம் சோமேஸ்வரனிடமிருந்து, ஆட்சியை கைப்பற்ற ஆறாம் விக்கிரமாதித்தனுக்கு துணை புரிந்தமையால் இரண்டாம் பீமாவிற்கு கந்தூரி நாடு மானியமாகக் கிடைத்தது.

கந்தூரி சோடர்களைப் பற்றி ஆறு கல்வெட்டுகள் கிடைத்துள்ளன. இவை கொல்லுபாகா மற்றும் பனுகல்லுவில் கிடைக்கப்பெற்றவை. இவற்றில் கிடைக்க பெற்ற விவரங்கள்:

தொண்டியாவின் மனைவி மைலாம்பிகா, தனது புதல்வன் பீமாவின் புகழுக்காக, பிட்டம்பல்லி கிராமத்தை மானியமாக வழங்கியது.

இவருக்கு உதயா, பீமா மற்றும் கோகர்ணா என்ற மூன்று புதல்வர்கள். இவர்களில் பீமா என்பவர் பனுகல்லு நாட்டின் அரசனாக இருந்தவன். ஆயினும் மைலாம்பிகாவால் வெளியிடப்பட்ட கல்வெட்டு என்பதாலேயே, அது இரண்டாம் தொண்டியா காலத்தைச் சார்ந்தது என்று கொள்ளலாகாது. ஏனெனில் தொண்டியாவின் இரண்டாவது மகனான மூன்றாம் பீமாவின் கல்வெட்டும் கிடைத்துள்ளது. அதன் காலம் கி.பி.1105, பனுகல்லு கல்வெட்டில் குறிப்பிட்டுள்ளதுபோல, இரண்டாம் பீமா 1091இல் இறந்துவிட்டபடியால் இந்த பீமா சோடா என்பவனே மூன்றாம் பீமா என்பவன் ஆகும். இவன் இரண்டாம் தொண்டையாவிற்கும் மைலாம்பிகாவுக்கும் பிறந்தவன்.

கி.பி.1124இல் சகோதரர்களான் மூன்றாம் பீமாவுக்கும் கோகர்ணாவிற்கும் கருத்து வேற்றுமைகள் உருவாகின. திரிபுவனமல்லனின் இரண்டாவது மகனான குமார தைலப்பாவுக்கு கந்தூருநாடு ஒரு சிறிய பிரதேசமாக ஆளக்கிடைத்தது. குமாரதைலப்பா, மெஹபூப் நகர் மாவட்டத்தில் இருந்த கந்தூரு பிரதேசத்தை பீமாவுக்கும், பானுகல்லு பிரதேசத்தை கோகர்ண சோடாவுக்கும் பகிர்ந்தளித்தான். திரிபுவனமல்லா உயிரோடிருந்தவரை இந்த பகிர்வில் எந்த பிரச்சினையுமில்லை. கி.பி.1126இல் திருபுவனமல்லாவின் மறைவுக்குப் பின்னர் பதவிக்கு வந்த பூலோக மல்லன் மூன்றாம் சோமேஸ்வரனுக்கு இத்தகைய மரியாதை பீமாவால் அளிக்கப்படவில்லை. கோகர்ணா சோடா மன்னன், சோமேஸ்வரனுக்கு கி.பி.1127இல் வெளியிடப்பட்ட கல்வெட்டில் இது குறிக்கப்பட்டுள்ளது. ஆனால் கி.பி.1128இல் வெளியிடப்பட்ட அதே அனமலா பட்டயங்களில் சேமேஸ்வரன் பற்றிய தகல்கள் இல்லை. மேலும் ஸ்ரீதேவி தோம்தாயா சோடா என்பவன், சருக்கு தேசத்தை அஜ்ஜன எராயானா பெக்கடா என்பவனுக்கு ஆளவதற்கு ஆட்சியுரிமை வழங்கினான் என்று தெரிகிறது. இதனால் கோகர்ணா சோடா என்பவன் வெளியேற்றப்பட்டது புரிகிறது. ருத்ராவின் அனுமகொண்டா கல்வெட்டை பார்க்கும்போது, கோகர்ணா கொல்லப்

பட்டிருக்கலாம் என்று தெரிகிறது. ஆயினம் தோம்தயாவின் நிலைபற்றி தெளிவில்லை. பனுகல்லி கல்வெட்டுகளின்படி, இந்த தோம்தயா என்பவன், உதய சோடாவின் புதல்வனாக இருக்கக்கூடும். இவனே கோகர்ணாவிற்கு மூத்தவன், பூலோக மல்லனுக்கு விசுவாசமாக இருந்த கோகர்ணா கோடாடியை புறந்தள்ளி, இந்த இடத்தில் உதயசோடா பதவியில் அமர்த்தப்பட்டான். அனமலா கல்வெட்டுகள், இருவேறு மன்னர்களால் வெளியிடப்பட்டாலும் சோடா அரச குடும்பத்தில் அப்போதைய நிலையை தெளிவாகக் குறிக்கின்றன.

இவ்வரலாற்றின் அடுத்த கட்டத்தில் மேலே கூறப்பட்ட மன்னர்களெல்லாம், காகதிய காகதிய மன்னன் இரண்டாம் புரோலா மற்றும் அவனது மகன் ருத்ராவுடன் வெவ்வேறு காலங்களில் தொடர்புடன் இருந்தனர் என்று கூறலாம்.

சோடர்களின் கடைசி வாரிசான கோகர்ணாவின் புதல்வன் உதயசோடா ஏறக்குறைய இருபதாண்டுகள் சுயாட்சி பெற்ற மன்னனாக இருந்தாலும், பிற்காலத்தில் காகதி ருத்ராவுக்கு அடங்கிய சிற்றரசனாக கௌரவமாக ஆட்சி புரிந்தான். இவன் கி.பி. 1176 வரை ஆட்சியிலிருந்து மறைந்தான் என்று கம்மம் மாவட்ட கொண்டவல்லி கல்வெட்டு மூலமாக தெரிகிறது. உதய சோடாவின் ஆட்சிப்பகுதியானது, சற்றே விசாலமானதும் தற்போதைய கம்மம், நல்கொண்டா மாவட்டங்களின் ஆறு தாலுக்காக்களை கொண்டதாக இருந்தது. இது அவனது முன்னோடியான இரண்டாம் பீமா ஆட்சிபுரிந்த பகுதியை விட பெரியது. மாமிலப்பள்ளி கல்வெட்டு, அவனது புதல்வர்களான நான்காம் பீமா மற்றும் கோகர்ணாவால் கி.பி. 1178இல் வெளியிடப்பட்டது. இவர்கள் காகதியருக்கடங்கிய குறுநில மன்னர்களாக இருந்தபடியால் அரசியல் ரீதியாக இவர்கள் முக்கியத்துவம் பெறவில்லை. ஆயினும் இவர்கள் நீண்டகாலம் ஆட்சிபுரிந்தனர்.

இவர்களைப் பற்றிய கடைசி குறிப்புகள் நல்கொண்டா மாவட்டம், மிரியால்கூடா அருகிலுள்ள ஆகமோட்டுகூரு கல்வெட்டுகள் மூலம் புலானாகின்றன. கி.பி. 1282இல் வெளிப்பட்ட இக்குறிப்புகள் வழியாக கந்தூரி இராமநாததேவா சோட மகாராஜா என்பவர் தனது இஷ்ட தெய்வமான வீரமால்நாத தேவனுக்கு கோயில் எழுப்பி நிலங்களை மானியமாக அளித்தான் என்று தெரிகிறது. இதில் வியப்பான செய்தி என்னவெனில் காகதியரிடம் சிற்றரசர்களாக இருந்தபோதும் பட்டயங்களிலோ கல்வெட்டுகளிலோ, காகதியாரைப் பற்றி எதுவும் குறிப்பிடவில்லை.

இறுதியாக வெளியிடப்பட்ட ஆகமோட்டுகூறு கல்வெட்டில் மட்டும், காகதிய ருத்ரமாதேவி பற்றிய குறிப்புகள் கிடைக்கின்றன. இதனால் இவர்கள் காகதியாரை மதிக்கவில்லை என்று பொருள் கொள்ளலாகாது.

இதில் மற்றுமொரு விஷயம் யாதெனில், இக்குடும்பத்தில் ஒன்றுக்கு மேற்பட்ட சகோதரர் (அ) மைத்துனருக்கு அரசருக்குரிய முழு அதிகாரமும் வழங்கப்பட்டிருந்தது. இதனாலேயே இவர்கள் அரசு குடிமை வழிப்பட்டியல் மிகவும் சிக்கலானது. இக்கும்பத்தின் இளவரசர்களில் பெயரில் நிலம் மற்றும் ஊர் மானியங்களை வழங்குவது ஒரு வழக்கமாக இருந்தது.

கந்தூரி சோடர்கள் குடிமை வழிப்பட்டியல் கீழே தரப்பட்டுள்ளது. மாமிலப்பள்ளி கல்வெட்டின்படி வெளியிடப்பட்ட தகவல்கள், சில ஆட்சிக்காலம் குறிப்பிட்டும், சிலவற்றில் குறிப்பிடப்படாமலும் இருக்கின்றன.

4. கந்தூரி சோடர்கள் குடிமைப் பட்டியல்

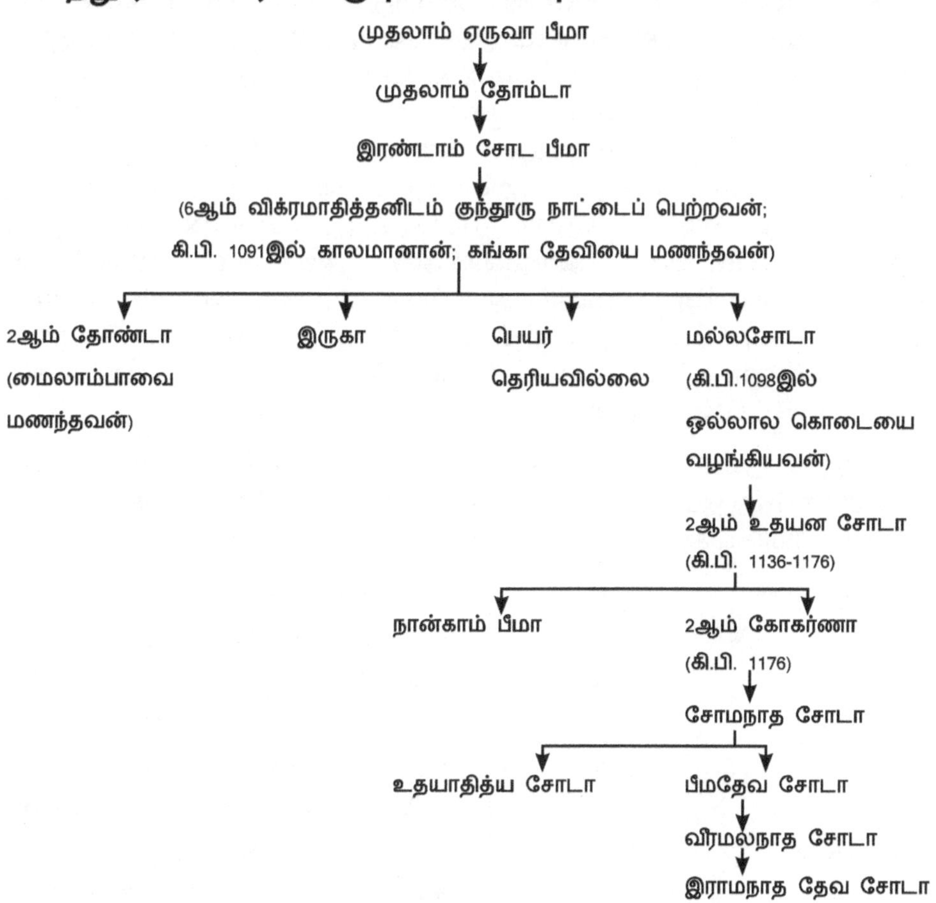

5. மகாமண்டலேஸ்வரா பரமர ஜெக்கதேவா

அனுமகொண்டாவின் மேற்குப் பகுதிகள் சாளுக்கிய மன்னர்களின் நேரடி ஆளுகைக்கு உட்பட்டிருந்தன. இவர்களுடைய தளபதிகள், மகாமண்டலேஸ்வரா என்னும் பெயர் கொண்டு இப்பிரதேசத்தின், கொல்லி பாகா என்னுமிடத்தை தலைமையாகக் கொண்டு ஆட்சி செய்தனர். இப்பிரதேசம் 7000 கிராமங்களைக் கொண்டது. மால்வா அரச குடும்பத்தின் மகாமண்டலேஸ்வரா ஜெக்கதேவா என்பவர், கி.பி. 1104 முதல் 1108 வரை இப்பகுதியின் ஆளுநராக இருந்தார்.

கொல்லுபாகா கல்வெட்டுகளின்படி, ஜெக்கதேவா என்பவர் உதயாதித்தனின் மகனும், கோண்டலாவின் பேரனும் ஆவார். இந்த கோண்டலா என்பவர் போஜனுக்கு மாமன் முறை ஆவார். போஜ மன்னன் மறைவுக்குப் பின்னர், அவரது மகன் ஜெயசிம்மா கிபி 1054ஆம் ஆண்டு மால்வா நாட்டிற்கு அரசனான். இவனது காலத்தில் தான் குஜராத் சாளுக்கிய மன்னனான கர்ணா என்பவன் மால்நாட்டின் மீது படை எடுத்தான். ஆனால் ஆறாம் விக்கிரமாதித்தன் துணையுடன் உதயாதித்யா மன்னன், சாளுக்கியனை தோற்கடித்து, கி.பி. 1081 வரை ஆட்சிக்கட்டிலில் இருந்தான். அவனது மறைவுக்குப் பின் அவனது மூத்த மகன் லட்சும தேவா பட்டத்திற்கு வந்தான். இளவரசன் ஜெக்கதேவாவின் உயரிய பண்புகளை கண்டு, அவனை விக்கிரமாதித்தன் தனது அரசவைக்கு வரவழைத்து தந்தை போன்று அன்பும் பாசமும் காட்டி, அவனை கொல்லுபாகா பிரதேசத்திற்கு மகாமண்டலேஸ்வரராக முடிசூட்டினான். இப்பகுதியை இவன் கி.பி.1104 முதல் 1108 வரை சிறப்பாக ஆட்சி செய்தான்.

ஜெக்கதேவா, கொல்லிபாகாவை ஆட்சி புரிந்தபோது, விக்கிரமாதித்தனுடன் அவனுக்கிருந்த தொடர்பு மற்றும் காகதியருடன் ஏற்பட்ட மோதல்கள் பற்றி கீழ்க்கண்ட குறிப்புகளிலிருந்து அறியலாம்.

1. கோலனு பாகா -	மார்ச் 13	கொல்லி பாகாவின் மகாமண்டலேஸ்வரராக கி.பி.1104 ஜெக்கதேவா பொறுப்பேற்பு
2. வேமுலவாடா -	ஏப்ரல் 10	குமார சோமஸ்வரன் என்ற கி.பி.1106 பெயருடன் பதிவுகள்
3. சனிகரம்	ஜூன் 10	இரண்டாம் காகதிய பேட்டாவுக்கு கி.பி.1107 அடங்கிய சிற்றரசனாக ஜெக்கதேவா
4. வேமுலவாடா -	ஏப்ரல்	ஜெக்கதேவா மன்னர் என்ற பெயருடன் கி.பி.1108 காணப்படாமல் வெறுமனே மகாமண்டலேஸ்வரனாக அறியப்படுதல்

5. போலவாசா -	ஏப்ரல் 26 கி.பி.1108	மேடராஜாவின் குறிப்புகள்; அரசன் என்ற பெயர்குறிப்பு இல்லை.
6. கோலனுபாகா -	கி.பி.1110 1111, 1112	குமாரசோமேஸ்வரா, கொல்லுபாகாவின் மகாமண்டலேஸ்வரனாக அறியப்படுதல்
7. ஜெயநாடு	காலம் இல்லை	ஜெக்கதேவா சுயாட்சி பெற்ற காலம் மன்னனாக குறிக்கப்படல்
8. தொங்கரகான் -	கி.பி.1112	ஜெக்கதேவா தனியுரிமை பெற்ற அரசன்
9. மேடபல்லி	கி.பி.1112	மேடராஜாவின் மகன் ஜெக்கதேவா அரசனாக அறியப்படல், ஆனால் குறிப்பில்லை.

கொலனுபாகா பிரதேசத்தை ஜெக்கதேவா ஆட்சிபுரிந்த காலத்தில், வேங்கி திராவிடம், சக்கரகூடம் மற்றும் மகிரா மன்னர்களைத் தோற்கடித்தான். இவன் பல்லாலனை தோல்வியுறச் செய்தது மட்டுமின்றி, ஆறாயிரம் போர் வீரர்களைக் கொண்ட கர்நாடக சைன்யத்தையும் தோற்கடித்து, தனது தலைநகரில் இவ்வெற்றியை சிறப்பாகக் கொண்டாடினான்.

குமார சோமேஸ்வரா கல்வெட்டு, குமார சோமேஸ்வரனை ஒரு இளவரசன் என்றே குறிப்பிடுகிறது. சனிகரம் கல்வெட்டு, சாளுக்கிய திருபுவனமல்ல தேவாவைப் பற்றியும், அனுமகொண்டாவை ஆட்சிசெய்த, மகாமண்டலேஸ்வரன், காகதிய பேட்ட ராஜாவைப் பற்றியும் குறிப்பிடுகிறது. மேலும் தண்டநாயக்கனான கொம்டதேவா எனப்படும் மகாமண்டலேஸ்வரா ஜெக்கதேவராஜா என்பவன் ஒரு சந்திரகிரகணத்தன்று, சப்பிநாட்டிலுள்ள, இறைவன்பீமேஸ்வரதேவனுக்கு, நிலமானியம் அளித்தது பற்றி குறிப்புகள் உள்ளன. பேட்டவுடன் ஜெக்காதேவா கொண்டிருந்த உறவு பற்றி தெளிவில்லை. ஒருவேளை கொல்லிபாகாவை, தனது பிரதிநிதிகள் மூலம் ஆட்சி புரிந்திருக்கலாம், மேலும் சப்பி நாட்டில் இருந்த வேமுலவாடா மற்றும் அனுமகொண்டா நிலப்பிரப்புகள், கொல்லிபாகாவுடன் இணைக்கப்பட்டிருக்கலாம். ஆனால் திரிலோக்கிய முதலாம் சோமேஸ்வரன், அனுமகொண்டா பிரதேசத்தை, காகதி மன்னன் முதலாம் புரோலாவுக்கு, ஆட்சிப்பகுதியாக வழங்கினான் என்பது உறுதி. ஆயினும் சனிகரம் சார்ந்த கிராமங்கள் அனைத்தும் காகதியருக்கு வழங்கப்பட்டிருக்கலாம் என கி.பி. 1051இல் வெளியான கல்வெட்டுகள் கூறுகின்றன. ஆயினும் ஜெக்கதேவா கொல்லிபாகாவை ஆண்ட காலத்தில் சப்பி நாட்டுப் பகுதிகள் இரண்டாம் பேட்டாவுக்கு வழங்கப்பட்டுள்ளன. பத்மாக்ஷி கோயில் செப்பேடுகளின்படி பார்த்தால், இரண்டாம் புரோலாவுக்கு சப்பி நாட்டுப் பகுதிகள் வழங்கப்பட்டுள்ளன. குமார சோமேஸ்வரா, வேமுலவாடாவுக்கு சென்றதன் நோக்கமே,

மேற்கண்ட நிலப்பரப்பை, இரண்டாம் ஜெக்கதேவா சாளுக்கிய மன்னனின் பெயரைக் குறிப்பிடாமலேயே, கி.பி.1108இல் வேமுலவாடாவில் கல்வெட்டு ஒன்றை பொறிக்கத்தான். மேலும் அவனது இதர கல்வெட்டுகளும் சாளுக்கிய மன்னனைப் பற்றி எதுவும் குறிப்பிடவில்லை. நாக்பூர் அருங்காட்சியத்தில் வைக்கப்பட்டுள்ள தங்க நாணயங்களில்கூட ஜெக்கதேவன் பெயர் மட்டுமே இருக்கிறது. ஜெக்கதேவன் தனது சுயாட்சி பகுதியை கோதாவரியின் இருமருங்கிலும் அமைத்துக்கொண்டான். இதனால் கோபமுற்ற சாளுக்கிய மன்னன், தனது மகனான குமார சோமேஸ்வரனை கொல்லிப்பாகா பிரதேதசத்துக்கு தனது பிரதிநிதியாக நியமித்து ஜெக்கதேவாவை தெலங்கானவிலிருந்து விரட்டியடித்தான். இதனால் இரண்டாம் பேட்டாவுக்கு சனிகரம் நாடு மட்டுமின்றி, சப்பிநாடும் பரிசாகக் கிடைத்தன.

இதனால் கடும் கோபமுற்ற ஜெக்கதேவன், போலவாசா சிற்றரசனான மேடராஜாவுடன் இணைந்து காகதியரை தாக்கினான். இதனாலேயே போலாவாசா சிற்றரசர்களும் தமது கல்வெட்டுகளில், சாளுக்கிய மன்னர்களைப் பற்றிய குறிப்புக்களை வரையவில்லை. இதன் பொருட்டே, இவர்கள் காகதியரின் தலை நகரான அனுமகொண்டாவை தாக்கினார்கள். ஆனால் பேட்டாவின் புதல்வனான இரண்டாம் புரோலா, இவர்களை புறமுதுகிட்டு ஓடச் செய்தான். இந்த வெற்றியைப் பற்றிய குறிப்புகள் ருத்ரதேவாவின் அனுகொண்டா கல்வெட்டுகளில் பொறிக்கப்பட்டுள்ளன.

3. பேரரசுக்கான போராட்டம்

புரோலாவின் முடியுரிமைப் போராட்டம் மிகவும் தீவிரமானது. ஆறாம் விக்கிரமாதித்தன் துணையில்லாவிட்டால் அவன் கி.பி.1116இல் பட்டம் சூட்டியிருக்க முடியாது. அவன் ஜைன பசாதி கோயிலை கட்டியதும், அதற்கு உக்கிரவாடி பகுதியில் பிறந்த மகாமண்டேஸ்வர மேடராஜா, இக்கோயிலுக்கு நிலமானியம் அளித்தது பற்றியும் குறிப்புகள் உள்ளன. இந்த மேடராஜா என்பவனே, முதலாம் மேடராஜாவின் பேரனும், ஜெக்கராஜாவின் புதல்வனும் ஆவான். பத்மாக்ஷி கோயில் கல்வெட்டுகளில், இரண்டாம் புரோலாவிற்கு அடுத்தபடியாக மேடராஜாவின் பெயர் பொறிக்கப்பட்டுள்ளதால், இவன் காகதியருக்கு அடங்கிய சிற்றரசனாக இருந்திருக்கலாம் என்று கருதமுடிகிறது. கி.பி.1106 முதலே, பரமர ராஜாவின் போர்க்குணத்தின் காரணமாக, தெலங்கானாவில் அரசியல் குழப்பம் நிலவியது. காகதிய மன்னர்கள் எவ்வாறு தெலங்கானாவில் தமது பிரதேசத்தை தக்க வைத்தது மட்டுமல்லாமல், பிற தேசங்களையும் கைப்பற்றினர் என்று வரும் பகுதிகளில் காணலாம்.

ருத்ரதேவா வெளியிட்ட அனுமகொண்டா கல்வெட்டுகள்படி, (கி.பி. 1163) ருத்ரதேவா மற்றும் அவன் தந்தை இரண்டாம் புரோலா, எவ்வாறு வெற்றி மீது வெற்றி பெற்றனர் என்பதை தெரிந்துகொள்ளலாம்.

புரோலாவின் யுத்த வெற்றிகளை கீழ்க்கண்டவாறு குறிப்பிடலாம்

1. சாளுக்கிய மன்னன் தைலப்பதேவாவை போரில் தோற்கடித்து, போர்க் கைதியாக்கி, பிறகு அவனது விசுவாசத்தையும் பற்றையும் கண்டு அவனை விடுதலை செய்தான்.
2. இதேபோல கோவிந்தராஜாவை வெற்றிகொண்டு, சிறைபிடித்து, பின்னர் விடுவித்து, உதயராஜாவின் பிரதேசத்தை அவனுக்கு வழங்கினான்
3. மந்த்ரகூடாவின் மன்னன் கும்டாவை சிரச்சேதம் செய்தான்.
4. ஈடா என்பவனை போர்க்களத்திலிருந்து விரட்டியடித்தான்.
5. அனுமகொண்டாவை முற்றுக்கையிட்ட ஜெக்கதேவாவை விரட்டியடித்தான்.

நாம் முன்பே பார்த்ததுபோல, குறுகிய காலமே ஆண்ட, கொல்லிபாகா இளவரசன் ஜெக்கதேவா, நாடுபிடிக்கும் பேராசையில் சாளுக்கிய திருபுவன மல்லனையும் காகதியரையும் விரோதித்துக் கொண்டான். காகதியரின் தலைநகரான அனுமகொண்டாவை கைப்பற்ற

முயற்சித்தபோது, இரண்டாம் புரோலாவால் தோற்கடிக்கப்பட்டு, சப்பிநாட்டை விட்டு வெளியேறி கோதாவரி நதியின் வடபகுதிக்கு புலம் பெயர்ந்தான்.

திரிபுவனமல்ல துர்கராஜா, தனது சகோதரனிடம் பதவியை பறிகொடுத்ததாலே, சினம் கொண்டு ஜெக்கதேவாவிற்கு உதவி செய்திருக்கக்கூடும் என்று சந்தேகம் ஏற்படுகிறது. இதேபோலவே, போலவாச மன்னர்களும் இவர்களுக்கு உதவி செய்திருக்கலாம். எனவே தனது மன்னரிடம் விசுவாசம் கொண்டிருந்த புரோலா, குமாரசோமேஸ்வரனுக்கு, கொல்லிபாகா பகுதியின் ஆட்சியுரிமை பெற உதவயிருக்கக்கூடும். புரோலாவின் தந்தை இரண்டாம் பேட்டாவின் ஆட்சி காலத்திலேயே, பதவியை இழந்திருக்கக்கூடும். மாட்டேடு கல்வெட்டுகள்படி, புரோலாவிடம் குறுநில மன்னனாக இருந்த வேம்போல பொட்டம்ம மல்லேராயக என்பவனின் தந்தை ரேவா என்பவன் காகதிய மன்னன் இரண்டாம் பேட்டாவின் சார்பில் வரிவசூல் செய்திருக்கிறான். மேலும் இவன், காகதியருக்கு எதிராக இருந்த, தாயாதிகளையும் தந்தைவழி சுற்றத்தாரையும் தோற்கடித்துள்ளான். இதிலிருந்து புரோலாவுக்கும் அவனது மூத்த சகோதரன் துர்கராஜாவுக்கும் பகைமை இருந்தது என்பதும் ரேவாவின் துணையுடன், புரோலா தனது சகோதாரனை வெற்றி கொண்டான் என்பதும் தெளிவாகிறிது.

கணபேஸ்வரம் கல்வெட்டுகள்:-

கணபதி தேவாவின் கணபேஸ்வரம் கல்வெட்டுகள் புரோலாவின் போர் வெற்றிகளை குறிப்பிடுகின்றன. மந்தேன குண்டா வெட்டிக் கொல்லப்பட்டான். தைலப்பதேவாவின் யானைப்படையும் குதிரைப் படையும் நிர்மூலமாக்கப்பட்டு, அவன் போர் முனையிலிருந்து விரட்டப்பட்டான். இதேபோன்று கோவிந்த தம்தேசாவும் துரத்தியடிக்கப்பட்டான். சோடோதயா போருக்குப் பின்னர் மீண்டும் பதவியில் அமர்த்தப்பட்டான். ஆயிரம்கால் மண்டப குறிப்புகளை விட மேலே கூறப்பட்ட கல்வெட்டுகளில் உள்ள விவரங்கள், புரோலோவின் பகையாளிகளை பெயர் சொல்லி எடுத்துரைக்கின்றன. இதில் ஜெக்க தேவாவை வெற்றி கொண்டது பற்றி குறிப்புகள் கிடையாது. கணபேஸ்வரம் கல்வெட்டுகள்படி புரோலாவின்

நான்கு எதிரிகள் பற்றி தெளிவாகின்றன. பூலோகமல்லா மூன்றாம் சோமேஸ்வரன் காலத்தில் வெளியிடப்பட்ட கல்வெட்டில் மந்தேன குண்டாவைப்பற்றி தகவல் உள்ளது. இவன் போலவாச தேசத்தை ஆண்ட பேட்டராஜாவின் தம்பி. இவனது கல்வெட்டுகள் முலுகு மற்றும் வரங்கல் மாவட்டம் கோவிந்தபுரம் என்ற ஊரில் கிடைக்கப்பெற்றன.

தைலப்பதேவா சாளுக்கிய இளவரசன், குமார தைலப்பா என்றழைக்கப்பட்டான். இவன் பூலோக மல்லனின் தம்பி. இவன்தான் அவனது தந்தையான ஆறாம் விக்கிரமாதித்தன் காலந்தொட்டு கந்தூரு நாட்டை ஆண்டவன். மெஹ்பூப்நகர் மாவட்டத்தில் உள்ள ஜெட்சர்லா, கல்வகுர்தி, நகர் கர்நூல் மற்றும் அச்சம்பேட் தாலுக்காக்கள் கொண்ட பகுதிகளிலும் நல்கொண்டா மாவட்டத்திலும் இவன் காலத்திய கல்வெட்டுகள் காணப்படுகின்றன. இவை கிபி 1110 முதல் 1137 வரை காலவெளியில் வெளியிடப்பட்டிருக்கலாம். மூன்றாவது எதிரியான கோவிந்ததண்டேசா, எவ்வாறு போர்க்களத்திலிருந்து விரட்டியடிக்கப் பட்டான் என்பதை முன்பே பார்த்தோம். அவனைப் பற்றிய விவரங்களை பின்னர் பார்க்கலாம். அனுமகொண்டா கல்வெட்டு குறிப்பின்படி நான்காவது எதிரியான சோடோதயா என்பவன், கோகர்ணாகோடாவின் புதல்வன். மேலே கூறப்பட்ட இந்த நான்கு எதிரிகளும் பூலோகமல்ல மூன்றாம் சோமேஸ்வரனின் காலத்தில் (கி.பி.1127 - 1138) குறிப்பிடப்பட்ட அந்த நான்கு முக்கியமான பேரையே குறிக்கும். மேலே கூறப்பட்ட நிகழ்வுகளை காலவரிசைப்படி நாம் விரிவாகப்பார்த்தால், புரோலா மன்னன், எதற்காக இவர்களை போரிட்டு தோற்கடித்தான் என்று தெரிந்துகொள்ளலாம்.

சோடா மன்னர்கள்

கோகர்ணா, உதயா, பீமா

சோடா மன்னர்களின் அரசு குடிமைப்பட்டியல், ஒரு தெளிவற்ற நிலையில் காணப்படுகிறது. இதற்கு காரணம், மன்னர்கள் ஆட்சி செய்யும்போதே அவரது புதல்வர்கள் கல்வெட்டுகளையும் பட்டயங்களையும் வெளியிட்டதே. மேலும் பிற்கால குறிப்புகளில் தமது பேரரசர்களான சாளுக்கியரைப் பற்றியோ காகதியரைப் பற்றியோ இவர்கள் குறிப்பிடவில்லை. கோகர்ணா சோடா மறைந்த ஆண்டை கணக்கிட, அனமலா கல்வெட்டுகள் உதவி புரிகின்றன. முதலாம் கோகர்ணாவின் கல்வெட்டின்படி, பூலோகமல்லன் கி.பி. 1127 முதல் 1128 வரை ஆட்சி செய்துள்ளான். ஆனால் அடுத்த ஆண்டே, அனமலா என்ற தேசத்தை ஆள்வதற்கு அஜ்ஜல எரயன பெக்கடா என்பவனுக்க ஆட்சியுரிமை வழங்கப்பட்டுள்ளது. இதற்கு பின்னர் கோகர்ணாவைப் பற்றிய குறிப்புகள் காணக்கிடைக்கவில்லை. அதேபோல ஸ்ரீதேவி தோம்தயாவைப் பற்றிய குறிப்புகள் கி.பி. 1128இல் வெளியிடப்பட்ட இரண்டாவது அனமலா கல்வெட்டைத் தவிர வேறெங்கும் தகவல்கள் இல்லை. இதற்கு அடுத்துவந்த, உதய சோடாவைப் பற்றி குறிப்புகள், ஏழு ஆண்டுகள் கழித்து கி.பி. 1136இல் வெளியிடப்பட்ட, பேரூரு கல்வெட்டுகளில் மட்டுமே காணப்படுகின்றன.

ருத்ராவின் அனுமகொண்டா கல்வெட்டு வெளியிடப்பட்ட ஆண்டு கி.பி. 1163. ஆனால் நான்காம் பீமா, இரண்டாம் கோகர்ணாவின் பெயர்கள் பொறிக்கப்பட்ட கல்வெட்டுகளின் காலம் கி.பி. 1178. இவ்விரண்டுக்கும் இடையேயுள்ள காலவெளி நீண்டது. கோகர்ணா, இக்கல்வெட்டு பொறிக்கப்பட்ட காலத்திற்கு முன்பே கொல்லப்பட்டு விட்டதால், இதனை நாம் கருத்தில் கொள்ளத் தேவையில்லை. எனவே மிஞ்சி இருப்பது, மூன்றாம் பீமாவும், முதலாம் கோகர்ணாவுமே. இதில் முதலாம் கோகர்ணா கி.பி. 1128க்கு பின்னர் மறைந்துவிட்டான். மூன்றாம் பீமாதான் தைலாப்பாவை தாக்குப்பிடித்தவன். எனவே முதலாம் உதய சோடாவின் மறைவிற்குப் பின்னர் அவனது நாட்டை தைலப்பா என்பவன் கோகர்ணாவுக்கு ஆட்சிபுரிய அனுமதித்துள்ளான். சிலகாலம் கழித்து இம்மன்னர்களிடையே கருத்துமோதல் உருவானது. பூலோக மல்லனை எதிர்க்கும்படி, குமார தைலப்பாவை பீமனும் அவனது மைத்துனனான ஸ்ரீதேவி தோம்தயாவும் ஆலோசனை வழங்கினர். இவர்களது ஆலோசனையை குமார தைலப்பா உடனடியாக ஏற்காவிட்டாலும், இந்த குறுநில மன்னர்களை பூலோக மல்லனுக்கு எதிராக தூண்டிவிட்டான். ஆனால் எப்படியாவது ஸ்ரீதேவி தோம்தயாவிடமிருந்து பானுகல்லு பிரதேசத்தை கைப்பற்ற நினைத்த கோகர்ணா, அரசனுக்கு எதிராக போராடத் துணியவில்லை. ஸ்ரீதேவி தோம்தயாவின் அரசுரிமையை நிலைநாட்ட, கோகர்ணாவை கொலை செய்தான், பீமன். இது பற்றிய விவரங்கள் மாமிலபள்ளி கல்வெட்டுகளில் காணப்படுகின்றன. கோகர்ணாவின் மறைவிக்கு பின்னர் பானுகல்லு பிரதேசம், தோம்தயாவுக்கு பீமா சோடாவால் வழங்கப்பட்டுள்ளது. இது நடைபெற்றது கி.பி. 1128ஆம் ஆண்டு.

கோவிந்தா - தம்தேசா

குமார தைலாப்பா, பானுகல்லு பிரதேசத்தின் ஒரு பகுதியை ஸ்ரீதேவி தோம்தயாவுக்கு மட்டுமின்றி, கோவிந்த தம்தேசாவுக்கும் வழங்கியிருக்கிறான். இட்டகி அக்ரகாரா பிரதேசத்தை ஆண்ட சாளுக்கிய தளபதி, கோவிந்தராஜா என்னும் அதே பெயரைக் கொண்ட, பாகி மாடிமய்ய நாயக்க என்பவனின்

புதல்வன். இவன் வேங்கி நாட்டின் ஆளுநராக இருந்த இலக்ஷ்மண தண்ட நாயகனுடன் சேர்ந்து கிபி 1135இல் மேலை சாளுக்கியருக்கும் உள்ளூர் அரசர்களுக்கும் ஏற்பட்ட போரில் கலந்துகொண்டான். ஆனால் அனுமகொண்ட மற்றும் கணபேஸ்வரம் கல்வெட்டுகள்படி, இந்த அனுமகொண்ட கோவிந்தராஜா என்பவன் அனந்தபால தண்டநாயக்கரின் மைத்துனன் என்பதே பொருத்தமாக இருக்கும். இவன் பாகி மாடிமய்ய நாயக்கனின் புதல்வனாக இருக்க வாய்ப்பில்லை. ஏனெனில் அப்போது

அனந்தபாலா மன்னன், நல்கொண்டா மாவட்டம், உதூருநகர் பகுதியை ஆண்டதாக சான்றுகள் கிடைத்திருக்கின்றன.

உதய சோடா:-

மேலும் அனந்த பாலாவின் மைத்துனனான இந்த கோவிந்தராஜா, புரோலாவால் சிறைபிடிக்கப்பட்டு, மீண்டும் அவனது பிரதேசம் அவனுக்கே திருப்பிக்கொடுக்கப்பட்டுள்ளது. சௌச்சா காங்கேயா என்றழைக்கப்பட்ட கோவிந்தராஜா என்பவன் உதய சோடாவின் பிரசேத்தை கைப்பற்றியதால், இவன் பக்கத்து நாடான பானுகல்லுவில் ஆட்சி புரிந்திருக்கக்கூடும். இவற்றையெல்லாம் கூர்ந்து பார்த்தால், இரண்டாம் புரோலாவிடம் பகைமை பாராட்டியவன் அந்த்தபாலா தண்டநாயக்கனின் மைத்துனனே என்று தெளிவாகிறது. பூலோகமல்லனுக்கு விசுவாசமாக இருந்தாலும், அரசுரிமை என்று வரும்போது, ஸ்ரீதேவி தோம்தயா மட்டுமே பானுகல்லு நாட்டை ஆட்சிசெய்ய உரிமை உள்ளவன் என்று இந்த கோவிந்தராஜா கருதியது மட்டுமன்றி, அவனுக்கு உதவியும் செய்தான். கோகர்ண சோடாவின் மறைவுக்குப் பின்னர், பானுகல்லு நாட்டைப் பிரித்து ஸ்ரீதேவி தோம்தயாவுக்கும், கோவிந்தராஜாவுக்கும் வழங்க குமார தைலப்பா முன்வந்தான். இச்சூழலில், தந்தையையும் இழந்து நாட்டையும் பறிகொடுத்ததை இரண்டாம் உதயசோடா, பூலோக மல்லனிடம் உதவிகேட்டு விண்ணப்பித்தான். தைலப்பாவுடன் நேரடி யுத்தத்தை தவிர்க்கும்பொருட்டு, பூலோக மல்லன், இரண்டாம் புரோலாவிடம் உதய சோடாவை மீண்டும் அரியணையில் அமர்த்திட வழி வகை செய்ய பணித்தான். அதன்படி இரண்டாம் புரோலா, தோம்தயா மற்றும் கோவிந்த ராஜாவை வெளியேற்றி, கோகர்ணாவின் புதல்வனான உதயசோடாவை, பானுகல்லு நாட்டின் அரியணையில் அமரச் செய்தான். இந்த நிகழ்வு நடந்த காலம் கி.பி.1131ஆம் ஆண்டு.

தைலப்பா

புரோலா மற்றும் ருத்ராவின் வெற்றிகளில் குறிப்பிடப்படும் மூன்றாம் தைலப்பவாக இவனை கருதமுடியாது. ஏனெனில் காகதியர்கள், மூன்றாம் தைலப்பாவை எதிர்த்து சுயாட்சியை நிறுவியவர்கள். கல்யாண சாளுக்கியர்களின் வீழ்ச்சிக்குப் பின்னர் மூன்று சுதந்திர நாடுகள் உருவாயின. தெலங்கானாவில் காகதியர்களும், மகாராஷ்டிராவில் சேணர்களும், மைசூரில் ஹொய்சாளர்களும் தோன்றினர். சாளுக்கியரை வீழ்த்த இவர்கள் எவருமே களச்சூரி பிஜ்ஜலாவுக்கு உதவ முன்வரவில்லை. கி.பி.1149 வரை இரண்டாம் புரோலா, தனது மன்னன் இரண்டாம் ஜெகதேவ மல்லனுக்கு விசுவாசமாகவே நடந்துகொண்டான். ஜெகதேக மல்லனுக்கு அடுத்து

வந்த அரசனை எதிர்த்து காகதியர் சுயாட்சி பெற்றனர். எனவே மூன்றாம் தைலப்பன், காகதிய தேசத்திற்குள் நுழைந்து, அவர்களை ஒடுக்க முற்பட்டான், ஆனால் அனுமகொண்டா கல்வெட்டுப்படி, காகதியர்களால் தைலப்பா தோற்கடிக்கப்பட்டு கொல்லப்பட்டான். அவ்வாறு அவன் கொல்லப்பட்டிருந்தால், காகதியர்கள் கி.பி.1163 வரை, தமது சுதந்திரத்தை பிரகடனம் செய்ய ஏன் காத்திருக்க வேண்டும்? பிஜ்ஜலா மன்னன் சாளுக்கிய அரியணையை கைப்பற்றி கிபி 1157ஆம் ஆண்டே அதை செய்திருக்கலாமே! காகதியர்கள் பிஜ்ஜலாவுடன் கூட்டு சேர்ந்து, தைலாப்பாவை வீழ்த்தியிருப்பதற்கும் ஆதாரமில்லை. உண்மை யாதெனில் காகதியர்கள் மூன்றாம் தைலாப்பாவையோ, பிஜ்ஜலாவையோ தம்மை ஆளும் பேரரசனாக ஏற்றுக்கொள்ளவில்லை. மேலே கூறப்பட்ட இவ்விரு மன்னர்கள் பற்றிய விவரங்கள் தெலங்கானாவின் கந்தூரி நாட்டிலோ, தெலுங்கு சோடாவின் குறிப்புகளிலோ காணக்கிடைக்க வில்லை. தனது நாட்டிலேயே தனது அதிகாரத்தை நிலைநிறுத்த முடியாத ஒரு மன்னனாகத்தான் இருந்தான், இந்த மூன்றாம் தைலப்பன். எனவே இவன் தெலங்கானாவில் ஊடுருவிச் சென்று காகதியரை அடக்க முயற்சித்தான் என்பது நம்பத்தகுந்ததாக இல்லை. அதேபோல காகதிய இரண்டாம் புரோலா அல்லது காகதிய ருத்ரா, சாளுக்கிய தலைநகரைத் தாக்கி தைதலப்பாவை கைதுசெய்ய முயற்சித்தார் என்பதும் ஏற்கமுடியாததே. அவ்வாறு இருப்பின், பின்னொரு காலத்தில் பிஜ்ஜல மன்னன் செய்ததுபோல, கல்யாண நகரைத் தாக்கி சாளுக்கிய நாட்டை கைப்பற்றி இருக்கலாமே! இதற்கு வாய்ப்பே இல்லை. அவ்வாறு நடந்திருப்பின் தைலப்பாவை கைது செய்து பின்னர் உயிருடன் விட்டிருக்க மாட்டார்கள். எனவே புரோலா மன்னன் கைது சம்பவம் தெலங்கானாவில் மட்டுமே நடந்திருக்க முடியும், என்பதும் நம்ப முடியாததே.

அது தெலங்கானாவிலோ அல்லது தெலங்கானாவுக்கு வெளியிலோ, எங்கு நடந்திருந்தாலும், தைலப்பாவை கைது செய்த பின்னர், அவனை உயிருடன் விட்டிருந்தால் அது காகதியருக்கு பேராபத்தாக முடிந்திருக்கும். எனவே அவனை தப்பவிட்டிருப்பார்கள் என்பது ஏற்றுக்கொள்ள முடியாமல் இருக்கிறது.

இரண்டாம் ஜெகதேக மல்லனுக்காக புரோலாவும் ருத்ராவும் போரிட்டார்களா என்பது ஆராய வேண்டிய விஷயம். ஜெகதேக மல்லன் சில குறிப்பிட்ட பகுதிகளில் கோலோச்சியிருந்தான் என்று சொல்லப்படுகிறது. கி.பி.1155இல் வெளியிடப்பட்ட சின்னதும்பலம் கல்வெட்டு மற்றும் கி.பி.1160இல் வெளியிடப்பட்ட பகலி கல்வெட்டின் குறிப்புகள் ஜெகதேக மல்லன் மேலே குறிப்பிட காலத்தில் வளமான ஆட்சியை வழங்கிக் கொண்டிருந்தான் என்று கூறுகின்றன. அவ்வாறெனில் ஏன் புரோலா மன்னன், தைலப்பாவை கைது செய்து

மீண்டும் அரியணையில் அமர்த்தினான்? தைலப்பாவை சிறையில் அடைத்து, ஜெகதேக மல்லனுக்கு பட்டம் சூட்டியிருக்க வேண்டும்; ஆனால் இந்த நிகழ்வு நட்க்கவில்லை. எனவே அரியணையிலிருந்த இறக்கப்பட்ட ஜெகதேக மல்லனுக்காக, மூன்றாம் தைலப்பாவை எதிர்த்து புரோலாவும் ருத்ராவும் போரிடவில்லை என்று கொள்வதே சரியானதாக இருக்கும்.

பூலோக மல்லனின் தம்பியான குமார தைலப்பாவின் நிலை என்ன என்று காணலாம். இவனது தந்தை, ஆறாம் விக்கிரமாதித்தன் காலந்தொட்டு கந்தூரி நாட்டை ஆடசி செய்துவந்தான். இது பற்றிய குறிப்புகள் ஒருசில கல்வெட்டுகளில் காணப்படுகின்றன. கந்தூரி நாடு மட்டுமின்றி அதோனி அருகே உள்ள தும்பலம் என்ற ஊரை தலைமையாகக் கொண்ட சிந்தவாதி பிரதேசத்தையும் ஆட்சிபுரிந்தான். ஒருசில குறிப்புகளில், இவன் யுவராஜா தைலப்பதேவா என்று அழைக்கப்படுகின்றான். ஆறாம் விக்கிரமாதித்தன் உயிரோடிருந்தவரை கந்தூரி சோடர்கள் அவனிடம் விசுவாசமாக இருந்தனர். ஆனால், பூலோகமன்னன் ஆட்சியை கைப்பற்றியதும் இவர்கள் கட்சி மாறினர். கி.பி.1128இல் ஸ்ரீதேவி மல்லன் பற்றியோ அல்லது அவனது தந்தையைப் பற்றியோ குறிப்புகள் இல்லை, கந்தூரி சோடர்கள் யாவருமே, குமார தைலப்பாவிடம் மட்டுமே நம்பிக்கை கொண்டிருந்தனர். ஆனால் இளவரசன் குமார தைலப்பா, பூலோமல்லனின் ஆட்சி நிறைவுப் பகுதியில் சுயாட்சி பெற முற்பட்டான். அவன் கி.பி. 1137இல் பொறித்த ராச்சூரு கல்வெட்டில் தன்னை சுதந்திர மன்னனாக பிரகடனப்படுத்திக்கொண்டான், பூலோக மல்லனின் பெயர் குறிப்பிடாமையால், தெலங்கானாவில் சுயாட்சி பெற்ற மன்னனாக வெளிப்படுத்திக்கொண்டான். சாளுக்கிய விக்ரமனின் காலத்தில் வெளியிடப்பட்ட கல்வெட்டுகளுக்கும் பூலோக மல்லனின் காலத்தில் வெளியிடப்பட்ட கல்வெட்டுகளுக்கும் வேறுபாடு இருப்பதைக் காணலாம்.

பூலோக மல்லனின் கல்வெட்டுகளின் குறிப்புகள்:

பூலோக மல்லனுக்கு அவனது சிற்றரசன் பீமசோடாவின் துணை இருந்திருக்கக் கூடும். இதனாலேயே, தைலப்பன், பீமனுக்கும் கோகர்ணாவுக்கும் இடையே சகோதர யுத்தத்தை உருவாக்கியிருக்கக்கூடும். இதில் பூலோக மல்லனுக்கு துணைபுரிந்த கோகர்ணா கொல்லப்பட்டிருக்கலாம்.

இதன் பிறகு, மன்னனுடன் மோத நேர்ந்தால் கோவிந்த ராஜாவின் உதவியை பெறும் பொருட்டு, அவனுக்கு பானுகல்லு நாட்டின் ஒரு பகுதியை தானமாக கொடுக்கப்பட்டிருக்கலாம். கந்தூரி நாட்டில் இவ்வாறாக தன் செல்வாக்கை மறைமுகமாக தைலப்பா

உருவாக்கினான். எனவே பூலோக மல்லனின் ஆணைக்கிணங்க, கோகர்ணாவின் மகன் உதயசோடாவுக்கு, காகதிய இரண்டாம் புரோலா உதவி செய்தான். எனவே கோவிந்தராஜாவை விரட்டிவிட்டு பனுகல்லு நாட்டிற்கு உதயசோடாவை மன்னனாக அங்கீகரித்தான். எனவே இதனால் ஆத்திரம் கொண்ட தைலப்பா, தெலங்கானாவின் வடபகுதியில் கலகம் செய்யுமாறு மேடராஜாவையும் அவனது புதல்வன் குண்டாவையும் தூண்டிவிட்டான். தந்தையும் தனயனும் இதற்கு முன்பே காகதியரிடம் பகைமை பூண்டதால், தமது கல்வெட்டுக்குறிப்புகளில் காகதியரைப் பற்றி குறிப்பிடவில்லை.

கி.பி. 1138இல் ஜெகதேகமல்லன், பட்டமேற்றபோது, குமார தைலப்பாவின் கலகச் செயல்களால் தெலங்கானாவில் குழப்பம் நிலவியது. இதனால் தனது கந்தூரி நாட்டை சுதந்திர நாடாக ஆக்கிக்கொண்டான். இதேநேரத்தில் சாளுக்கியருக்கு விசுவாசமாக இருந்த காகதியர்கள் தெலங்கானாவை முழுமையாக கைக்குள் கொண்டு வந்தனர். இரண்டாம் ஜெகதேகமல்லன் தான் பட்டமேற்றதும், தெலங்கானாவில் பிரவேசித்து, இரண்டாம் புரோலாவின் துணையுடன் குமார தைலப்பாவை தோற்கடித்து, கைது செய்து பின்னர் அவனை மன்னித்து விடுதலை செய்தான். ஆயினும் கோவிந்தராஜாவின் கதி என்னவாயிற்று என்று தெரியவில்லை. இதன்பின்னர் குமார தைலப்பாவின் 25 ஆண்டு கந்தூரு நாட்டு ஆட்சியுரிமை பறிக்கப்பட்டது. ஜெகதேகமல்லனின் நான்காவது மற்றும் ஆறாவது ஆண்டின் ஆட்சிக்குறிப்புகள் கங்காபுர கல்வெட்டில் காணப்படுகின்றன.

கும்ட ராஜா மற்றும் ஏடராஜா

சாளுக்கியரிடம் நீண்ட காலமாக எதிர்வினை ஆற்றிவந்த, மந்திரகூடா (மந்தினி) பகுதியை ஆண்டுவந்த மேடராஜா மற்றும் அவன் மகன் கும்டாவை ஒழிக்கும்பொருட்டு அவர்கள் மீது படையெடுத்தான் ஜெகதேகமல்லன். இவனுடன் காகதி புரோலாவும் இணைந்து, கும்டாவை தோற்கடித்து அவன் தலையை மொட்டையடித்து, மார்பில் வராக சின்னம் தீட்டி அவனை சிரச்சேதம் செய்தான். அதேபோல கும்டாவின் உறவினனான ஏடா மன்னனும் தோல்வியுற்று நாட்டைவிட்டே ஓடினான்.

இந்நிகழ்வானது, ருத்ராவின் அமைச்சரான கங்காதரனின் அனுமகொண்டா கல்வெட்டில் காணப்படுகிறது. இந்த ஏடராஜனைப் பற்றிய தகவல்கள் கரிம் நகர் மாவட்டம் ராமகுண்டம் பகுதிகளில் கிடைத்த கல்வெட்டுகளில் காணப்படுகின்றன. இந்த ஏட மன்னனுக்கு லத்தலூர் பூர்வாரதீஸ்வரா என்ற பட்டப்பெயரும் இருந்தது. இவனுக்கிருந்த மற்றொரு பட்டப் பெயரான மகாமண்டலேஸ்வரன்

என்ற பெயரும் மேடராஜாவின் பெயரோடு ஒத்துப்போவதாக போலவாசா கல்வெட்டுகள் குறிக்கின்றன. மேலும் புரோலா மன்னன், கிருஷ்ணா நதியைக் கடந்து ஸ்ரீசைலம் மல்லிகார்ஜுன ஸ்வாமியை தரிசித்து அங்கு ஒரு ஜெயஸ்தம்பத்தை நிறுவினான்.

புரோலாவின் அருந்தவப் புதல்வனே ருத்ரதேவன். கந்தூரு நாட்டை வெற்றிகொண்டபின், புரோலா நேராக சிர்சில்லா என்ற ஊருக்குச் சென்று வெற்றித்தூணை நிறுவினான். வெற்றி என்று இங்கு குறிப்பிடப்படுவது இவன் குமார தைலப்பாவின் மீதுகொண்ட வெற்றியாகும். துரதிர்ஷ்டவசமாக, புரோலா, சிரிசில்லாவில் நிறுவிய வெற்றித்தூண் காண கிடைக்கவில்லை. அனுமகொண்டா கல்வெட்டில் குறிப்பிடுவது போல, ஜெகதேக மல்லன் தெலங்கானவுக்குச் சென்று, தனக்கு கீழ்படிய மறுத்த தனது மாமன் தைலப்பனையும் இதர பங்காளிகளையும் அடக்கினான். இவ்வாறாக காகதிய புரோலா மன்னன், தனது பேரரசன் ஜெகதேக மல்லனுக்கு பகைவரை ஒடுக்கவும் அடக்கவும் பல வழிகளில் துணைநின்றான்.

புரோலாவின் வெற்றிகளை கீழ்கண்டவாறு வரிசைப்படுத்தலாம்.

1. கி.பி.1116க்கு முற்பட்ட ஆண்டில், ஜெக்கதேவனின் எதிர்ப்பை அடக்கினான் புரோலா.
2. கோகர்ணா, அவனது அண்ணன் பீமாவால் கி.பி.1128இல் கொல்லப்பட்டான்.
3. கி.பி.1136க்கு சற்று முந்தைய ஆண்டுகளில் புரோலா மன்னன், பானுகல்லு நாட்டிலிருந்து கோவிந்தராஜாவை விரட்டிவிட்டு, அந்த இடத்தில் கோகர்ணாவின் மகன் உதயசோடனை அரியணையில் அமர்த்தினான்.
4. புரோலா மன்னன், கும்டராஜாவைக் கொன்று, ஏடராஜாவை விரட்டியடித்தான். கங்காராம் கல்வெட்டின் படி, இது நிகழ்ந்தது காலம் கி.பி.1138இல் இருந்து, கி.பி.1141 வரை என்று கொள்ளலாம்.
5. புரோலோவால், குமார தைலப்பா தோற்றது கி.பி.1137க்கு பிறகு அல்லது கி.பி.1141க்கு முன்போ என்று கருதுவதற்கு, ஏச்சூர் கல்வெட்டு ஆதாரமாக உள்ளது.

அனுமகொண்டா கல்வெட்டுகள் புரோலாவின் போர் வெற்றிகளை குறிப்பிடுகின்றன. அதில் அவன் சாளுக்கியருக்கு எதிராக போர்க்கொடி ஏந்தினான் என்பதற்கு ஆதாரம் இல்லை. அதற்கு பதிலாக தெலங்கானாவில் சாளுக்கிய மன்னன் இரண்டாம் ஜெகதேகமல்லன், சிறப்பாக ஆட்சி செய்ய உதவி புரிந்தான் என்று சொல்வதே சரியாகும்.

தக்ஷராமம் கல்வெட்டின்படி, சோடா வம்சத்தைச் சார்ந்த சோடயராஜாவும், கோனா தேசத்து சத்யா மற்றும் மல்லி தேவனும் ஒன்று சேர்ந்து, யுத்தத்தில் புரோலாவை தோற்கடித்து கொலை செய்துள்ளார்கள் என்று தெரிகிறது. இந்த நிகழ்வு, கி.பி.1195இல் வெளியிடப்பட்ட பீடாபுரம் கல்வெட்டில் உறுதியாகிறது. கீழைச் சாளுக்கிய மன்னன் மல்லா விஷ்ணுவர்த்தன் கீழடங்கிய, சூரிய வம்சத்தைச் சார்ந்த ஒரு குறுநில மன்னனான மகாதேவராஜா என்பவனை யுத்தத்தில் புரோலாவை கொன்றுவிட்டதாக ஒரு தாமிரப் பட்டயம் கூறுகிறது. ஆந்திர தேசத்தை கைப்பற்ற நடந்த போரில் புரோலா கொல்லப்பட்டிருக்கலாம் என்று தெரிகிறது.

புரோலாவின் மனைவி முப்பமாம்பா என்பவள் நடவாடி துக்கராஜாவின் சகோதரி ஆவார். இந்த துக்கராஜா, சாளுக்கியருக்கடங்கிய ஒரு சிற்றரசன். இவன் வரங்கல் மாவட்டம், மகபூபாபாத் பகுதியில் உள்ள இங்குர்த்தி பிரதேசத்தை ஆண்டவன். புரோலாவின் புதல்வர்களில் ருத்ராவும், மகாதேவாவும் மிகவும் புகழ்பெற்றவர்கள் மற்ற புதல்வர்களான ஹரிஹர கணபதி மற்றும் ரேபெல்ல துர்கராஜா, அவ்வளவாக அறியப்படாதவர்கள்.

கிழக்கு கங்கை

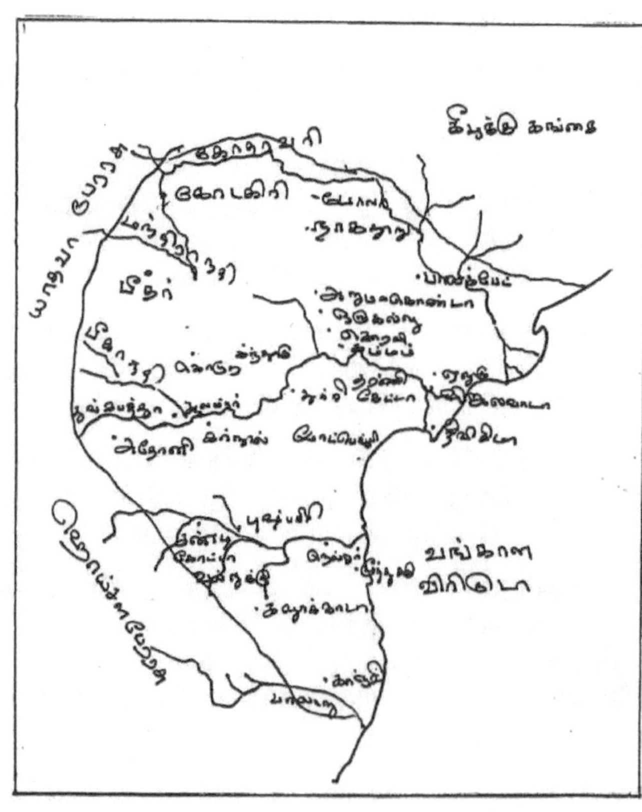

காகதிய பேரரசு
கி.பி. 1230 - 1323

ஓருகல்லு கோட்டை

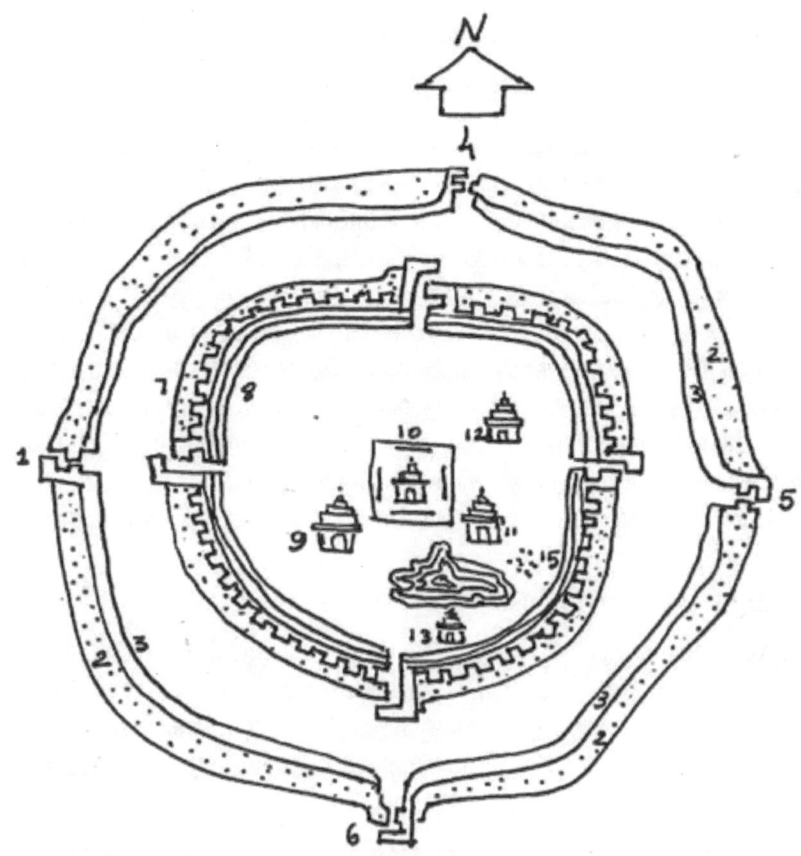

1. மேற்கு வாயில்
2. வெளிப்புற அகழி
3. மண் கோட்டை
4. வடக்கு வாயில்
5. கிழக்கு வாயில்
6. தெற்கு வாயில்
7. உட்புற அகழி
8. உட்கோட்டை

(கஞ்சு கோட்டை)

9. சாண்புணி கோயில்
10. சிதிலமடைந்த சுயம்பு சிவன் கோயில்
11. விஷ்ணு கோயில்
12. வெங்கடேஸ்வர
13. நில சாம்புணி கோயில்
14. குளம்
15. ஓம்டி கொண்ட

(ஏக சிலா)

4. காகதிய பேரரசர்கள்

ருத்ர தேவா
(கி.பி. 1158-1195)

இரண்டாம் புரோலாவைத் தொடர்ந்து, கிபி 1158இல் ஆட்சிக்கட்டிலில் அமர்ந்தவன் அவனது மூத்த புதல்வனான ருத்ரதேவா என்பவன். இந்நிகழ்வானது, தக்ஷராமம் கல்வெட்டில் அவரது அமைச்சரான இனங்கல பிரம்ம ரெட்டியால் குறிப்பிடப்பட்டுள்ளது. இதனாலேயே, ருத்ரதேவன், சாளுக்கிய மன்னனுக்கு கட்டுப்பட்டிருந்தான் எனக்கொள்ள முடியாது. இந்த கல்வெட்டில் இவனை அனுமகொண்டா ருத்ரதேவா என்று குறிப்பிட்டத்தை நாம் கருத்தில் கொள்ள வேண்டும். அப்போது கலகத்தில் ஈடுபட்ட சோடா தளபதிகளான சோடயராஜா, மான்ம சத்யா மற்றும் மல்லி தேவாவை அடக்குவதற்கு இரண்டாம் இராஜராஜன் முற்பட்டபோது, அவனுக்கு துணைபுரிந்த இரண்டாம் புரோலாவுக்கு பக்கபலமாக பிரம்ம ரெட்டியும் சென்றிருக்கலாம் என்பது உறுதி.

வரலாற்று ஆவணங்கள்:

ருத்ரதேவா, காகதிய வம்சத்தில் ஒரு பேரரசனாக இருந்தமைக்கு அனுமகொண்டாவில் உள்ள ஆயிரம்கால் மண்டப கோயிலின் கல்வெட்டுகள் சாட்சி கூறுகின்றன. காலத்தால் அழிக்கமுடியாத சரித்திர ஆவணங்கள் மூலம் நமக்கு கீழ்க்காணும் வரலாற்றுச் செய்திகள் தெரிய வருகின்றன.

1. இரண்டாம் புரோலா, தொம்மராஜாவைத் தோற்கடித்து, நாகரா என்றும் நகரை கைப்பற்றினான்.
2. மேடா சிற்றரரசனையும் அவனைச் சார்ந்த இதர குறுநில மன்னர்களையும் புறமுதுகிட்டு ஓடச் செய்தான்.
3. இதேபோல மைலிகிதேவன் என்பவனையும் வெற்றி கொண்டான்.
4. போலவாசா தேசத்தின் செல்வங்கள் அனைத்தையும் கைப்பற்றினான்.
5. தைலப்பன் மறைவுக்குப் பின்னர், சோடா மன்னன் வர்த்தமானை போரில் வெற்றி கொண்டான்.

மேலும் முன்பே நாம் குறிப்பிட்டதுபோல, ருத்ராவின் பகைவர்கள் சிலர், புரோலா மன்னனுக்கு நெருக்கமானவர்கள் என அறியலாம் மேடா என்பவன் கும்டாவுக்கு மூத்தவன். இதேபோல கோகர்ண சோடாவுக்கு மூத்தவன் பீமசோடா. புரோலாவால் தோற்கடிக்கப்பட்ட

தைலப்பா என்பவன் குமார தைலப்பா என்று அறியப்பட்டவன். இவற்றையெல்லாம் பார்க்கும்போது, ருத்ர மன்னன் தமது தந்தையுடன் சேர்ந்து பல போர்களில் பங்குபெற்றானா என்று ஐயம் ஏற்படுகிறது. ஆனால் வரலாற்றை உற்று நோக்கினால், தந்தையும் மகனும் கலந்துகொண்ட போர்கள் வெவ்வேறு கால கட்டத்தில் நிகழ்ந்தவை என்பதே சரியாக இருக்கும். ருத்ர மன்னன் பங்குபெற்ற போர்கள் எல்லாம் கி.பி. 1163ஆம் ஆண்டுக்கு சற்று முன்னர்தான் நடைபெற்று இருக்க வேண்டும். இவனது தந்தை நடத்திய போர்கள் எல்லாம் முப்பது ஆண்டுகளுக்கு முன்பு நடைபெற்றவை. ருத்ர மன்னன் கி.பி.1195 வரை உயிருடனிருந்தான் என்பதால் மேற்கண்ட போர்கள் வேறுவேறு காலகட்டங்களில் நிகழ்ந்தவை என்பது தெளிவு.

ருத்ராவின் வெற்றிகள்:-

பீமசோடன், ருத்ர மன்னனால் தோற்கடிக்கப்பட்ட நிகழ்வில், தைலப்ப நிருபாவைப் பற்றி குறிப்புகள் இருக்கின்றன. தைலப்பன் இறந்த பின்பும்கூட பீமசோடன் குறுகிய காலத்திற்கு மன்னனாக இருந்தான் என்று அறியலாம். ஆனால், தைலப்பன் இறந்தபின்பு, பீமசோடா, ஜெகதேக மல்லனுக்கு கட்டுப்படாமல் கந்தூரி நாட்டிற்கு அரசனாக பிரகடனப்படுத்திக் கொண்டான். ஆனால், இந்நிலை வெகுநாள் நீடிக்கவில்லை. இரண்டாம் புரோலாவிடம் தோற்ற பின்னர்கூட, மறைவாக வாழ்ந்து கொண்டிருந்ததால், பீமசோடா இவனுக்கு கப்பம் கட்டி வந்திருக்கிறான். ஆனால், இவனது மறைவிற்குப் பின்பு வந்த மன்னர்களை பீமசோடா ஏற்காததால், ருத்ர மன்னன், வர்த்தமானபுரியைத் தாக்கி, அவனை காட்டுக்குள் விரட்டியடித்தான். ருத்ராவின் கந்தூரி நாட்டின் மேல் கொண்ட வெற்றியானது, மூன்றாம் தைலப்பனின் மரணத்திற்கு எவ்விதத்திலும் தொடர்பில்லை. ஆனால் மூன்றாம் தைலப்பா சாளுக்கிய அரியணையை கைப்பற்றியபோது, அப்போது நிலவிய, அரசியல் குழப்பத்தை தனக்கு சாதகமாக்கி, சோடபீமா, கந்தூரி நாட்டிற்கு மன்னனாக முடிசூட்டிக் கொண்டான். அவனது சகோதரனின் மகனான உதயனும் இம்முயற்சியில் பீமாசோடனுக்கு உதவி புரிந்துள்ளான். தெலங்கானாவை கைப்பற்ற, ஜெகதேகமல்லன் எடுத்த முயற்சிகளை புரோலாவும் ருத்ராவும் தோற்கடித்துள்ளனர். எனவே பீமசோடன் சுயமாக தனக்கென ஒரு பிரதேசத்தை உருவாக்கிக்கொள்ள செய்த முயற்சிகளை, ருத்ர மன்னன் அனுமதிக்கவில்லை.

பகை மன்னர்கள் மீது வெற்றி:

ருத்ர மன்னனுக்கு, தொம்மராஜா, மேடராஜா மற்றும் மைலிகி என்ற மூன்று சிற்றரசர்கள், பகை மன்னர்களாக விளங்கினர். இவர்களில்

தொம்மராஜா என்பவன், கரிம் நகர் அருகிலுள்ள நாகநூறு என்ற நகரை தலைமையாகக் கொண்டு ஆட்சிபுரிந்தவன். இவ்வூரில் சமண மதம் சார்ந்த எச்சங்களும் பல கல்வெட்டுகளும் கிடைக்கப்பெற்றுள்ளன. இவை தொம்மராஜா மற்றும் அவனது படைத் தளபதிகளின் போர்பரணி பாடுகின்றன. இதே நாகநூறு கல்வெட்டு மேடராஜாவின் புதல்வன் ஜெகதேவாவின் போர் வெற்றியைக் குறிக்கிறது. இதன்மூலம், இவர்கள் இருவரும், முறையே இரண்டாம் மேடராஜா என்றும், இரண்டாம் ஜெகதேவா என்றும் அறியப்படுகின்றனர். இவர்களது பாட்டனார் முதலாம் மேடராஜா வெளியிட்ட கல்வெட்டு சாசனப்படி, இந்த இரண்டாம் மேடராஜா என்பவன் குண்டராஜாவின் மூத்த சகோதரன் என்று அறியலாம். கி.பி.1117இல் இரண்டாம் புரோலா வெளியிட்ட அனுமகொண்டா பத்மாக்ஷி கோயில் கல்வெட்டில் இக்குறிப்புகள் உள்ளன. தொம்மராஜா வெளியிட்ட நாகநூறு கல்வெட்டில் குறிப்பிட்டுள்ள ஜெகதேவா என்பவன், இரண்டாம் மேடாவின் மகனாக இருந்திருக்கலாம், ஏனெனில் முதலாம் மேடாவின் புதல்வன் முதலாம் ஜெகதேவா கி.பி. 1117இல் உயிருடன் இருந்ததாகக் கொள்ள இயலாது. இதற்கு ஆதாரம் பத்மாக்ஷி கோயில் கல்வெட்டுகளில், இரண்டாம் மேடராஜா இந்த கல்வெட்டு சாசனங்களை வழங்கி இருக்கிறான் என்பதே. எனவே முதலாம் ஜெகதேவா, புரோலா மன்னனுக்கு சமகாலத்தவன் அல்ல என்று உறுதியாக நம்பலாம். மேலே கூறப்பட்ட ஆய்வுகளை நோக்கும்போது, ருத்ராவுக்கு தொம்மராஜா பகை மன்னனாக இருந்திருக்க வேண்டும்.

அனுமகொண்ட கல்வெட்டுகள்படி பார்த்தால், இரண்டாம் மேடா என்பவன் புரோலாவிற்கு மற்றுமொரு பகை மன்னனாக இருந்துள்ளான். புரோலா, மேடாவை போரில் வெற்றிகண்டு, அவனது போலவாசா நாட்டை காகதிய நாட்டுடன் இணைத்துக் கொண்டான். மேடராஜா தனது மகளை ருத்ராவுக்கு மணம் செய்ய மறுத்ததால், ஏற்பட்ட போரில், புரோலாவிடம் நாட்டையும், மரியாதையையும் இழந்தான். புரோலாவின் எதிரிகளில் கடைசியாக வருபவன் மைலிகிதேவா எனப்படுபவன். இவனையும் முழுமையாக வென்று அவனது நாட்டையும் கைப்பற்றியவன் புரோலா மன்னன்.

தொம்மராஜாவை தோற்கடித்ததும், மேடாவை வெற்றி கொண்டதும், மைலிகையைப் புறங்காணச்செய்து போலவாச நாட்டை கைப்பற்றியதும், ருத்ராவினால் சமகாலத்தில் செய்து முடிக்கப்பட்டவையே. மைலிகையைப் பற்றி பேசும்போது, அதே பெயரில் இரண்டு இளவரசர்கள் இருந்ததைக் காண்கிறோம். ஒருவர் கலசூரிய பிஜ்ஜலா, மற்றவர் அவரது புதல்வர் குமார மைலிகி. சக்களகிரி கல்வெட்டின்படி, குமார மைலிகி என்பவன் தனது தந்தையுடன் கி.பி.1157இல் கூட்டாக ஆட்சிபுரிந்துள்ளான். எனவே மைலிகி

என்பவன் இவ்விருவரில் ஒருவனாக இருந்திருக்கலாம். சாளுக்கிய பேரரசுக்கு உரிமை கொண்டாடும் பொருட்டு பிஜ்ஜிலா என்பவன் மைலிகியின் தலைமையில் ருத்ராவை தோற்கடிக்க ஒரு பெரும் படையை அனுப்பி வைத்தான். ஏற்கனவே காகதியரிடம் பகைமை கொண்டதால், தொம்மராஜா, இரண்டாம் மேடராஜா, மற்றும் இவனது புதல்வன் ஜெக்கதேவா ஆகியோர் ஒன்றுபட்டு ருத்ராவுக்கு எதிராக போரிட்டனர். இது நடந்த காலம் கி.பி.1159ஆம் ஆண்டு. இவையெல்லாம் அனுமகொண்டா கல்வெட்டுகளிலும் கூட காணப்படுகின்றன. இப்போரில் தொம்மராஜா, ருத்ராவால் கொல்லப்பட்டான்; மேடராஜா காட்டுக்குள் தப்பி ஓடினான். தனது மகளை ருத்ராவுக்கு மணம் செய்ய மறுத்து, நாட்டையும் செல்வத்தையும் ஒருசேர இழந்தான்.

ஸ்ரீசைலத்தில் ஜெயஸ்தம்பம்:

இவ்வாறு தோல்வி கண்ட மைலிகி மன்னன் கல்யாண நாட்டிற்கு திரும்பினான். இதே சமயத்தில் பிஜ்ஜிலா நாட்டின் தலைநகரான கல்யாண நகரை கைப்பற்ற ருத்ரா மன்னன் முயற்சித்தான். ஆனால், கலச்சூரி படைகள், ருத்ராவின் இம்முயற்சியை தோற்கடித்தன. எனவே, பிஜ்ஜலா கல்வெட்டில் குறிப்பிட்டுள்ள தகவல்படி, ஆந்திர மன்னன் என்ற குறிப்புகள், தெலங்கானா மன்னனா ருத்ரதேவாவையே குறிக்கும். மேபாடு கல்வட்டுகள்படி கோகர்லா சோடா யுத்தம், பெலநாட்டி இரண்டாம் குலத்துங்க சோழனால், கர்நாடாக படைகளுக்கு எதிராக தொடுக்கப்பட்ட போராகும். போலவாசா கல்வெட்டுகளில் குறிப்பிட்டுள்ள தெலங்கானா பிரதேசமானது அக்காலத்தில் இருந்த ஆந்திர தேசத்தில் அடக்கம் என்று கொள்ளவேண்டும். எனவே போலவாசாவில் இருந்த கரிம் நகர் அப்போதைய ஆந்திர நாட்டில் இருந்தது. எனவே ருத்ராவின் படைகள் மேற்கு பகுதியில் இருந்த கர்நாடாகவின் கல்யாண நகர் வரை வெற்றி கொண்டன. இவ்வெற்றியின் மூலம் தெலங்கானாவின் எதிரியில்லா மன்னனாக ருத்ர மன்னன் திகழ்ந்தான். மேலும் போலவாசாவை கைப்பற்றியதன் மூலம் கோதாவரி வரை இவனது எல்லை நீண்டிருந்தது. இவனது தந்தை ஸ்ரீசைலத்தில் ஒரு ஜெயஸ்தம்பத்தை எழுப்பினான். ருத்ரதேவா, பீமசோடனை தோற்கடித்ததும், கந்தூரி நாட்டை காகதிய பேரரசுடன் இணைத்துக் கொண்டான். உதய சோடனின் மகளை மணம்புரிந்து, ஒரு குறுநிலப் பகுதியை ஆட்சிபுரிய அனுமதித்தான்.

தனக்கு போரில் உதவியதற்காக ஸ்ரீசைலத்தின் மேல் பகுதியை சரகு மன்னர்களுக்கு ஆட்சிபுரிய வழங்கனான்.

விரிவடையும் காகதிய பேரரசு:

தந்தையின் மரணத்திற்கு பிறகு, கடலோர ஆந்திர மன்னர்களின் நட்பை பெறும் பொருட்டு, தனது படைத் தளபதி இனங்கல பிரம்ம ரெட்டியை தூதுவிட்டான். பிஜ்ஜலாவை கைப்பற்றினாலும், அவர்கள் மீண்டெழுவார்கள் என்று யூகித்து பிற ஆந்திர மன்னர்களுக்கு நட்புக்கரம் நீட்டினான் ருத்ர மன்னன். தெலங்கானாவில் ஆட்சிபுரிந்த பல குறுநில மன்னர்களை தனக்கு கீழ்படிய செய்தாலும், என்றாவது ஒருநாள் அவர்கள் மீண்டும் தனக்கு சவால்விட்டால் எதிர்கொள்ள வேண்டுமல்லவா? ஆயினும் அனுமகொண்டா கல்வெட்டின்படி, ருத்ராவின் பேரரசு வங்காள விரிகுடா கிழக்கு கடற்கரை வரை பரந்து காணப்பட்டது என்பதை முழுமையாக ஏற்க இயலாது. ஏனெனில் இதே சமகாலத்தில் சந்தபோலு பிரதேசத்தை ஆண்ட வெலநாட்டி இரண்டாம் சந்திரசோடன், கிழக்கு ஆந்திர பகுதியை ஆண்டு வந்தான். ஆனால், சாளுக்கிய சோழ மன்னன் இரண்டாம் இராஜராஜன் தனது ஆட்சியின் இறுதி காலங்களில் மிகவும் பலம் குன்றியதால், ருத்ராவின் கை, கீழை ஆந்திராவில் மேலோங்கி நின்றது எனலாம். ருத்ராவின் அரசியல் வெற்றி இது என கூறலாம்.

மகா மண்டலேஸ்வரன்:

எனவே கி.பி. 1150 முதல் 1162 வரையான காலப்பகுதியில் ருத்ர மன்னன் தெலங்கானாவின் பேரரசனாக புகழ்பெற்று விளங்கினான் என்று அறுதியிட்டுச் சொல்லலாம். இதனாலேயே, இவனுக்கு மகாமண்டலேஸ்வரன், வினய விபூஷண மற்றும் பதிஹித சரித என்ற பட்டப் பெயர்களும் உண்டு. இதன்மூலம் கீழ்கண்ட செய்திகள் தெளிவாகின்றன.

1. இரண்டாம் புரோலாவைப் போலன்றி, ருத்ர மன்னன் சாளுக்கியரிடம் விசுவாசமாகவே இருந்தான்.
2. பல ஆண்டுகள் காத்திருந்த பின்பே, சுதந்திர மன்னனாக நிலைப்படுத்திக் கொண்டான்.
3. இரண்டாம் புரோலாவோ, ருத்ர மன்னனோ, சாளுக்கியரை தோற்கடிக்க நேரில் போரிட்டதில்லை.
4. இவனது வெற்றிகள் அனைத்துமே தெலங்கானாவில் நிகழ்த்தப்பட்டவையே, கல்வெட்டுகளில் குறிப்பிடப்பட்ட தைலப்பா என்பவன் குமார தைலப்பாதான்; மன்னன் மூன்றாம் தைலப்பா அல்ல.

கடலோர ஆந்திராவை வெற்றி கொள்ளல்

தெலங்கானா முழுவதையும் தன் வசப்படுத்திய பின், ருத்ராவின் கவனம் கடலோர ஆந்திராவின் மீது சென்றது. கி.பி.1162இல் வெலநாட்டி குலோத்துங்க இராஜேந்திர சோடன், தன் தந்தையின் மறைவிற்குப் பின்னர் பட்டம் சூட்டிக்கொண்டான். இரண்டாம் இராஜேந்திரன் உயிரோடிருந்த வரை, இந்த வெலநாட்டி மன்னர்கள் சாளுக்கிய சோழ மன்னர்களுக்கு அடங்கி நடந்தனர். ஆனால், அவனது மறைவுக்கு பின்னர் வெலநாட்டி மன்னன் இரண்டாம் குலோத்துங்க இராஜேந்திர சோடன், அப்போதைய சாளுக்கிய சோழ பேரரசனான இரண்டாம் இராஜாதிராஜனை எதிர்த்து, தெற்கில் தார்சி முதல் வடக்கில் சிம்மாசலம் வரை தானே அரசன் என்று பறையறிவித்துக் கொண்டான். எனவே ருத்ர மன்னனால் இவனை ஒன்றும் செய்ய இயலவில்லை. கி.பி.1181இல் இரண்டாம் இராஜேந்திர சோடன் மறைவுக்குப் பின்னர், ஏற்பட்ட சகோதர யுத்தத்தில், பலநாட்டி மன்னன் நலகாமாவுக்கு துணைபுரிய ருத்ரன் முன்வந்தான். தனக்கு கீழிருந்து பல்வேறு மண்டாலதிபதிகளை துணை கொண்டு, சோடா மன்னன் தொட்ட பீமாவை தோற்கடித்து தரணி சோட்டாவை கைப்பற்றிக் கொண்டான். ஆனால், போரின் முடிவில் ஏற்பட்ட ஒப்பந்தத்தின் அடிப்படையில் தொட்ட பீமாவின் மகன் இரண்டாம் கோட்டாவை அங்கீகரித்து, அவனது நாட்டை அவனுக்கு திருப்பியளித்தான். இரண்டாம் கோட்டாவின் துணை கொண்டு, வெலநாட்டி மன்னர்கள் மீது போரிட்டு, கொம்டபடமடி குறுநில மன்னர்களை தோற்கடித்து அப்பிரதேசங்களை கைப்பற்றினான். கி.பி.1185இல் வெளியிடப்பட்ட திருப்புரந்தக கல்வெட்டுகள்படி, கிருஷ்ணா நதிக்கரையில் அமைந்த கொண்டபல்லி நாட்டில் உள்ள ரேவூரு என்ற கிராமத்தை திருப்புரந்தக மாகதேவா என்ற சிவாலாயத்திற்கு மானியமாக அளித்தான்.

கடலோர ஆந்திர தேசத்தை வெற்றி கொண்டபின், ருத்ர மன்னன், முடிகொண்ட சாளுக்கிய மன்னர்களான, குசுமாதித்யா மற்றும் அவனது சகோதரன் நாகாதிராஜா மீது போர் தொடுத்தான். ஆயினும் அங்கு ஏற்பட்ட பெரும் கொந்தளிப்பு காரணமாக, ருத்ரா பக்கத்து நாடுகளில் 12 ஆண்டுகள் மறைவாக இருக்க வேண்டியதாயிற்று. ருத்ராவின் ஆட்சி முடிவுற்றதும் இவ்விரு மன்னர்களும் மீண்டும் தம் நாட்டிற்கு திரும்பினர்.

புதிய தலைநகரம் - வரங்கல்

பரந்து விரிந்த தனது பேரரசின் குடிமக்கள் மற்றும் படைகளின் தேவையை கருத்தில் கொண்டு, அனுமகொண்ட அருகே ஓருகல்லுவில் தனது புதிய தலைநகரை கட்டமைக்க, ருத்ரா முடிவு செய்தான். இது சமஸ்கிருத மொழியில் ஏகசிலா நகரம் என்றும், தெலுங்கில் ஒண்டி

கொண்ட என்றும் அழைக்கப்பட்டது. கோட்டைக்கு வெளியே, புதிய கோட்டைக்கும் பழைய கோட்டைக்கும் நடுவில் வரங்கல் என்ற புதிய நகரம் உருவானது. இப்புதிய நகரத்தில் தனது மக்களை குடியமர்த்தி, நகரை விரிவுபடுத்தினான்.

கடலோர ஆந்திர தேசத்தை கைப்பற்ற அவனுக்கு பேருதவியாக இருந்தவர்கள், அவனது தளபதிகளான செரகு, மல்யாலா மற்றும், ரேசர்லா குடும்பத்தினர் ஆவர். அவனது தந்தையின் இறப்புக்குக் காரணமாயிருந்த வெலநாட்டு தேசத்தை கைப்பற்றியது, அவனது வெற்றிகளில் ஒரு மகுடம் என்றே குறிப்பிடலாம். காகதிய பேரரசை நிறுவவும், விரிவுபடுத்தவும் மிக முக்கிய பங்காற்றியவர்கள் அவனது படைத்தளபதிகளும் அமைச்சர்களும் என்பது இங்கு நோக்கத்தக்கது. கலைகளையும் இலக்கியத்தையும் போற்றிப் பாதுகாத்தவன் ருத்ர மன்னன். ஓருகல்லு கோட்டையை கட்டியது மட்டுமின்றி, வரங்கல்லில் உள்ள ஆயிரங்கால் மண்டபத்தையும் கட்டியதும் இவனே.

அமைச்சர்களும் தளபதிகளும்

ருத்ராவின் அமைச்சர்களில் மிக முக்கியமானவர் வெல்லகி குடும்பத்தைச் சார்ந்த கங்காதர் என்பவர். கி.பி. 1170இல் வெளியிடப்பட்ட கரிம் நகர் கல்வெட்டு சாசனப்படி, இவரது திறமையையும் நற்பண்புகளையும் மெச்சி, இரண்டாம் புரோலா மன்னன், அனுமகொண்ட நகரை நிர்வகிக்கும் பொறுப்பை இவருக்கு அளித்தான். இதேபோல மேடராஜாவுடன் ஏற்பட்ட போரில் வெற்றி கொண்டதும், போலவாசா மற்றும் நாகநூறு தேசங்களை கைப்பற்றியதும், அமைச்சர் கங்காதரின் வெற்றிச் செயல்களே என்பதை ருத்ர மன்னன் கண்டு கொண்டு அவரை சிறப்பித்தான். இதன்படியும் கங்காதரனை சப்பிநாட்டிற்கு ஆளுநராக்கி, அவனுக்கு வெண்ணிற பல்லக்கையும், தங்க நகைகளையும் விலையுயர்ந்த ஆபரணங்களையும் அணிவித்து, மண்டலாதிபதி என்று பட்டம் சூட்டினான். அமைச்சர் கங்காதர், தமது காலத்தில், இறைவன் பிரசன்ன கேசவனுக்கு அனுமகொண்டாவில் ஒரு கோயில் கட்டினார். மேலும் நாகநூறு, சிம்வர்த்த கேசவரா மற்றும் இடும்பாசாலா ஆகிய இடங்களிலும் கோயில்கள் கட்டி இறைபுகழ் பாடினார். ஹரியின் அவதாரம் என்று கூறிக்கொண்ட இவர் பாட்டசாலாவில் புத்தருக்கு விக்கிரகம் எழுப்பினார்.

தக்ஷராமா கல்வெட்டு சாசனத்தில், இனம்காலா பிரம்மிரெட்டி என்ற அமைச்சரைப் பற்றியும் குறிப்புள்ளது. கங்காதரைப் போல இவரும் இரண்டாம் புரோலாவிடமும், ருத்ராவிடமும் பணிபுரிந்தவர். சிவயோக சாரா என்ற சைவ சித்தாந்த நூலில், ருத்ர மன்னனிடம் பணியாற்றிய இரு அமைச்சர்கள் பற்றி குறிப்புள்ளது. நாகநூறு இந்துலூரி குடும்பத்தைச்

சார்ந்த பெத்த மல்லனன், பெத்த சம்ப்ரித்தி என்ற பெயருடன் தலைமை கணக்காளராகவும் இருந்து சிறப்புடன் சேவை செய்தான்.

ருத்ராவின் படைத் தளபதிகளில் மிக முக்கியமானவர், செருக்கு குடும்பத்தைச் சார்ந்த, காட்டா மற்றும் அவரது சகோதரர்கள், இச்சகோதரர்கள், மன்னனுக்கு போரில் பேருதவி புரிந்து சோடா மன்னர்களிடமிருந்து கந்தூரி நாட்டைக் கைப்பற்றினர். இப்போருக்குப் பின்னர் இவர்கள் காகதிய பேரரசில் மிக முக்கிய படைத்தளபதிகளாக திகழ்ந்தனர். மல்யால கோடா என்னும் பெயர்கொண்ட தளபதி, கோட்டா நாட்டைக் கைப்பற்றி காகதிய பேரரசுடன் இணைத்ததாலே, கோட்டா, கெல்பாட்டா மற்றும் இராய கருடா என்ற பட்டப் பெயர் பெற்றனர்.

மகாதேவா

(கி.பி. 1195-1198, 99)

ருத்ராவிற்கு புதல்வர்கள் இல்லை; எனவே அவனது இளைய சகோதரன் மகாதேவா பட்டத்திற்கு வந்தான். பிரதாபருத்ர தேவாவின் தாமிர பட்டயத்தின்படி பார்த்தால், கணபதி தேவா வளர்இளம் பருவத்தில் இருந்ததால், அவன் உரிய பருவம் எட்டும்வரை, அவனது மூத்தவன் மகாதேவா பட்டத்திற்கு வந்திருக்கலாம் என்று அறிய முடிகிறது. மகாதேவா காலத்தில் நிகழ்ந்த ஒரு முக்கிய போர் அவன் செவுனா நாட்டின் மீது படையெடுத்ததுதான். கம்தவல்லி கல்வெட்டுகளில் கூறப்பட்டுள்ளது போல, அந்நாட்டை சூறையாடிய பின்பு, இரு கோயில் யானைகளின் மீது படுத்துறங்கினான். இக்காட்சியானது, வெற்றி தேவதையின் இரு கொங்கைகளின் மீது, இரத்தம் பூசிய சிவப்புச் சந்தனம் போன்று காட்சி அளித்தது. செவுனா மன்னர்கள் மகாதேவாவை வெற்றிகொண்ட நிகழ்வுகளை கி.பி.1249-50இல் கல்வெட்டுகளில் பதிவு செய்தனர். இராமச்சந்திரா வெளியிட்ட பைத்தான் கல்வெட்டு சாசனத்தின்படி, ஜெயித்ரபாலா என்பவன் திரிலிங்க (தெலங்கானா) நாட்டு மன்னனை போரில் வதம் செய்து, சிறைபட்ட கணபதி தேவாவை மீட்டு மீண்டும் அரியணையில் அமரச் செய்தான். பிதாப ருத்ர சரிதம் மற்றும் சோமதேவராஜிய காவியங்கள்படி கண்ணுற்றால், முதலாம் ஜெய்துகா ஆட்சியின் காலத்தில் (கி.பி. 1192-1200) மகாதேவா, யாதவ நாட்டின் மீது போர் தொடுத்தான் என்பது புலனாகிறது. இந்தப் போரில்தான் இவன் தோல்வியுற்று, யானை மீது துஞ்சினான் என்று நாம் மேலே பார்த்தோம். மகாதேவா எதற்காக யாதவ நாட்டின் மீது படையெடுத்தான் என்ற விவரங்கள் காணக்கிடைக்கவில்லை. போரில் மகாதேவா தோல்வியுற்றாலும், யாதவ மன்னன் இவன்மீது கருணை கூர்ந்தான் என்பது தெளிவு.

மகாதேவாவின் பட்டத்தரசியின் பெயர் பய்ய மாம்பா. இவருக்கு கணபதி தேவா என்ற மகனும் இரு மகள்களும் பிறந்தனர். இவர்களில் மூத்தவளான மைலாம்பாவை, நடவாடி குடும்பத்தைச் சார்ந்த தளபதி ருத்ராவுக்கு மணம் செய்விக்கப்பட்டாள். இவர் மகாதேவாவுக்கு உறவினர். இளையவளான குந்தமாம்பாவை, நடவாடி புத்தா என்பவரின் மகன் ருத்ராவிற்கு (அதே பெயர் ஆனால் வேறு ஒருவர்) மணம் செய்விக்கப்பட்டாள். துருவேஸ்வர பண்டிதர் என்பவர் மகாதேவாவுக்கு அரசியல் குருவாக இருந்து சைவ தீக்ஷயை வழங்கியவர்.

கணபதி தேவா

(கி.பி. 1199 - 1262)

ரேசெர்ல ருத்ரா கிபி 1213இல் வெளியிட்ட பாலம்பேட் கல்வெட்டு சாசனப்படி, ருத்ராவின் மரணத்திற்குப் பிறகு, இராஜ குடும்பத்தைச் சார்ந்த பிரபுக்களும், பக்கத்து நாடுகளைச் சார்ந்த பகை மன்னர்களும் ஒன்றிணைந்து, மகாதேவாவிற்கு முடி சூட்டுவதை எதிர்த்தனர். இவர்களில் ஒருவனான நாகாதி ராஜாவை, காகதிய தளபதி ஒருவன் விரட்டியடித்தான். முடிகொண்ட சாளுக்கிய வம்சத்தைச் சார்ந்த, பொட்டு குசுமாதித்யா என்பவனின் இளைய சகோதரனே இந்த நாகாதி ராஜா என்பவன். மேற்கூறப்பட்ட நிகழ்வு கி.பி.1213இல் நடந்திருக்கலாம் என்பது கல்வெட்டுகள்படி உறுதியாகிறது. இச்சகோதரர்கள் இருவரும் கோதாவரி பகுதியிலிருந்து விசுருநாட்டை ஆண்டு வந்தனர். இது கம்மம் தொடங்கி வரங்கல் வரை நீண்டிருந்தது. காகதி ருத்ர தனது ஆட்சியின் இறுதி நாட்களில், இவ்விரு சகோதரர்களை அவர்தம் நாட்டிலிருந்து விரட்டியதால், இவர்கள் பக்கத்து நாடுகளில் அடைக்கலம் புகுந்தனர். எனவே ருத்ராவின் மறைவுக்குப்பின்னர் இவ்விருவரும் தமது நாட்டை மீட்கும் முயற்சியில் ஈடுபட்டனர். ரேசெர்ல ருத்ராவின் வெற்றியானது மகாதேவாவின் இறுதிக் காலத்திலோ அல்லது அவரது மறைவுக்குப் பின்னரோ நடைபெற்றிருக்கக் கூடும். ஒருசில அறிஞர்கள், மூன்றாம் குலோத்துங்க சோழன் காகதிய நாட்டின் மீது படையெடுத்திருக்கலாம் என்று நம்புகின்றனர். இதுபோக கடலோர ஆந்திர தேசத்தைச் சேர்ந்த மண்டலாதிபதிகளும் காகதியருக்கு எதிராக கலகம் செய்தனர். இதேபோல கோட்டா பகுதி குறுநில மன்னர்களும், இக்குழப்ப நிலைமையை சாதகமாகக் கொண்டு, காகதிய பேரரசிடமிருந்து விடுதலை வேண்டி போரிட்டனர். ஆனால் கணபதி தேவா தனது சாமர்த்தியத்தால் குழப்பம் விளைவித்தோரையும் கலகம் செய்தோரையும் அடக்கி ஒடுக்கினார்.

யாதவருடன் போர்:

கணபதி தேவா இளவரசனாக இருந்தபோது, யாதவ மன்னன் ஜெய்துகியால் கைது செய்யப்பட காரணமாக இருந்தவர்கள், அவரது தந்தையுடன் கூட பிறந்தவர்களே. இவரது முதல் கல்வெட்டு சாசனம் கி.பி.1199, டிசம்பர் 26ஆம் தேதி வெளியிடப்பட்டது. இதில் இவரது பட்டப் பெயர் "சகல தேச பிரதிஷ்ர பனாச்சாரியா" என்பதாகும். இதிலிருந்து தெரிவது யாதெனில், இந்த ஆண்டில் அவர், யாதவா மன்னர்களால் விடுதலை செய்யப்பட்டிருக்கலாம் என்பதே. மேலும் இவரது பேரரசில் ஒருபகுதி மகாதேவா காலத்தில் பகை மன்னர்கள் கைவசம் சென்றிருக்கலாம். ரேசெர்லா ருத்ரா மட்டும் இல்லையென்றால், காகதிய பேரரசு சிதைந்திருக்கக்கூடும். இராமகிருஷ்ணாபுரம் கல்வெட்டில்கூட ருத்ர சேனானி, கணபதி தேவாவை அரியணையில் அமர்த்தியது பற்றி குறிப்பிடப்பட்டுள்ளது. ஆனால், பிரதாப சரித்திரத்தில் குறிப்பிட்டுள்ளது போல, யாதவ மன்னன், தனது மகளை கணபதி தேவாவுக்கு மணம் செய்வித்தான் என்றும் அதற்கு காரணமாயிருந்தவர் மகாதேவா என்பதும், நம்பும்படி இல்லை. ஏனெனில் கணபதி தேவா மற்றும் அவரின் சகோதரியின் திருமணங்கள், மகாதேவா தேவகிரியின் மீது படையெடுத்த காலத்தில் நடைபெற்றன என்று பையாரம் சாசனங்கள் சான்றுபகர்கின்றன. ஏனெனில் இந்த யாதவ நாட்டு படையெடுப்பின் போது தான் மகாதேவா உயிர் நீத்தார் என்பதே சரி.

கடலோர ஆந்திராவின் மீது படையெடுப்பு

தலைநகரில் தன் அதிகாரத்தை நிலை நாட்டியபின்பு, கணபதி தேவாவின் கவனம் கடலோ ஆந்திரதேசத்தின்மீது சென்றது. வெலநாட்டி மன்னன் பிரத்தீஸ்வரன் தற்காலிகமாக தனது தலைநகரை சந்தவோலு நகரிலிருந்து, பீதாபுரத்திற்கு மாற்றி கிருஷ்ணா பகுதியில் தனது ஆட்சியை நிலைநிறுத்த முற்பட்டான். இந்த சமயத்தில்தான் கணபதி தேவா தனது பேரரசை விஸ்தரிக்க முடிவு செய்தார். தரணி கோட்டாவின், கோட்டா மன்னர்கள் இவருக்கு உதவி செய்தனர். மல்யால சௌம்தா என்பவன் காகதிய படைகளுக்கு தலைமை தாங்கி கிருஷ்ணா பிரதேசத்திற்கு விரைந்தான். வெலநாட்டி பிரத்தீஸ்வரனுக்கு விசுவாசமாக இருந்த, பின்னசோடி என்பவன் இந்த கிருஷ்ணா பகுதியை ஆண்டு வந்தான். கடுமையாக நடைபெற்ற இப்போரில் காகதிய படைகள் வெற்றி பெற்று கிருஷ்ணா நதிதீரத்தை கைப்பற்றின. சௌம்தா என்ற இத்தளபதி கிருஷ்ண நதி தீரத்திற்குட்பட்ட அனைத்து ஊர்களிலும் கொள்ளையடித்து விலையுர்ந்த வைரங்களை கைப்பற்றி கணபதி தேவாவின் கருவூலத்தில் சேர்த்தான். இவனது வெற்றியை மெச்சி இவனுக்கு "தூவி சூரகாரா" என்ற பட்டத்தை கணபதி தேவா வழங்கினார். ஆயினும் கைப்பற்றிய

பிரதேசத்தை தன்னுடைய நாட்டுடன் இணைக்காமல், சுயேட்சையாக ஆள்வதற்கு அனுமதித்தார். பின்னசோடியின் புதல்வன் ஜெயபாவின் போர்த் திறமைகளை கேள்வியுற்று, அவனை தனது படையில் சேர்த்து, யானைப் படைகளுக்கு அதிபதியாக கணபதி தேவா நியமித்தார். மேலும் தனது பேரராசை வலு செய்யும் பொருட்டு, ஜெயபாவின் சகோதரிகள் நாராம்பா, பேராம்பாவை மணம் செய்துகொண்டார்.

வெலநாட்டு வெற்றி:

திவி மற்றும் வெலநாட்டு வெற்றிகளுக்குப் பின்னர், பிரத்தீஸ்வரனுக்கு என்ன ஆயிற்று என்பது புலப்படவில்லை. தக்ஷராமா கல்வெட்டுகள்படி, இவனது அதிகாரம் ஒரு குறுகிய வட்டத்துக்குள் நின்றுவிட்டது என்றே கொள்ளலாம். ஆயினும் தான் இழந்த பகுதிகளை மீட்பதற்காக, காகதிய பேரரசுக்குட்பட்ட இதர குறுநில மன்னர்களை தாக்க முற்பட்டான். ஆயினும் கணபதி தேவா இதனை அனுமதிக்கவில்லை. இதர சிற்றரசர்களான திக்கபூபாலன், நெல்லூர் சோழன் மற்றும் கம்ம நாட்டைச் சேர்ந்த மகாமண்டலேஸ்வரன் பல்லைய்யா ஆகியோரின் துணையுடன், பெரும் போரிட்டு, வெலநாட்டு மன்னனை போரில் வதம் செய்தான். இந்நிகழ்வுகள் யாவும் கி.பி. 1206இல் வெளியிடப்பட்ட ஸ்ரீகாகுளம் கல்வெட்டு சாசனங்களில் பொறிக்கப்பட்டுள்ளன. இந்த வெற்றிக்குப் பின்னர், ஜெய சேனாபதி என்பவரை வெலநாட்டிற்கு ஆளுநராக கணபதி தேவா நியமித்தார். பாபட்லா தாலுக்கா, இருபுலபாடு என்ற ஊரில் உள்ள சென்ன கேசவ பெருமாள் கோவிலில் கிடைத்த கல்வெட்டுகளே கணபதி தேவாவின் வெற்றியை குறிப்பிடும் முதன்மையான சாசனங்கள் எனலாம். வெலநாடு மற்றும் கருமராஷ்ட்ரா பகுதிகளை தனது நாட்டுடன் இணைத்து காகதிய பேரரசை கணபதி தேவா உருவாக்கினார் என்பது திண்ணம்.

தக்ஷண படையெடுப்பு:

தக்ஷண படையெடுப்பு வெற்றிகரமாக முடித்து திரும்பி வந்த கணபதி தேவா, அப்பிரதேசத்தை ஆளும் பொறுப்பை ஜெயபாவிடம் ஒப்படைத்தார். கணபதி தேவா ஏன் தக்காணபூமி மீது படையெடுத்தார் என்பதை எளிதாக புரிந்துகொள்ளலாம். மூன்றாம் குலோத்துங்க சோழன், நெல்லுரை ஆண்ட, தெலுங்கு சோழ மன்னன் முதலாம் மனுமசித்தியை விரட்டி விட்டு, அவனது சகோதரன் தம்முசித்தியை பதவியில் அமர்த்தினான். இவன் நெல்லுரை கி.பி.1207-08 வரை ஆட்சி புரிந்தான். ஆனால் மனுமசித்தியின் மகன் திக்கபூபாலன், தான்தான் உண்மையான வாரிசு என்று கூறி, கணபதி தேவாவின் உதவியை கோரினான். அதற்கிணங்க கணபதி தேவா நெல்லூர் மீது

படையெடுத்து, தம்முசித்தியை தோற்கடித்து, திக்கபூபாலனை மீண்டும் அரியணையில் அமர்த்தினார். இப்போரில் சோழர் தலைநகரான காஞ்சி வரை படையெடுத்து, அங்கே கொள்ளையடித்ததாக, கி.பி.1128இல் வெளியிடப்பட்ட செப்ரோலு கல்வெட்டு சாசனங்களும், மட்டேவாடா சாசனங்களும் சான்று பகர்கின்றன. கணபதி தேவா கண்ட சோழநாட்டு வெற்றியை கி.பி.1231இல் வெளியிடப்பட்ட கணபேஸ்வரம் சாசனங்களும் அறுதியிட்டு கூறுகின்றன.

கலிங்கத்தின் மீது போர்

பிரித்வீஸ்வரன் தனது வெலநாட்டை இழந்தபின்னர் கோதாவரிக்கு வடக்கே புலம்பெயர்ந்து ஆங்காங்கே பல கோட்டைகளை கட்டி அவற்றுக்கு பொறுப்பாக பல கோட்டைத் தளபதிகளை நியமித்தான். கிருஷ்ணா நதிதீரத்தில் நடந்த யுத்தத்தில் இவன் மாண்டுவிட்டதால், கலிங்க பகுதியில் தான் நிச்சயமாக கோலூன்ற வேண்டும் என்று கணபதி தேவா நினைத்தார். எனவே இந்துலூரி குடும்பத்தைச் சார்ந்த சோம மந்திரியையும், ரேசர்லா ருத்ராவின் தளபதி ராஜநாயகாவையும், கலிங்கத்தின் மீது போர்தொடுக்க ஆணையிட்டார். கி.பி. 1236இல் வெளியிடப்பட்ட உப்பரபல்லி கல்வெட்டு சாசனங்களின்படி, பொக்கேராவாவை கைப்பற்றி, கோதுமதி என்பவனை கொன்றதோடு மட்டுமின்றி, உதயகிரி கோட்டையையும் கைப்பற்றி பாடிராயா என்பவனையும் விரட்டிவிட்டார். பொக்கேரா என்பது தற்போதுள்ள கஞ்சம் மாவட்டத்தில் உள்ள அஸ்கா என்னும் ஊராகும். ஆனால் இந்த கோதுமதி என்பவன் யாரென்று தெரியவில்லை. ஜெயப சேனானி வெளியிட்ட கணபேஸ்வரம் கல்வெட்டுகளில்கூட, இந்த கோதுமதி கொல்லப்பட்டது குறிப்பிடப்பட்டுள்ளது. ஜெயபாவின் முதல் வெற்றியாகையால், இந்நிகழ்வு கி.பி.1213இல் நடைபெற்றிருக்கலாம். உதயகிரி கோட்டை, ராஜநாயக்காவால் கைப்பற்றப்பட்டிருக்கலாம். பாடிராயா என்பது யாரென்று தெரியவில்லை. இம்மாபெரும் வெற்றிகளை பெற்ற பின்பு, காகதிய தளபதி, தக்ஷராமாவில் பீமேஸ்வரன் திருக்கோயிலுக்கு அணையா விளக்கை கொடையாக வழங்கினான். 15ஆம் நூற்றாண்டில் கோலனி கணபதி என்பவர் வெளியிட்ட நூலின்படி, இவரது மூதாதையரான சோமமந்திரி என்பவர், கோதாவரி கடந்து கலிங்கத்தின் மீது படையெடுத்து இரண்டு மண்டலங்களையும் பன்னிரண்டு கோட்டைகளையும் கைப்பற்றினார். இதன்படி பார்த்தால், காகதிய படைகள், கலிங்கத்திலுள்ள கஞ்சம் மாவட்டம், அஸ்கா என்னும் ஊர் வரை வெற்றி கொண்டனர் என்று அறியலாம். ஆனால் அதன் பின்னர் வந்த கலிங்க மன்னன் மூன்றாம் இராஜராஜனின் மகன் மூன்றாம் அனங்க பீமன், கி.பி.1211இல் மீண்டும் தனது பிரதேசங்களை கைப்பற்றிக் கொண்டான். இவனது ஆட்சி தக்ஷராமா வரை பரந்து

விரிந்திருந்தது. இந்நிகழ்வு பீமேஸ்வரா கோயில் கல்வெட்டுகளில் (கி.பி.1217-18) காணப்படுகிறது. இப்போரில் காகதிய படைகள் பெரும் தோல்வியை சந்தித்தன; இப்படையெடுப்பால் காகதியருக்கு எந்த இலாபமும் இல்லை. இப்போரின் விளைவால், கலிங்க மன்னன் மூன்றாம் அனங்கபீமன் தனது எல்லையை கோதாவரிக்கு தெற்கே, வேங்கி நாடு வரை விரிவடையச் செய்தான்.

கொலனுவை வெற்றி கொள்ளல்

கொலனு பிரதேசத்தை, மேற்கு கோதாவரி மாவட்டத்தில் உள்ள கொலனு (அ) சரசிபுரி என்னும் ஊரை தலை நகராகக் கொண்டு, கொலனு மன்னர்கள் ஆண்டனர். கி.பி. 1192 முதல் 1228 வரை, மகாமண்டலேஸ்வரன், கொலனி கேசவதேவா ஆண்டு வந்தார். இவரது ஆட்சிக்காலம் முழுவதும், சுதந்திர மன்னனாக ஆட்சி செய்ய இவருக்கு உறுதுணையாக இருந்தவன் அனியங்க பீமன் என்ற கலிங்க மன்னன். கி.பி. 1230 மற்றும் 1233-இல் வெளியிடப்பட்ட தக்ஷராமா கல்வெட்டுச் சாசனங்கள், கோதவரிக்கு வடபகுதியில் இவரது ஆட்சி நீடித்தமைக்கு சான்றாக திகழ்கின்றன. இவற்றின் கூற்றுப்படி பார்த்தால், கங்க மன்னன் தளபதியான ஜஸ்ராஜகா என்பவன் வேங்கி நாட்டைக் கைப்பற்றி ஆட்சி செய்தான். இவன் நேரிடையாக வேங்கியை கைப்பற்றினானா அல்லது கொலனு மன்னர்களுக்கு போர் உதவி செய்தானா என்பது சரியாகத் தெரியவில்லை. கி.பி.1240க்கு முன்னால் காகதியர்கள் வேங்கி நாட்டின்மீது படையெடுப்பு நடத்தினார்களா என்பதும் விளங்கவில்லை. கணபேஸ்வரம், உப்பரபல்லி மற்றும் மோட்டுபல்லி கல்வெட்டுச் சாசனங்கள், கி.பி.1212இல் கணபதி தேவா, கலிங்கம், வேங்கி நாடுகளின் மீதான படையெடுப்பை குறிக்கின்றனவேயன்றி, இப்போர்களால் ஏதாவது ஆதாயம் கிடைத்ததா என்பதற்கு ஆதாரங்கள் இல்லை. கி.பி.1240இல் இந்துலூரி சோம மந்திரி கொலனு நாட்டை கைப்பற்றினார் என்பதும் இந்த வெற்றியும் கொலனு கேசவ தேவனின் மரணத்திற்கு பின்பே ஏற்பட்டது என்பதும் உறுதி. மேற்கண்ட நிகழ்வு, மல்லால ஹேமாத்ரி ரெட்டி கி.பி. 1257இல் வெளியிட்ட கல்வெட்டிலும் பொறிக்கப்பட்டுள்ளது. அரசியல் ரீதியாக வலிமை கொள்ளும் பொருட்டு, தனது மகளான ருத்ரமாதேவியை சாளுக்கிய இளவரசனான வீரபத்ராவுக்கு திருமணம் செய்வித்து, சாளுக்கியர்களின் ஆதரவைப் பெற்றார் கணபதி தேவா. வேங்கியை வெற்றி கொண்டதாலேயே, கொலனு பிரதேசத்திற்கு ஆளுநராக நியமிக்கப்பட்டார், சோம மந்திரி. இதுமுதல் இவர் கோலனி சோமா என்றழைக்கப்பட்டார். காகதியரின் கலிங்க படையெடுப்பு, தெலுங்கு சோழன், இரண்டாம் மனுமசித்தி கி.பி.1257இல் வெளியிட்ட நந்தலூரு கல்வெட்டில் குறிப்பிடப்பட்டுள்ளது. கங்க மன்னன்,

முதலாம் நரசிம்ம தேவனின் ஆக்கிரமிப்பை தடுக்கவே, இப்படைஎடுப்பு பிற்காலத்தில் நிகழ்ந்திருக்கலாம்.

மீண்டும் தக்ஷண படையெடுப்பு

நெல்லூர் சோழன் திக்க பூபாலன் கி.பி. 1248இல் மறைந்தபின் அங்கு உள்நாட்டு குழப்பம் நிலவியதால், மீண்டும் கணபதி தேவா தலையிட வேண்டியதாயிற்று. விசுயகம்ட கோபாலன் என்பவன் தெலுங்கு சோழ நாட்டிற்கு அரசுரிமை கோரி, நெல்லூருக்கு தெற்கேயுள்ள செங்கற்பட்டு, வடஆற்காடு பகுதிகளை கைப்பற்றினான். நெல்லூரின் வடக்குப் பிரதேசங்களான, நெல்லூர் மற்றும் கடப்பா பகுதிகளில் மட்டும் திக்காவின் மகனான இரண்டாம் மனுமசித்தியின் கைவசம் வந்தன. விஜயகம்டா கோபாலன், திராவிட மற்றும் கர்நாடாக மன்னர்களின் ஆதரவைப் பெற்றான். பைய்யன்னாவும் திக்கன்னாவும் ஒன்று சேர்ந்து, மனும சித்தியை நெல்லூரிலிருந்து விரட்டிவிட்டார்கள். இது போதாதென்று, மனும சித்தியின் தளபதி கங்கசாகினியை தோற்கடித்த வைதும்ப மன்னனான திக்கரசன், கடப்பாவை கைப்பற்றினான். தனது ஆட்சிப் பகுதிகளையெல்லாம் இழந்த மனுமசித்தி, கணபதி தேவாவின் உதவியை நாடினான். ஆந்திரா மகாபாரதத்தை எழுதிய திக்கன்ன என்ற தெலுங்கு கவியை, கணபதி தேவாவின் அரசவைக்கு தூதுவராக அனுப்பினான் மனுமசித்தி. நிலைமையை கேள்விப்பட்ட மகாகணபதிதேவா, மாபெரும் சைன்யத்தை சமந்த போஜா என்கிற தளபதியின் தலைமையில் தெற்கு நோக்கி அனுப்பி வைத்தார். காகதிய படைகள் நெல்லுரை தரை மட்டமாக்கியதோடு மட்டுமின்றி, பைய்யன்னா, திக்கன்னாவின் தலைகளை கொய்து தொங்கவிட்டான். மேலும் தெற்கே காஞ்சி வரை சென்று குலோத்துங்க சோழன் மூன்றாம் ராஜேந்திரனின் தலைநகரை கைப்பற்றினான்.

சமந்த போஜன், தஞ்சாவூரில் உள்ள பழையாறையில், திராவிட, கர்நாடாக, மற்றும் விஜயகம்ப கோபாலனின் படைகளை எதிர்த்து போரிட்டு காஞ்சியை கி.பி.1250இல் கைப்பற்றினான். ஆனால், கோபாவில் 1282இல் வெளியிடப்பட்ட கல்வெட்டுகள், அவன் காஞ்சியில் தோற்றாலும், நெல்லூரில் மீண்டும் ஆட்சியை கைப்பற்றினார் என்று கூறுகின்றன. அதன் பின்னர், காகதிய படைகள், ஏக்காச கங்கா என்பவன் மீது போர்தொடுத்து அவனிடமிருந்து பொட்டிப நாட்டை கைப்பற்றி, மீண்டும் தெலுங்கு சோழ மன்னருக்கே வழங்கினான். கங்கய சாகினியின் போர்த் திறமையை மெச்சி, 72 நியோகங்களுக்கான (மண்டலங்கள்) அதிபதியாக, கணபதி தேவா நியமித்தார். இந்நிகழ்வுகள் யாவும் கி.பி.1250இல் வெளியிடப்பட்ட திரிபுரந்தகம் கல்வெட்டுகளில் குறிப்பிடப்பட்டுள்ளன. வைதும்பர் மன்னனான ராக்கச கங்காவிடம்

கைப்பற்றிய மர்ஜவாடி பகுதியை ஒரு குடும்ப சொத்தாக கங்கய சாகினிக்கு கணபதி தேவா வழங்கினார். இவ்வெற்றிக்கெல்லாம் காரணம் இரண்டாம் மனுமசித்தியே என்று பெருங்கவி திக்கன்னா கூறினாலும், காகதிய படைகளின் பங்கு மிகவும் குறிப்பிடத்தக்கது.

செவுனர்களுடன் ஏற்பட்ட உறவுகள்

கணபதி தேவாவின் 60 ஆண்டு கால ஆட்சி முழுமைக்கும் செவுனர்களுடன் நல்லுறவு பேணப்பட்டது. செவுனா இளவரசனுக்கு அடைக்கலம் கொடுத்து தனது படையில் முக்கிய பொறுப்பை வழங்கினார். கி.பி.1159இல் வெளியிடப்பட்ட நல்கொண்டா கல்வெட்டு சாசனப்படி கணபதி தேவா பிராமணர்களுக்கு நிலமானியம் வழங்கப்பட்டதாக தெரிகிறது. கணபதி தேவாவின் பாண்டியர் மீதான படையெடுப்பில் ஆரியர்களும், யாதவர்களும் முக்கிய பங்காற்றினர்.

பாண்டியர் படையெடுப்பு

கணபதி தேவாவின் நண்பனும் உற்ற தோழனுமான நெல்லூர் சோழன் மனுமசித்திக்கு, கி.பி. 1257இல் பாண்டிய மன்னன் முதலாம் ஜடாவர்மன் சுந்தர பாண்டியனால் பெரும் நெருக்கடி ஏற்பட்டது. வேங்கி மன்னன் மூன்றாம் ராஜேந்திரன் மற்றும் அவனது கூட்டாளி காஞ்சி விஜயகம்ட கோபாலனை தோற்கடிக்கும் பொருட்டு நெல்லூர் மீது படையெடுத்தான் பாண்டியன். முதல் தாக்குதலே, கோபாலன் மீதும் அவனது தோழனான கடவ மன்னன் கோப்பெருஞ்சிங்கன் மீதும் நிகழ்த்தப்பட்டது. இவ்விருவரும் போரில் சரணாகதி அடைந்தது மட்டுமின்றி, போர் தொடுத்த பாண்டியனோடு உடன்பட்டு, நெல்லூரை தாக்க முற்பட்டனர். இதனால் அச்சம் கொண்ட மனுமசித்தி, மகாதேவாவுக்கும், செவுனர்களுக்கும் உதவி வேண்டி விண்ணப்பித்தான். இந்நிகழ்வுகளெல்லாம் திரிப்புரந்தகம் கல்வெட்டுச் சாசனங்களில் காணக் கிடைக்கின்றன.

காகதிய பேரரசர் கணபதி தேவாவை எதிர்கொள்ள உதவி வேண்டி, கோப்பெருஞ்சிங்கன், கலிங்க மன்னனின் உதவியை கோரினான். ஆயினும் போரில் கணபதி தேவாவால் தோற்கடிக்கப்பட்டான். பாண்டியர்களை பிளவு படுத்தும் பொருட்டு, கடவா மன்னனை தன்பக்கம் இழுத்ததோடு மட்டுமின்றி அவனுக்கு “வீரபாத முத்ரா” என்ற கால் சிலம்பை அவனுக்கு அணிவித்தார் கணபதி மாகதேவா. கோப்பெரும் சிங்கன் தனது படைகளுடன் வடபகுதியில் முன்னேறிக் கொண்டிருந்தபோது, பாண்டியனின் இதர படைகளை தலைமை தாங்கி வழிநடத்திய, சுந்தர பாண்டியன், புவனகிரி விக்கிரம பாண்டியன், ஜடாவர்மன் வீரபாண்டியன் ஆகியோர், நெல்லூரை கைப்பற்றி வீரகம்ட

கோபாலனை கொலைசெய்தனர். (கி.பி.1263), கோபாலனுக்கு துணை வந்த, காகதிய படைகளும் செவுனர் படைகளும் ஓட்டம் பிடித்தன. இதன் விளைவாக தெலுங்கு சோழநாடும், காஞ்சியும் பாண்டிய நாட்டுடன் இணைக்கப்பட்டன. இம்மாபெரும் வெற்றியை குறிக்கும் முகத்தான், ஜடாவர்மன் சுந்தரபாண்டியன் நெல்லூரிலும் காஞ்சியிலும் வீராபிஷேகம் செய்து கொண்டான். மேலும் இதன் நினைவாக, முன்பக்கம் காகதிய இலச்சினையான காட்டுப்பன்றியும், பின்பக்கம், பாண்டியர் சின்னமான மீனின் உருவத்தையும் கொண்ட சிறப்புத்தங்க நாணயங்களை வெளியிட்டு மகிழ்ந்தான்.

மாபெரும் பேரரசை நிறுவியவர்:

ஒருசில நிகழ்வுகளைத் தவிர, கணபதி தேவாவின் ஆட்சி ஒன்றுபட்ட ஆந்திர வரலாற்றில் சீரிய இடம் பெற்றுள்ளது. இவர் பதவி ஏற்றபோது, ஆந்திரதேசம் அரசியல் குழப்பங்களில் மூழ்கி இருந்தது. சாளுக்கிய சோழர்களும் கல்யாண சாளுக்கியர்களும் பலவீனமடைந்ததால், ஆங்காங்கே முளைத்த சிற்றரசர்கள், குழப்பம் விளைவித்து பேரரசை துண்டாட முற்பட்டனர். இவற்றுக்கெல்லாம் போர் வழியாகவோ, ராஜதந்திரமாகவோ செயல்பட்டு இவர்களை ஒழித்து ஒரு மாபெரும் பேரரசை தெலங்கானாவில் நிர்மாணித்தார் காகதி கணபதி தேவா என்னும் பேரரசர்.

புதிய கோட்டை

கணபதி தேவாவின் காலத்தில் நடந்த முக்கிய நிகழ்வு, தனது தலைநகரை அனுமகொண்டாவிலிருந்து ஓருகல்லுக்கு மாற்றியதே. புதிய தலைநகருக்கான அடிக்கல் நாட்டப்பட்டது, அவரது இறுதி ஆட்சிக்காலத்தில் அவரது மாமா ருத்ர தேவாவினால். கணபதி தேவா, கோட்டைக்குள் கோட்டை என்று இரு கோட்டைகளை கட்டினார்; ஒன்று கல்லால் ஆனது, மற்றொன்று மண்ணால் ஆனது. இந்த கோட்டை 75 கோட்டை அரண்களைக் கொண்டது. ஒவ்வொரு அரணுக்கும் ஒரு நாயக்கர் காவல்புரிந்தார்.

ரேசர்லா ருத்ரா:

ரேசர்லா மற்றும் மல்யால சிற்றரசர்கள் காகதிய பேரரசுக்கு மிகவும் பக்க பலமாக இருந்தனர். கணபதி தேவாவின் ஆரம்பகால படை யெடுப்புகளிலும் காகதிய பேரரசை உருவாக்குவதிலும் மிகவும் முக்கியமான புள்ளியாக இருந்தவர். ரேச்சர்ல குடும்பத்தைச் சேர்ந்த ருத்ர சேனானி என்பவர். யாதவர்களுடன் ஏற்பட்ட போரில் காகதி ருத்ராவின் சகோதரர் மகாதேவா மரணம் எய்த, கணபதி தேவா

தேவகிரியில் சிறைவைக்கப்பட்டார். இதுதான் தக்க தருணம் என்றெண்ணிய பல குறுநில அரசர்கள் காகதிய பேரரசுக்கு எதிராக கலகம் செய்தனர். காகதிய பேரரசு சிதறாமல் ஒருங்கிணைத்த பெருமை, ரேச்சர்லா ருத்ராவுக்கு உண்டு. குழப்பம் செய்தவர்களை இரும்புக் கரம் கொண்டு அடக்கி, பகைமன்னர்களை விரட்டிவிட்டு, கணபதி தேவா சிறையிலிருந்து மீண்டு வரும் வரை பேரரசை கட்டிக்காத்தார். ரேசர்லா ருத்ராவின் தளபதியாக திகழ்ந்த ராஜநாயகா என்பவர், கலிங்கத்தின் மீது போர்தொடுத்து, பல்வேறு யுத்தங்களில் வெற்றிக்கொடி நாட்டினார். அதுபோலவே, திவி மற்றும் வெலநாடு பகுதிகளை வெற்றிக் கொண்டவர்கள் மல்யாலா மன்னன் மற்றும் சௌந்தாவின் மகனான காட்டாவும் ஆவர். அடுத்தபடியாக முக்கிய இடம் பெறுபவர், திவி தேசத்தின் மன்னரான ஜெயபா என்பவர். யானைப் படைகளுக்கு தலைமை தாங்கி போரில் வெற்றி பெறும் வல்லமை படைத்தவர் இந்த ஜெயபா. எனவே இவர் கஜசாஹினி என்ற பட்டப் பெயர் பெற்றார். இவர் கவிதை எழுதுவதிலும் வல்லவர்; கலைகளை நேசித்துப் போற்றியவர். இவர் நடனங்களைப் பற்றி எழுதிய “நிருத்த ரத்னாவளி” என்ற நூல், நாட்டிய சாஸ்திர நூல்களில் புகழ் பெற்றது.

பேரரசுக்கு துணை புரிந்தோர்:

நெல்லூரை ஆண்ட தெலுங்கு சோழ மன்னன் இரண்டாம் மனுமசித்தி, மற்றும் கொளிதேனாவைச் சார்ந்த ஒப்பிலி சித்தி என்பவரும், சிற்றரசர்கள் என்பதைவிட ஒருபடி மேலாகச் சென்று, காகதிய கணபதி தேவாவுக்கு தோளோடு தோளாய் நின்று வலிமையும் வளமும் சேர்த்த மாபெரும் வீரர்கள் எனலாம். பிரகாசம் மாவட்டத்தில் உள்ள சத்தங்கி பிரதேசத்தை ஆண்ட மாதவ மகாராஜாவும் அவரது புதல்வன் சாரங்கதாரா கோபாவும், காகதிய பேரரசுக்கு துணை புரிந்தவர்களே. இதுபோலவே சில கீழைச் சாளுக்கியர்களின் பெயர்களும், கணபதி தேவாவால் நினைவு கூறப்பட்டுள்ளன. இவரது புதல்வியான ருத்ரமாவை சாளுக்கிய இளவரசனான வீரபத்ரனுக்கு மணம் செய்வித்தார். இவரிடம் பணிபுரிந்த அமைச்சர்களில் மிக முக்கியமானவர், இந்துலூரி குடும்பத்தைச் சார்ந்த சோமைய்யா என்பவர். இவர் பிறப்பால் அந்தணர்; அரசவையில் மகாப் பிரதானியாக பொறுப்பு வகித்து அரசருக்கு மந்திராலோசனை வழங்கியவர்; ஆயினும் தனது போர்த்திறமைகளால், அரசருடைய மிக முக்கியமான வீரத்தளபதிகளில் ஒருவராகத் திகழ்ந்தார். கி.பி. 1212இல் நடைபெற்ற கலிங்கப் போரில் இவரது பங்களிப்பு பற்றி “சிவயோக சாஸ்திரம்” என்ற நூல் குறிப்பிடுகிறது. கணபதி தேவாவின் மற்றொரு முக்கிய அமைச்சர், புரோலா பீம நாயக்கா என்பவர். இவருக்கு, “ஆருவேல தூஷகா” என்ற பட்டப் பெயரும் உண்டு. இதன்பொருள், வெலநாட்டை நிர்மூலமாக்கியவர் என்பது, மேலும் “காஞ்சி சூரகாரா”

என்ற மெய் கீர்த்தியும் உண்டு; என்றால் காஞ்சியை சூறையாடியவர் என்பது பொருள். மேலும் காயஸ்தா வம்சாவழியைச் சார்ந்த, கங்கய சாஹினி என்பவரும் கணபதி தேவாவின் படைக்குள் சேர்க்கப்பட்டு புகழ் பெற்றவர்.

இவர் "பாஹத்தர - நியோகாதிபதி" என்று மாபெரும் உயர் பதவியைப் பெற்றவர். இதன் பொருள்; ஆட்சியின் 72 பிரிவுகளுக்கும் பெரும் தலைவர் என்பதே. மேலும் அரசவையில் இவர் "தூரக சாதானிகா" என்ற படைப்பிரிவுகளின் தலைமைப் பொறுப்பை ஏற்றவர்; காலாட் படைகளுக்கு தளபதியாக இருந்தவர். இந்நிகழ்வுகள் திரிபுரந்தகம் கல்வெட்டுகளில் காணப்படுகின்றன. மேலும் இவர் சுயமாக ஆட்சி செய்ய நல்கொண்டாவிலிருந்து கடப்பா வரை நீண்டிருந்த பிரதேசத்தை வழங்கினார். இவர் கி.பி.1257இல் இயற்கை எய்தினார். இவருக்குப் பின்னர் இவரது மைத்துனரான ஜனார்தனா என்பவர் ஆட்சிக்கு வந்தார்.

ருத்ரமாதேவி

இந்தியாவின் முதல் பெண்ணரசி

(கி.பி.1262-89)

கணபதி தேவாவுக்கு ஆண் வாரிசு இல்லாததால், தனது மகளான ருத்ரமாதேவிக்கு பட்டம் சூட்டினார். இவர்கள் இருவரும் பகர ஆட்சியாளராக (CO-REGENT) கி.பி.1259 முதல் 1260 வரை ஆண்டனர். பட்டத்திற்கு வந்தபோது இவரது பெயர் ருத்ர மகாராஜா. இந்நேரத்தில்தான் முத்துகூறு என்னுமிடத்தில் பாண்டியனிடம் காகதிய படைகள் தோல்வி கண்டிருந்தன. இறுதி வெற்றி கணபதி தேவாவுக்கு கிடைத்தாலும், தென்பகுதிகளில் தனது படைகளை வலுப்படுத்தத் திட்டமிட்டார். முத்துகூரு தோல்விக்குப் பின்னர் சில சிற்றரசர்கள் கலகம் செய்து சுதந்திரமாக செயல்பட ஆசைப்பட்டனர். சில கல்வெட்டு சாசனங்கனிப்டி, கணபதிதேவா ஓய்வு பெற்றாலும், பகர ஆட்சியாராக செயல்பட்டார். ஆயினும் ஜன்னிகதேவா கல்வெட்டுச் சாசனங்கள் ருத்ரமாதேவியை "பட்ட உத்திருத்தி" என்றே குறிப்பிடுகின்றன. இதன் பொருளாக ருத்ரமாதேவி பட்டத்து இளவரசி என்று கொள்ள வேண்டும். இதன் மூலம் இக்காலத்தில் (கி.பி.1269) அவர் மகாராணியாக பட்டம் சூட்டப்படவில்லை என்று தெரிகிறது. அப்போது கணபதி தேவாவும் உயிரோடு இருந்திருக்கிறார். ஆனால் ஒரு பெண் பட்டத்திற்கு வருவதை அவரது உறவுகளோ, அரசவை பிரபுக்களோ, அங்கீகரிக்கவில்லை. பிரதாப சரித்திரம் சுட்டிக்காட்டுவது போல, கணபதி தேவாவின் இதர மனைவியருக்குப் பிறந்த ஹரி ஹர மற்றும் முராரி தேவா என்னும்

இருவர், கணபதி தேவாவை எதிர்த்து, தலைநகரை கைப்பற்றினர். இது ஓரளவுக்கு, உண்மையாக இருக்கலாம். ஏனெனில் இந்து மத சட்டப்படி, பெண்கள் ஆட்சிக்கு உரிமைகோர முடியாது.

கிளர்ச்சி செய்த இந்த இருவரைப் பற்றிய குறிப்புகள் வேறெங்கும் காணவில்லை. ஆயினும் அரச குடும்பத்தைச் சேர்ந்த ஒரு சிலர் ஒரு பெண்ணுக்கு முடிசூட்டுவதை எதிர்த்திருக்க வாய்ப்புண்டு. ஆயினும் ருத்ரமாதேவி, இதர பிரபுக்களுடைய துணை கொண்டு இந்த சவாலை முறியடித்து அரியணை ஏறினார் என்பது தெளிவு. இவ்வாறு இவருக்கு பக்கபலமாக இருந்தவர்களில் குறிப்பிடத்தக்கவர் இருவர். கயஸ்தா வம்சத்தைச் சார்ந்த ஜென்னிக தேவாவும் அவரது சகோதரர் திரிபுராரியும். "வெலுகோடிவாரி வம்சாவளி" என்று தொடர் வரலாற்றின்படி வெலமா பிரபுவான பிரசாதித்யா என்பவருக்கு "காகதிய ராஜ்ய ஸ்தாபனாச்சிரிய" மற்றும் "ராய பிதாமஹங்கா" என்ற சிறப்புப் பெயர்கள் சூட்டப்பட்டன.

இதுபோல ருத்ரமா தேவியை ஆதரித்தவர்களுக்கு, பல்வேறு சிறப்புப் பெயர்கள் சூட்டப்பட்டு புகழுரைகள் வழங்கப்பட்டன. மகா பிரதான கண்டர நாயகா, மகாபிரதான கணபதி தேவா மகா ராஜுலு, நிஸ்ஸாங்க மல்லிகார்ஜுன, மல்யால கும்ட நாயகா, மாத்ய நாயகா, என்பவை இந்த சிறப்புப் பெயர்களாகும். கணபதி தேவாவும் தனது வாழ்வின் இறுதி நாட்களில், ருத்ரமாதேவியின் ஆட்சியை ஸ்திரப்படுத்த பல்வேறு யுக்திகளை கையாண்டு வெற்றி பெற்றார்.

முடியரசு:

கணபதி தேவாவின் இறுதிக்காலகட்டத்தில்தான் பாண்டியர் படையெடுப்பு நடந்தது. பாண்டிய தளபதியான கோப்பெரும் சிங்கனின் தக்ஷராமா மற்றும் திரிப்புரந்தகம் கல்வெட்டுகள் இதனை உறுதிப்படுத்துகின்றன. இறுதிப் போரில் கணபதி தேவாவால் இவன் தோற்கடிக்கப்பட்டான். ஆயினும் கணபதி தேவா இவனை பாராட்டி, பாண்டிய தளபதியின் கால்களில் வீரர்களுக்கே உரித்தான கால் கங்கணத்தை அணிவித்தான். ஆயினும் நெல்லூர் பகுதியை தனது கட்டுப்பாட்டுக்குள் கொண்டுவர இயலவில்லை. எனவே நெல்லூரானது, வீரகம்ட கோபாலனால் ஆளப்பட்டு வந்தது. முல்கி நாடு மற்றும் மர்ஜவாடி பகுதிகளை ஆட்சி செய்யும் பொறுப்பை கயஸ்தா மன்னர்களுக்கு வழங்கியிருந்தாலும், ருத்ரமாதேவி ஆட்சிப் பொறுப்பிற்கு வந்தபின்பும் கூட இப்பகுதியை தனது முழுமையான கட்டுப்பாட்டிற்குள் கொண்டுவர கணபதி தேவாவினால் முடியவில்லை. கி.பி.1267இல் வெளியிடப்பட்ட கடப்பா எல்லாரெட்டிப்பல்லி கல்வெட்டுகள், தெரிவிப்பது யதெனில், வைதும்ப மன்னரான புஜபால வீரநாராயண சோமேஸ்வர தேவா என்பவன், முல்கி நாடு 300, பொன்னவாடி 90, பெம்டகல்லு 800 ஆகிய பிரதேசங்களை,

கயஸ்தா தலைநகரான வல்லூரு பட்டனா என்னுமிடத்தில் இருந்து ஆட்சி செய்தான். கி.பி.1268இல் வெளியிடப்பட்ட சிந்தல பூடி கல்வெட்டில், கயஸ்தா மன்னர்களான, மகாமண்டலேஸ்வரர் முராரி கேசவ தேவ மகாராஜாவும் சோமதேவ மகாராஜாவும் காகதியரின் ஆதரவு இருந்தும் மேலே குறிப்பிட்ட ஆட்சிப் பகுதிகளை இழந்தனர் என்று குறிக்கப்பட்டுள்ளது.

கலிங்க வெற்றி:

கி.பி.1278-79 வரை கூட, வேங்கி பகுதியில் காகதியரின் ஆட்சி கோலோச்சியது என்பதற்கு ஆதாரமில்லை கோதாவரி பகுதியில் காகதியரின் ஆட்சி 16 ஆண்டுகளாக நடைபெறவில்லை என்று தெரிகிறது. இதன் பின்னர் வந்த தக்ஷராமா, கல்வெட்டுகள் தான், ருத்ரமாதேவியின் ஆட்சியைப் படம் பிடித்துக் காட்டுகின்றன. கி.பி.1262இல் வெளியிடப்பட்ட கல்வெட்டில் ஒடிஷாவின் கங்க மன்னனான முதலாம் நரசிம்மனைப்பற்றிய குறிப்புகள் காணக்கிடைக்கின்றன. இவனது மகன், முதலாம் பானுதேவன், வேங்கியைத்தாக்கி தனது வெற்றியை தக்ஷராமா கல்வெட்டுகளில் பொறித்தான். இதனை கேள்விப்பட்ட ருத்ரமாதேவி, பொட்டி நாயகா மற்றும் புரோல நாயகா என்ற தனது இரு தளபதிகளின் தலைமையில் கலிங்கப்படையை எதிர்கொள்ளும்படி அனுப்பி வைத்தார். காகதிய தளபதிகளும் இதில் வெற்றி கண்டதால், கோதாவரி நதியானது காகதிய பேரரசுக்கும் கலிங்கப் பேரரசுக்கும் எல்லையாக இருந்தது. இதன்மூலம் ருத்ரமாதேவி கடலோர ஆந்திர பிரதேசத்தை கைப்பற்றி தனது ஆட்சிக்குள் கொண்டு வந்தார். இந்த பகுதியானது காகதியப் பேரரசின் வீழ்ச்சிவரை இவர்கள் கட்டுப்பாட்டுக்குள் இருந்தது. தெலங்கானாவின் சில வடக்குப் பகுதிகள் யாதவர் கைவசம் இருந்தன.

பீதர் கோட்டையைக் கைப்பற்றுதல்:

ருத்ரமாதேவி ஆட்சிக்கு வந்த சில காலத்திலேயே அவரது தலைநகருக்கு வடக்கிலிருந்து ஆபத்து உருவானது. செவுனா மன்னன் மகாதேவா, காகதிய நாட்டின் மீது போர் தொடுத்து, ஓருகல்லுவை தாக்க தலைப்பட்டான். ஆனால் ருத்ரமாதேவி வீரமாக எதிர்த்து நின்று 15 நாட்கள் போரிட்டு, செவுனா படைகளை தோற்கடித்து அவர்களை விரட்டிச் சென்று, அவர்களது தேவகிரி கோட்டை வரை புறம் காணச் செய்தார். இதற்கான ஆதாரங்கள் 17ஆம் நூற்றாண்டு வெளியிடப்பட்ட பிரதாப ருத்ர சரிதத்தில் சுட்டப்பட்டுள்ளன. மேலும் பல விவரமான குறிப்புகள் பீதர் கோட்டையிலுள்ள கல்வெட்டுகளில், காகதிய மன்னர்களான, ருத்ரா, மகாதேவா, கணபதி தேவா மற்றும் ருத்ரமாதேவியைப் பற்றி குறிப்பிட்டுள்ளன. ருத்ரமாதேவி போர்

முனைக்குச் சென்றபோதெல்லாம், அவரது தளபதியான சிந்தா குடும்பத்தைச் சார்ந்த பைரவா உடன் சென்றதாக வரலாறு பகர்கின்றது. பெத்தகோட்டா என்றழைக்கப்படும் பீதர் பகுதியை காகதியப் பேரரசுடன் இணைத்ததற்கு வரலாற்று குறிப்புகள் காணக்கிடைக்கின்றன.

வெற்றி மீது வெற்றி

இவ்வாறாக வெற்றி மீது வெற்றி கண்டு, ருத்ரமாதேவி யாதவா நாட்டுப் பகுதியை, காகதிய பேரரசுடன் இணைத்துக் கொண்டார். யாதவ மாகதேவா சரணடைந்தது மட்டுமின்றி, பெருந்தொகையையும் குதிரைகளையும் ருத்ரமாதேவிக்கு கப்பமாக செலுத்தினான். மேலும், சாரங்கபாணி தேவா வம்சாவழி யாதவா சிற்றரசர்கள் சிலர் ருத்ரமாதேவியிடம் அடைக்கலம் புகுந்ததால், அவர்களுக்கு சில ஆட்சிப் பிரதேசங்கள் பரிசாக வழங்கப்பட்டன. சமீபத்தில் கிடைத்த, அலபாடு கல்வெட்டில், பில்லமா மற்றும் ஜெய்துகி வம்சத்தில் பிறந்த எல்லனதேவா என்ற சிற்றரசனுக்கு தனது மகளை ருத்ரமாதேவி மணம் செய்வித்ததாக குறிக்கப்பட்டுள்ளது.

ருத்ரமாதேவி பெற்ற "ராய கஜ கேசரி" சிறப்புப் பெயர்

தாய் எட்டடி பாய்ந்தால் குட்டி பதினாறு அடி பாயும் என்ற சொலவடைக்கு ஏற்ப, கணபதி தேவாவின் புதல்வியான ருத்ரமாதேவி பெற்ற வெற்றிகளுக்கு புகழ் சேர்க்கும் வகையில் அவருக்கு "ராய கஜகேசரி" என்ற சிறப்புப் பெயர் வழங்கப்பட்டது. செவுனர்களின் மீது இவர் கண்ட வெற்றியை கொண்டாடும் பொருட்டு, தனது குலதெய்வமான சுயம்பு தேவாவுக்கு, ஒரு ரங்க மண்டபத்தை தலை நகரில் நிர்மாணித்தார். சமீபத்தில் கிடைத்த அகழ்வாய்வுகளில், ருத்ரமாதேவி சிங்கத்தின் மீது அமர்ந்து இரு கைகளில் வாளும் கேடயமும் கொண்டு வீரநடை போடுவது போன்றதொரு சிற்பம் கிடைக்கப்பெற்றுள்ளது. சிங்கத்தின் முன்னர் ஒரு யானை தனது தும்பிக்கையில் ஒரு தாமரை புஷ்பத்தை தாங்கி நிற்பது போன்றதொரு காட்சி உள்ளது. இதற்குமுன் கட்டப்பட்ட அனுமகொண்டா, பாலம்பேட், நாகுலபாடு மற்றும் பில்லலமர்ரி போன்ற இடங்களில் இதுபோன்ற சிற்பங்கள் கிடையாது. எனவே சிங்கத்தின் மீதமர்ந்திருப்பது ருத்ரமாதேவி என்று அறுதியிட்டுக்கூறலாம்.

அம்பதேவா

ருத்ரமாதேவியின் ஆரம்பகால ஆட்சியில், கயஸ்தா குறுநில மன்னனான ஜென்னிகதேவா, அரசிக்கு விசுவாசமாகத்தான் இருந்தான். கி.பி.1264இல் அவன் பொறித்த நந்தலூரு (கடப்பா) கல்வெட்டில் காகதிய அரசின் பொருட்டு பாண்டிய மன்னன் படைகளை எதிர்கொண்டு

விரட்டினான், என்று சுட்டப்பட்டுள்ளது. இவனுக்குப்பின் பட்டத்திற்கு வந்த இவனது சகோதரன், திரிபுரந்தகன் எனப்படும் திரிபுராரி, காகதிய அரசிக்கு அடிபணிந்து மூன்றாண்டுகள் ஆட்சி செய்தான். ஆனால் இவனை அடுத்து வந்த இவனது சகோதரன் அம்பதேவா, காகதிய பேரரசிடமிருந்து விலகி சுயாட்சி செய்ய எத்தனித்தான். அண்டை நாடுகளுடன் அடிக்கடி போரிடுவதும், தான் பொறிக்கும் கல்வெட்டுகளில் பேரரசியைப் பற்றி குறிப்பிடாமையும், இவன் அரசிக்கு எதிராக போரிடத் தயாரானான் என்று தெரிகிறது. காகதிய பேரரசிக்கு கீழிருந்த பல மண்டலாதிகரிகளை போரில் தோற்கடித்ததாக இவன் கி.பி.1290இல் வெளியிட்ட திரிபுரந்தகம் கல்வெட்டுகளில் தெரியவருகிறது. அதே சமயத்தில் இவன் பாண்டியரோடும் யாதவரோடும் நட்புப் பாராட்டத் தவறவில்லை. இதன் பலனாக அவர்களிடமிருந்து குதிரைகளையும், யானைகளையும், தங்க ஆபரணங்களையும் பரிசாகப் பெற்றான். இது மட்டுமல்லாது பலவிதமான பட்டப் பெயர்களையும் மெய்கீர்த்தியாகப் பெற்றக்கொண்டான்.

திரிபுரந்தகம் கல்வெட்டு சுட்டுவதுபோல, அம்பதேவா ஒழித்த முதல் எதிரி, ஸ்ரீபதி கணபதி. இவன் குண்ட்டூர் மாவட்டத்திலுள்ள குர்ஜாலா என்னுமிடத்தை தலைநகராகக் கொண்டு ஆண்டு வந்த குறுநில மன்னன். ருத்ரதேவா மகாராஜா என்றழைக்கப்பட்ட ருத்ரமாதேவிக்கு அடிபணிந்து ஆட்சி செய்த சிற்றரசர்களில் இவனும் ஒருவன். கி.பி.1273இல் நடைபெற்ற போரில் அம்பாதேவாவால் தோற்கடிக்கப்பட்டு, "ராய சஹஸ்ரமல்லா" என்ற தனது சிறப்புப் பெயரையும் இழந்தான். இதேபோல பல சிற்றரசுகளை ஆண்டு வந்த 75 நாயக்கர்களையும் போரில் வென்று அவர்கள் தலையை கொய்ததாக தனது கல்வெட்டுகளில் பொறித்துள்ளான். அடுத்ததாக இவனது கவனம் கலுகாடா மன்னர்களான கேசவதேவா, சோமதேவா மீது சென்றது. இவர்களையும் இவர்களுக்கு துணையாக வந்த தெலுங்கு சோழ மன்னரான கம்காவையும் போரில் அழித்து, கயஸ்தா நாட்டையும் அதன் தலைநகராக இருந்த வல்லூரு பட்டினத்தையும் கைப்பற்றினான். வல்லூருவை தனது தலைநகராக்கி வடபெண்ணை நதிக்கரையில் இருந்த மலைக்கோட்டையான கம்டி கோட்டாவை பலப்படுத்திக் கொண்டான். மேலும் முன்னேறிச் சென்று ஏருவ பகுதியின் மன்னன்,. மனு மல்லி தேவாவை போரில்கொன்று, அப்பகுதிக்கு தானே அரசன் என முடிசூட்டிக்கொண்டான். இதுபோலவே ஏருவ நாட்டிற்கு பக்கத்திலிருந்த பெண்டுகல்லு பிரதேசத்தை தனது வசமாக்கிக் கொண்டு, அப்பகுதியின் மன்னனான போலயாவுடன் நட்புப் பாராட்டி அவனது மகனான ராஜண்ணாவுக்கு, தனது மகளை மணம் செய்வித்தான். இவனது முன்னேற்றத்தை தடுக்கும் பொருட்டு, பல காகதிய சிற்றரசர்களை இவனை எதிர்க்கும்படி பேரரசி உத்தரவிட்டார். ஆனால் அவனது கல்வெட்டுகள்படி, அம்பதேவா பல

சிற்றரசர்களை கொன்று அவர்களது ஆந்திர பகுதிகளை தன் வசமாக்கிக் கொண்டான். கி.பி.1287இல் வெளியிடப்பட்ட வட்டிரயா கல்வெட்டு சுட்டிக்காட்டுவதுபோல, இவன் வல்லூரு பட்டினத்தை தலைநகராகக் கொண்டு, கண்டி கோடா, முல்கி நாடு, ரேநாடு, பேடகள்ளூ, சகிலி, ஏருவ மற்றும் பொட்டபிநாடு பகுதிகளை ஆட்சி செய்தான். இவனது ஆட்சிப்பகுதி அனந்தப்பூர் மாவட்டத்தில் கூட்டி வரை சென்றது.

கிருஷ்ணா நதிக்கு தெற்கே இருந்த, காகதிய பேரரசின் தென்மேற்குப் பகுதி இவனது கைவசம் இருந்தது. கி.பி.1279இல் ஏற்பட்ட கம்ட தேவாவின் மரணத்தை தொடர்ந்து நெல்லூரையும் தனது கட்டுக்குள் கொண்டு வந்தான். கம்ட தேவாவால் முன்னர் விரட்டியடிக்கப்பட்ட தெலுங்கு சோழ மன்னன், மனும கம்ட கோபாலன் அம்பதேவாவின் உதவியை நாடினான்.

அச்சமயம் காகதிய பேரரசுக்குக் கட்டுப்பட்டு பாண்டிய தளபதி கோப்பெரும் சிங்கன், நெல்லூரை காத்து வந்தான். திரிப்புரந்தகம் கல்வெட்டில் அம்பதேவாவின் சிறப்புப் பெயராக "காடவராய வித்வம்சான்" என்று பொறிக்கப்பட்டுள்ளது. இதன் மூலம் கி.பி.1282இல் காடவராயா என்ற அழைக்கப்பட்ட கோப்பொரும் சிங்கனை அம்பதேவா போரில் கொன்றுவிட்டு, மனுமகண்ட கோபாலனை நெல்லூர் அரசுக் கட்டிலில் அமர்த்தினான். இதில் கிருஷ்ணா நதிதீரத்தின் தென்பகுதிகள் சில, ருத்ரமாதேவியின் கட்டுப்பாட்டிலிருந்து சென்றுவிட்டன என்று அறியலாம். கி.பி.1282-3இல், இழந்த நெல்லூர் பகுதிகளை மீட்கும் பொருட்டு, பாண்டிய மன்னர்களான ஜடாவர்மன் சுந்தரபாண்டியன், மற்றும் மாறவர்மன் குலசேகர பாண்டியன், ஆகியோர், கலுகாடா மன்னர்களான சோமிதேவா, கேசவதேவாவின் துணையுடன் பொட்டிய நாட்டின் மீது படையெடுத்தனர். அம்பா தனது அனைத்துப் படைகளையும் திரட்டி கி.பி.1286இல் பாண்டிய மன்னர்களையும் கலுகாடா மன்னர்களையும் போரில் தோற்கடித்தான்.

ருத்ரமாதேவியின் மரணம்

இதுவரை நாம் அம்பதேவாவின் வெற்றிகளையும், அவன் எவ்வாறு காகதிய பேரரசின் பல பகுதிகளை தனது வசமாக்கிக் கொண்டான் என்று பார்த்தோம். ஆயிரங்கால் மண்டபம் எவ்வாறு ருத்ரதேவாவின் வெற்றியை புகழ் பாடுகிறதோ, அவ்வாறே திரிப்புரந்தகம் கல்வெட்டுகள் அம்பதேவாவின் கீர்த்தியை குறிக்கின்றன. கி.பி.1290இல் அம்பதேவா பெரும் நிலப்பரப்பைக் கைப்பற்றினான். கி.பி.1289இல் நல்கொண்டா மாவட்டம், சந்துபட்லா கிராமத்தில் பொறிக்கப்பட்ட கல்வெட்டுகள் இதுவரை வெளிப்படாத அரிய தகவல்களை குறிக்கின்றன. சிவலோக பதவி அடைந்த காகதி ருத்ரமாதேவி மற்றும் அவரது படைத்தளபதி

மல்லிகார்ஜுன நாயக்கா, புகழ் பாடும் பொருட்டு, இறைவன் சோமநாத தேவனுக்கு, ஒரு பெரும்வீரன் நிலத்தை மானியமாக வழங்கியது இக் கல்வெட்டுகளில் குறிக்கப்பட்டுள்ளது. இதிலிருந்து, இக்கல்வெட்டு பொறிக்கப்பட்ட நாளான 1289ஆம் ஆண்டு நவம்பர் மாதத்திற்கு சற்று முன்னர்தான் ருத்ரமாதேவி மரணம் எய்திருக்கக்கூடும் என்று தெரிகிறது. ருத்ரமாதேவியின் படைத்தளபதியாக விளங்கிய மல்லிகார்ஜுன நாயக்கா என்பது, அவனது புதல்வன் இம்மடி மல்லிகார்ஜுன நாயக்கா கி.பி.1290இல் வெளியிட்ட பானுகல்லு கல்வெட்டு மூலம் அறியமுடிகிறது. மேலும் இக்கல்வெட்டு குறிப்பதுபோல, ருத்ரமாதேவியும் அவரது படைத்தளபதியும் பகைவருடன் போரிட்டு இறந்திருக்கக்கூடும் என்று தெரிகிறது. இவர் மரணமுற்ற நேரத்தில் இவருக்கு 80 வயது இருந்திருக்கக்கூடும். இந்த மூத்த வயதில் அவர் போர்களத்தில் போரிட்டு மடிய வாய்ப்பில்லை. வீரத்திற்கு புகழ்பெற்ற இப்பேரரசி, தனது தளபதியின் பாதுகாப்புடன் போர் முனைக்குச் சென்றிருக்கலாம்; அப்போது போர் பாசறையில் உயிர்துறக்க வாய்ப்புண்டு. ஆனால் இவரது மரணம் குறித்த முழுமையான தகவல்கள் கிடைக்கப்பெறவில்லை. இச்சமயத்தில் பகைவர் இவரது பேரரசை தாக்கியதற்கும் சான்றுகள் இல்லை. திரிப்புரந்தகம் கல்வெட்டுகள் சுட்டுவதுபோல, காகதிய பேரரசுக்கு அப்போது, அம்பதேவாவின் மூலம் அச்சுறுத்தல் வந்திருக்கலாம். வயதான காலத்தில் ருத்ரமாதேவி அவரது படைத்தளபதியுடன் இணைந்து, அம்பதேவாவுடன் போரிட்டு வீர மரணம் எய்திருக்கலாம். இவனது குறிப்புகள்படி அப்தேவா காகதிய இளவரசர்களை மட்டுமல்ல, பேரரசயையும் தோற்கடித்திருக்கக்கூடும். மேலும் மல்லிகார்ஜுனபதியின் 7 அங்கங்களையும் வெட்டியிருக்கக்கூடும். இங்கு 7 அங்கங்கள் என்பது ஏழு தேசங்களை குறிக்கும். அவை அரசன், அமைச்சர், நண்பன், பொருள், தேசம், கோட்டைகள் மற்றும் படைகள். இதன் மூலம் அம்பதேவா பேரரசியையும் அவரது படைத்தளபதி மல்லிகார்ஜுனபதியையும் கொன்றிருக்கக்கூடும். இதை இவன் வெளிப்படையாகக் கூறிக்கொள்ளவில்லை. ஏனெனில் வயது வந்த ஒரு மூதாட்டியைக் கொல்வது தனக்கு இழுக்காகும் என்று எண்ணியிருக்கலாம். இப்போரில், காகதியரின் பகை மன்னர்களான பாண்டியர்கள் மற்றும் செவுனர்களிடதிருந்து இவனுக்கு ஆதரவு கிடைத்தது.

இவ்வாறாக ருத்ரமாதேவியின் சீர்மிகு ஆட்சி ஒரு முடிவுக்கு வந்தது.

ருத்ரமாதேவியின் சிறப்புக் குணங்கள்

ஒரு பெண்ணாக இருப்பினும், ருத்ரமாதேவி ஆந்திர தெலுங்கு தேசத்தின் சிறப்புமிக்க ஆட்சியாளர்களின் ஒருவர். இந்தியாவின் முதல் பெண்ணரசியும் இவரே. இவர் தனது அரசை நிர்வாகம் செய்வதில் மிக்க கவனம் செலுத்தினார். ஆண்மகனுக்குரிய ஆடைகளை அணிந்துகொண்டு, சிம்மாசனத்தில் அமர்ந்துகொண்டு, மேல்நாட்டினருடன் உரையாடவும், ஒற்றர்களிடம் தகவல்களை கேட்டு அறியவும், அமைச்சர்களுடனும் படைத்தளபதிகளுடன் கலந்தாலோசிக்கவும் செய்தார். அரசவை மேல்நிலை பிரபுக்களுடன் உரையாடி நாட்டிற்கு எவ்வாறெல்லாம் சேவை செய்ய முடியும் என்று வழிவகுத்தார். நாட்டிற்கு அச்சுறுத்தல் ஏற்படும் போதெல்லாம், போருடை தாங்கி போர்களத்திற்கு சென்று தமது படைகளை முன்னின்று நடத்திச்சென்றார். தைரியமும் போர்குணமும் கொண்ட இவரது தனிச்சிறப்புகள் வரலாற்றில் குறிப்பிடத்தக்கவை.

அமைச்சர்களும் அரசு ஊழியர்களும்:

ருத்ரா மற்றும் கணபதி தேவாவின் ஆட்சிக்காலத்தில் முக்கிய பணியாற்றிய மல்யாலா மற்றும் ரேச்சர்லா சிற்றரசர்கள், வயதாகிவிட்டதால் ராணி ருத்ரமாதேவியின் காலத்தில் செயலாற்ற இயலவில்லை. புதிய தளபதிகளில் கோனா வம்சாவழியில் வந்த ரெட்டி மன்னர்களும் வெலமா மன்னர்களும் முக்கிய பங்கு வகித்தனர். இதில் குறிப்பிடத்தக்கவர் வெலமா மன்னரான பிரசாதித்யா என்பவர். சிற்றரசர்களில் முன்னின்று பணியாற்றியவர் கயஸ்தா மன்னர்களே. அம்பதேவா வரும்வரை, காகதிய பேரரசை வழிநடத்தி காத்து பகை மன்னர்களை கட்டுக்குள் வைத்தவர்கள் இவர்களே. “இராய ஸ்தாபனாச்சிரியா” என்ற புகழ் பெயர் அம்பதேவாவுக்கு கிடைக்கக் காரணம், இவன் ஒரு காலத்தில் ருத்ரமாதேவிக்கு விசுவாசமிருந்ததால் தான். ஆனால் ஏன் இவன் அரசிக்கு எதிராக கலகம் செய்து சுயாட்சி பெற விரும்பினான் என்பதற்கு சாட்சியங்கள் இல்லை. ஷத்திரிய வம்சம் சார்ந்த கோனா ஹரியும், வேங்கியை ஆண்ட சாளுக்கியரும் ஒரு பெண்ணரசியின் ஆட்சியை ஏற்க முன்வரவில்லை. கி.பி.1262 முதல் 1278 வரையிலான பகுதியில் வெளியிடப்பட்ட கல்வெட்டுகள் நமக்கு கிடைக்காததால், ருத்ரமாதேவியின் பிடியிலிருந்து வேங்கிப் பகுதிகள் கைநழுவக் காரணம் விளங்கவில்லை.

துணை நின்ற இதர மன்னர்கள்:

நிடதவோலுவை தலைநகராகக் கொண்டு ஆண்ட கீழைச்சாளுக்கியர் காகதியருக்கு உறவினர்களே. ருத்ரமாதேவியின் கணவர் வீரபத்திரன் கீழைச் சாளுக்கியரே. மேற்கு கோதாவரியில் உள்ள தனுகு மற்றும்

நரசாபூர் குறிப்புகள், வீரபத்ராவின் அமைச்சர் விஷ்ணுவால் வழங்கப்பட்ட கொடைகளை குறிப்பிடுகின்றன. மேற்கு தக்காணத்திலிருந்து வந்த ஆரிகள், மகாராஷ்டிரா பகுதியிலிருந்து ஆந்திராவுக்கு குடியேறியவர்கள். இவர்கள் ஸ்ரீசைலம் மலைப் பகுதிகளில் குடியேறியதால், இதற்கு ஆரி பூமி அல்லது ஆரி வீடு என்ற பெயர் பெற்றது.

கணபதி தேவாவின் காலத்தில் நடந்த பெரும்பாலான போர்களில் பங்கு பெற்றவன் தாவுலா என்பவனின் புதல்வனான வனகா என்ற பெயர் கொணடவன். இதுபோன்ற சிற்றரசர்களில் இவன் மிகவும் புகழ்பெற்றவன். யாதாவா மன்னனின் மகன் பெயர் தேவகிரி சாரங்கபாணி தேவா ஆகும். ஆரி குடும்பத்தில் பிறந்த மற்றொரு புகழ்பெற்ற சிற்றரசன் ராணகா கோபதேவராஜா; ருத்ரமாதேவியின் ராஜபடைகளுக்கு தலைமை தாங்கியவன். சமீபத்தில் கண்டுபிடிக்கப்பட் பீதர் கல்வெட்டுகளை நோக்கினால் சிந்தா வம்சாவழியில் வந்த மைலாவின் மகன் பைரவன், ராணி ருத்ரமாதேவியின் போர்களில் பங்குகொண்டு சிறப்பாக பணிபுரிந்துள்ளான் என்று தெரியவருகிறது. குறிப்பாக திராவிடம், வேங்கி மற்றும் யாதவா நாடுகளைக் குறிப்பிடலாம். காகதிய பேரரசின் வடக்கு மற்றும் மேற்கு மண்டலங்களில் கோட்டகிரி மன்னன் விரியாலா சூரியும், செருகு வம்சம் சார்ந்த மன்னர்களும் ராணி ருத்ரமாதேவிக்கு பெரும் துணை புரிந்துள்ளனர். ராணியின் காலத்தில் பொறிக்கப்பட்ட கல்வெட்டுகளில் குமார ருத்ரதேவா பெயரும் மற்றும் புகழ்வாய்ந்த அமைச்சர்களின் பெயர்களும் பொறிக்கப்பட்டுள்ளன. அரச குடும்பத்திற்கு உறவினரான மகாபிரதானி இந்துலூரி அன்னய்ய தேவாவின் பெயர் முக்கிய இடம் வகிக்கிறது. அடுத்த இடம் பெறுபவர் மகா பிரதானி பொங்கலி மல்லய்ய பிரெக்கடா என்பவர். இவர் ராணியிடம் “பஹத்தர - நியோகதிபதி” என்ற பதவியை பெருமையுடன வகித்தவர்.

ருத்ரமாதேவியின் வாரிசுகள்:

நாம் ஏற்கனவே குறிப்பிட்டதுபோல, ருத்ரமாதேவி சாளுக்கிய இளவல் வீரபத்திரனை மணம் செய்துகொண்டார். இவர்களுக்கு மூன்று பெண்கள் பிறந்தனர், மும்மடம்மா, ருத்ரமா மற்றும் ருய்யம்மா; ஆண் வாரிசுகள் இல்லை. மும்மடம்மா காகதிய இளவல் மகாதேவாவை மணம் செய்தவர். ருத்ரமாவை மணம் செய்தவர், யாதவா இளவல் எல்லன தேவா; கடைசி புதல்வி ருய்யம்மாவை மணம் செய்தவர் இந்துலூரி இளவல் அன்னய்யா. மும்முடம்மாவின் புதல்வன் குமார ருத்ரா எனப்படும் பிரதாப ருத்ரா, ருத்ரமாதேவிக்குப் பின்னர் அரியணை ஏறிய காகதிய இளவரசன் ஆவார்.

பிரதாப ருத்ர

(கி.பி.1289-1323)

பட்டத்திற்கு வந்த பல ஆண்டுகளுக்குப் பின்னும், பிரதாப ருத்ராவை குமார ருத்ர தேவா என்றே அழைத்தனர். கி.பி 1295 வரை, ராணி ருத்ரமாதேவி அதுவரை உயிருடன் இருந்ததே இதற்குக் காரணம். இவர் பிரதாப ருத்ரா அல்லது குமார ருத்ர தேவா என்றே அழைக்கப்பட்டார். கி.பி.1295இல் வெளியிடப்பட்ட கல்வெட்டுகளில் பிரதாபருத்ர தேவா மகாராஜா என்றே அழைக்கப்பட்டார். அவரது பாட்டியின் அரசு நிர்வாகத்திலும், போர்களிலும் இவரது பங்கு இருந்தது.

அம்பதேவாவின் சவால்:

காகதிய பேரரசுக்கும், அரசு குடும்பத்திற்கும் அம்பதேவாவின் படையெடுப்புகளாலும், வெற்றிகளாலும் ஏற்பட்ட அவமானத்தை துடைத்தெறிவதே, பிரதாப ருத்ராவின் தலையாய கடமையாய் இருந்தது. தனது படைகளின் வரியை பெருக்கி இழந்த பிரதேசங்களை மீட்பதே அவனது குறிக்கோளாக இருந்தது. மண்டலங்களை சீர்படுத்தி பகைவரை வீழ்த்த வேண்டும் என்பதே கொள்கையாக இருந்தது. அம்பதேவாவும் வாளாயிருக்கவில்லை. தான் காகதிய பேரரசிடமிருந்து கைப்பற்றிய பகுதிகளை பலப்படுத்தும் பணியில் இறங்கினான். என்னதான் வெற்றிகளை குவித்தாலும், காகதிய படைகளை எதிர்கொள்வது அம்பதேவாவுக்கு சவாலான விஷயமே. எனவே இவன் துணைக்கு செவுனர் படைகளையும் பாண்டியர் படைகளையும் நாட வேண்டிய இருந்தது. நிலகங்கவனம் கல்வெட்டில் சுட்டப்பட்டுள்ளது போல, பாண்டிய மன்னன் தனது யானைப் படையையும், குதிரைப் படையையும் அனுப்பி வைத்தான்.

அம்பதேவாவின் தோல்வி:

அம்பாதேவா மற்றும் அவனது கூட்டாளிகளையும் ஒழிப்பதற்கு மும்முனை தாக்குதலே சிறந்தது என்று பிரதாப ருத்ர தேவா தீர்மானித்தான். மனும கன்னய்யா மற்றும் அவனது மைத்துனனுமான அன்னய்ய தேவாவின் தலைமையில் மாபெரும் படையை போர்க்களத்திற்கு அனுப்பிவைத்தான். இப்போரின் முடிவில் அம்பதேவா தோல்வியுற்று முல்கி நாட்டிற்கு பின் வாங்கினான். இம்மாபெரும் வெற்றியானது இரண்டே மாதங்களில் ருத்ரதேவாவுக்கு கிடைத்தது.

இதற்கு அடுத்த தாக்குதலை நெல்லூர் மீது தொடுத்தன காகதிய படைகள். ருத்ரதேவாவின் வலது கரமாக விளங்கிய ஆடிடமு பல்லு என்ற தளபதியின் தலைமையில் கீழ் படைகள்

விக்ரசிம்மாபுரம் எனப்படும் நெல்லூரை நோக்கி விரைந்தன. அப்போது அம்பதேவாவினால் பதவியில் அமர்த்தப்பட்ட மனும கம்டகோபாலன் நெல்லூரை ஆட்சி செய்து வந்தான். காகதிய படைகள் நெல்லூரை கைப்பற்றி கம்ட கோபாலின் தலையை கொய்தன. அவனுக்கு பதிலாக மதுராந்தக பட்டாபி சோழரங்கநாதன் (ராஜகண்ட கோபாலன்) பதவியில் அமர்த்தப்பட்டான். இவன் போரில் கொலை செய்யப்பட்ட மனும கண்ட கோபாலனுக்கு உறவினன்; ஆதலால் இவன் பின்னாட்களில் பாண்டியருடன் சேர்ந்து கலகம் செய்யலானான். இவனை தண்டிக்கும் பொருட்டு மீண்டும் ஒரு சேனையை நெல்லூருக்கு அனுப்பி வைத்தான் ருத்ர தேவா. இந்த சமயம் காகதிய படைகளுக்கு தலைமை வசித்தது, குண்ட்டூர் மாவட்டத்திலுள்ள நரசுராவ் பேட்டையைச் சேர்ந்த கம்ட கோபாலன் என்ற தளபதி. ராஜகண்ட கோபாலனும் அவனுக்கு துணை புரிந்த பாண்டிய படைகளும் வீரமாக எதிர்த்து நின்றாலும் இறுதியில் தோற்றோடின. தளபதி மனும கண்ட கோபாலனின் வெற்றி, திராவிட சைன்யத்தை நெருப்பு விழுங்குவதற்கு ஒப்பானது என்று நரசுராவ்பேட் கல்வெட்டுகள் கூறுகின்றன.

பிரதாப ருத்ராவின் மூன்றாவது தாக்குதல், அம்பதேவாவுக்கு துணைபோன செவுனர்கள் மீதுதான். செவுனர்மீது காகதியர் படையெடுத்தபோது, மனும கண்ட கோபாலன், இவர்களுக்கு உதவி புரிந்ததாக நரசுராவ்பேட் கல்வெட்டுகள் குறிப்பிடுகின்றன. மூங்கில் புதர்கள் போல் படர்ந்து வந்த செவுனர்களின் படைகளை, காட்டுத்தீப்போல் அழித்தான் கோபாலன் என்று மேலே கூறப்பட்ட கல்வெட்டுகள் குறிக்கின்றன. மகபூப்நகர் மாவட்டத்திலுள்ள வர்த்தமான புரத்திலிருந்து ஆட்சி செய்த, கோனா விதாலா என்னும் காகதிய சிற்றரசன், மேற்கண்ட போரில் நடைபெற்ற சில அரிய நிகழ்வுகளை தனது ராய்ச்சூர் கோட்டையில் பதிவு செய்துள்ளான். கி.பி.1294இல் வெளியிடப்பட்ட இக்கல்வெட்டுகளின்படி, பெல்லாரி மாவட்டத்திலுள்ள, ஆதவானி மற்றும் தும்பலம் கோட்டைகளையும், ராய்ச்சூர் பகுதியிலுள்ள மானுவா மற்றும் ஹாலுவா கோட்டைகளையும் விதாலா சிற்றரசன் கைப்பற்றியுள்ளான். ராய்ச்சூர் நகரை கைப்பற்றிய விதாலா சிற்றரசன், ஒரு பெருங்கற் கோட்டையை எழுப்பி குடிமக்களுக்கு பாதுகாப்பளித்தான். மேலும் யாதவர்களிடமிருந்து, கிருஷ்ணா துங்கபுத்திரா நதி தீரத்தையும், கோனா வித்தாலா கைப்பற்றியதாக நமக்கு தெளிவாகிறது.

இஸ்லாமியரின் படையெடுப்பு:

பிரதாப ருத்ரா, தெற்குப் பிரதேசத்தில் தன்னை வலுப்படுத்திக் கொண்ட அதேநேரத்தில் டில்லியில் இருந்து வந்த இஸ்லாமியரின் படையெடுப்பையும் எதிர்கொள்ள வேண்டியதாயிற்று. கி.பி.1295இல்

டில்லி சுல்தான் ஜலால்-உத்தீன் கில்ஜியின் மருமகனான கர்ஷாப் மாலிக், தேவகிரியை தாக்கி கைப்பற்றினான். வெற்றியின் பரிசாக யாதவ மன்னர் ராமதேவனிடம், மிகுந்த பொருட் செல்வத்தையும், தங்க ஆபரணங்களையும் பெற்றான். அவனது ஆசை தணியாத காரணத்தால், மீண்டும் தென்னாட்டிற்கு வந்து, இந்து ராஜ்ஜியங்களை கொள்ளையிட விரும்பினான். இதனை அறிந்து கொண்ட பிரதாப ருத்ரா தனது "நாயம்கரா" எனப்படும் ஆட்சி நிர்வாக முறையை செம்மைப்படுத்தினான். மேலும் தனது படைகளை வலுப்படுத்தும் பொருட்டு 9 லட்சம் படை வீரர்களையும் 20,000 குதிரைகளையும், 100 யானைகளையும் படையில் சேர்த்தான். இவ்வாறாக இவனது படைகள் வலுவானதாக இருந்ததால்தான் இஸ்லாமியரின் ஏழு படையெடுப்புகளை எதிர்கொள்ளமுடிந்தது. ஆயினும் போருக்குப்பின்னர் ஏற்பட்ட சமாதான உடன்படிக்கையின் அடிப்படையில், அவர்களுக்கு தங்க ஆபரணங்கள், யானைகள், குதிரைகள் மற்றும் பணத்தையும் கொடுக்க வேண்டியதாயிற்று.

மாலிக்கா ஃபூர்:

தெலங்கானாவின் மீது நடந்த முதல் இஸ்லாமியரின் படையெடுப்பு கி.பி.1303இல் நடந்தது. இதை நடத்தியவர் கர்ஷப் மாலிக் எனப்படும் அல்லாதீன். இப்படையெடுப்பின் நோக்கம் கொள்ளையடிப்பதும், நாட்டை பிடிப்பதுமே. வங்கம் வழியாக தெலங்கானாவுக்குள் நுழைந்த இஸ்லாமிய படைகள் காகதியர்களால் உப்பரபல்லியில் தடுத்து நிறுத்தப்பட்டன. ரேச்சர்லா பிரசாத்தியாவின் புதல்வன் வென்னா மற்றும் போட்டுகம்டி மைலி ஆகிய தளபதிகளின் கீழ்போரிட்ட காகதிய படைகள் இஸ்லாமிய படைகளை எதிர்த்து நின்று தோற்கடித்தன. இத்தோல்விக்கு பழி தீர்க்கும் பொருட்டு, கி.பி.1309இல் மாலிக் காஃபூர் மற்றும் காஜா ஹைஜி தலைமையில் மாபெரும் படையை தெலங்கானாவுக்கு அனுப்பி வைத்தான் அல்லாவூதின் கில்ஜி, தேவகிரியில் தண்டு இறங்கிய இஸ்லாமிய படைகள் தெற்கு நோக்கி முன்னேறி, வரங்கல் போகும் வழியில் இருந்த சர்பார் கோட்டையைக் கைப்பற்றின. பிரதாப ருத்ர தனது தலைநகரை காப்பாற்ற அனைத்து முயற்சிகளையும் மேற்கொண்டான். வெளிப்புறக் கோட்டையை பாதுகாக்க நாயக்கர்களின் தலைமையில் 70 கோட்டை அரண்களை பிரதாப ருத்ர அமைத்ததாக பிரதாப சரித்திரம் கூறுகிறது. கி.பி.1310ஆம் ஆண்டு சனவரித் திங்கள் 19ஆம் நாளில் தொடங்கிய முற்றுகை 25 நாட்கள் நீடித்தது. இவ்வளவு முன்னேற்பாடுகள் செய்தும், பிரதாப ருத்ராவால் உள்கோட்டையை பாதுகாக்க இயலாததால், சமாதான உடன்படிக்கைக்கு உட்பட வேண்டியதாயிற்று. அதன்படி ஆண்டுதோறும் சுல்தானுக்கு தங்கம், யானைகள் மற்றும் குதிரைகளை காணிக்கையாக

செலுத்த வேண்டியதாயிற்று பிரதாப ருத்ர தேவா தான் சொன்னபடியே திறையை செலுத்தியது மட்டுமின்றி, சுல்தானுடன் நீண்ட நாட்களுக்கு நல்லுறவை பேணி பாதுகாத்தான்.

ருத்ரதேவாவின் நிலையை அறிந்து கொண்ட சிற்றரசர்கள் சிலர் காகதிய பேரரசுக்கு எதிராக குழப்பம் செய்ய முற்பட்டனர். எனவே இஸ்லாமிய படையெடுப்புக்குப் பின்னர் தென் பகுதியில் ஏற்பட்ட கிளர்ச்சியை ஒடுக்க வேண்டியதாயிற்று. தெலுங்கு சோழ மன்னன் ரங்கநாதன் (நெல்லூரை ஆண்டவன்) முல்கி நாட்டிலிருந்து கண்டிகோட்டா, வைதும்ப மன்னன் வைதும்பன் ஆகியோர், காகதியரை எதிர்த்தனர், கோம்கயாரெட்டி என்ற தளபதியின் படைத்தலைமையில் ஒருபெரும் சேனையை ருத்ரதேவா அனுப்பி வைத்தான். இவன் மல்லி தேவாவை தோற்கடித்து கம்டி கோட்டாவை கைப்பற்றினான். இதன்பின்னர், கம்டி கோட்டா பகுதிக்கு கோம்கயா ரெட்டியை ஆளுநராக நியமித்தான் பிரதாப ருத்ரதேவன். இதற்கிடையே கி.பி.1311இல் நடைபெற்ற பாண்டியர்களுடன் நடைபெற்ற போருக்கு துணை செய்யும்படி, ருத்ர தேவாவுக்கு அழைப்பு விடுத்தான் மாலிக்கா:பூர். இதனை மன்பூர்வமாக ஏற்றுக்கொண்ட ருத்ரதேவா, காஞ்சிமீது படையெடுத்து, ரங்கநாதனை அடக்கினான். அப்போது தமிழ்நாட்டில் பெரும் குழப்பம் காணப்பட்டது.

காஞ்சியைக் கைப்பற்றுதல்

கி.பி.1310இல் பாண்டிய மன்னன் மாறவர்மன் குலசேகரன் மறைவுக்குப் பின்னர் அவரது மகன்களான வீரபாண்டியனுக்கும் சுந்தர பாண்டியனுக்குமிடையே சகோதர யுத்தம் மூண்டது. இக்குழப்பத்தின் மத்தியில், தான் ஏற்கனவே இழந்த நிலப்பரப்புகளை மீட்கும் பொருட்டு, ஹொய்சள மன்னன் மூன்றாம் பல்லாலன், பாண்டிய நாட்டின் மீது போர் தொடுத்தான். இவனை முன்னேறவிடாமல் தடுத்தது மாலிக் கா:பூரின் படைகள். மாலிக் கா:பூரின் மறைவுக்குப்பின்னர், இஸ்லாமிய படைகள் வெளியேறியதால், ஹொய்சள மன்னன் காஞ்சியைக் கைப்பற்றினான். ஆனால் இந்த வெற்றி குறுகிய காலமே நிலைத்தது. தக்ஷராமா கல்வெட்டுகள் சுட்டிக்காட்டுவது போல காகதியரின் படைத் தளபதியான பெத்த ருத்ரா என்பவன், பல்லால தேவனையும் அவனுக்குத் துணையாய் வந்த படவீடு சம்புவராயனையும் சந்திரகிரி யாதவராயனையும் தோற்கடித்து மீண்டும் காஞ்சியை காகதியர் வசமாக்கினான். காஞ்சி வெற்றி, பாண்டியரை நிலை குலையச் செய்தது. எனவே பாண்டியர் பெரும் படையை திரட்டி காகதியரை எதிர்த்துப் போராடவும் காஞ்சியை மீட்கவும் முற்பட்டனர். இப்போரை பிரதாபனே முன்நின்று நடத்தினான். இப்போரில் இவனது தளபதிகளான முப்பிடி

நாயக்கா, ரேச்சர்ல, எர்ர தாசா, மானவீரா மற்றும் தேவரிநாயகா ஆகியோர் பங்கு பெற்றனர். கடுமையான போர் காஞ்சி அருகே நடைபெற்றது. ஆயினும் பாண்டியர் தோற்றனர். மன்னனின் ஆணைக்கிணங்க, தளபதி தேவரி நாயக்கா என்பவன் வீரபாண்டியனையும் அவனுக்கு துணைவந்த திருவடி ரவிவர்மன் குலசேகரனையும் விரட்டிச்சென்றான். இவ்வெற்றிக்குப்பின்னர் சுந்தர பாண்டியனுக்கு வீராபிஷேகம் செய்தனர். இவ்வெற்றிக்குக் காணிக்கையாக காவேரி கரையில் எழுந்தருளியிருக்கும் ஸ்ரீரங்கநாதனுக்கு கொடை வழங்கினான் தேவரி நாயகா.

அல்லாவுதின் கில்ஜியின் மறைவுக்குப் பிறகு, இளவரசன் ஷியாபுத்தினை அரியணையில் ஏற்றி, அவன் சார்பாக நாட்டை ஆட்சி செய்தான் மாலிக் கா.:.பூர். விரைவிலேயே மாலிக்கா.:.பூர் அரசியல் சூழ்ச்சிகளால் கொலை செய்யப்பட்டான். அல்லாவுதீன் கில்ஜியின் இன்னொரு புதல்வனான குத்புதீன் முபாரக்ஷா, தனது தமையன் ஷியாபுத்தினை பதவி இறக்கி, அரியணையில் அமர்ந்தான். பதவியில் அமர்ந்த உடனே கி.பி.1318ஆம் ஆண்டு மகாராஷ்டிராவில் கலகம் செய்த ஹரபாலதேவாவின் மீது படையெடுத்தான் முபாரக்ஷா. அவனது கோட்டையைக் கைப்பற்றி ஹரபால தேவாவை தூக்கிலிட்டான். இவ்வெற்றிக்குப் பின்னர் தனது நம்பிக்கையான அடிமை குசூருகானை வாரங்கல் நோக்கி அனுப்பினான். ஏனெனில் ருத்ர தேவா வழக்கம்போல சுல்தானுக்கு பல ஆண்டுகளாக திறை செலுத்தவில்லை. எனவே பிரதாப ருத்ர தேவா திறை செலுத்தியது மட்டுமின்றி, தங்க ஆபரணங்களையும் 100 யானைகளையும், நிறைய குதிரைகளையும் காணிக்கையாகக் கொடுத்தான். மேலும் தனது ஆட்சிக்குட்பட்ட 5 மாவட்டங்களையும் சுல்தானுக்கு தாரை வார்த்தான்.

துங்கபத்ரா நதிக்கு தென் மேற்கிலிருந்து கம்பிலி நாட்டுடன் இருந்த காகதியரின் உறவுகள் சீர்கெடக் காரணம், அந்நாட்டின்மீது மூன்றாம் பல்லாலன் தொடுத்த போர். கம்பிலிராயன் புதல்வன் குமார ராமன், பல்லாலனை எதிர்க்க, பிரதாப ருத்ரனின் உதவியை வேண்டினான், இதனை பிரதாப ருத்ர தேவா மறுத்ததால், குமார ராமன், காகதியரின் தென்மேற்குப் பிரதேசத்தை கைப்பற்றிக் கொண்டான். எனவே தனது படைகளை கம்பிலி நாட்டிற்கு அனுப்பி வைத்தான் பிரதாப ருத்ர தேவா. ஸ்ரீநாத பீமேஸ்வர புராணமு என்று தெலுங்கு காவியத்தில் கூறியுள்ளபடி, பிரதாப ருத்ர தேவாவின் தளபதிகளில் ஒருவரான புரோலா அன்னய்ய, கம்பிலிராய நாட்டின் தலைநகரான கும்மாடாவை நிர்மூலமாக்கினான். இதுபோலவே, காகதிய சிற்றரசர்களில் ஒருவனான கோடிகண்டி ராகவா என்பவன், கம்பிலி ராயாவை தோற்கடித்தான். இவற்றிலிருந்து நமக்கு புரிவது யாதெனில் கம்பிலி ராயனை போரில்

பிரதாப ருத்ர தேவா தோற்கடித்தான் என்பதும், அதனால் பெரிதாக அவனுக்கு பலனேதும் கிட்டவில்லை என்பதுமே.

துரோகமிழைத்த குஸ்ரூகான்:

மகாராஷ்டிராவில் ஒரு பகுதியில் ஆளுநராக இருந்த மாலிக்-ஏக்லாக்கி என்பவன் சுல்தானுக்கு எதிராக குஸ்ரூகானை அனுப்பி வைத்தான். எனவே மகாராஷ்டிரா நோக்கி புறப்பட்ட தளபதி குஸ்ரூகான், இந்த ஆளுநரை தோற்கடித்தான். இதனையடுத்து பாண்டியரை வெல்லும் பொருட்டு, மலபாரிலுள்ள பட்டான் நகரத்தை நோக்கி முன்னேறினான். இப்போரில் குஸ்ரூகான் வெற்றிபெற்றாலும் இவனது ராஜ விசுவாசத்தின்மீது சந்தேகமுற்ற இதர தளபதிகள் குஸ்ரூகானை கைது செய்து டில்லி கொண்டு சென்றனர். ஆனால் டில்லி சுல்தான் குஸ்ரூகானை விடுவித்தது மட்டுமின்றி, அவனை கைது செய்த தளபதிகளை தண்டித்தார். ஆனால் நன்றி மறந்த குஸ்ரூகான், சுல்தானுக்கு எதிராக சூட்சி செய்து கொலையும் செய்துவிட்டு, அரியணையை கைப்பற்றிக் கொண்டான். அரசவை பிரபுக்கள் கோபங்கொண்டு, குஸ்ரூகானை தூக்கிலிட்டனர். இக்கிளர்ச்சியாளர்களின் தலைவனான கியாசுத்துன் துக்ளக், கி.பி.1320இல் சுல்தானாக அரியணை ஏறினான். தனது சுல்தான் பதவியை நிலைப்படுத்திய பின்பு, தனது மகன் உலுக்கானை கி.பி.1323இல் தெலங்கானா நோக்கி படையெடுக்க ஆணைபிறப்பித்தான். ருத்ரதேவ சுல்தானுக்கு திறை செலுத்தாததால், அதனை வசூலிக்கும் பொருட்டு இந்த படையெடுப்பு நிகழ்ந்ததாக சொல்லப்படுகிறது. ஃபெரிஷ்டா என்ற எழுத்தாளர் 17ஆம் நூற்றாண்டில் எழுதியுள்ளபடி, பிரதாப ருத்ரதேவ, சுல்தானின் படைகளை எதிர்த்து தீவிரமாக போரிட்டாலும் இறுதியில் பின்வாங்க வேண்டியதாயிற்று, உலுக்கான் உக்கிரமாக போரிட்டு கோட்டையை முற்றுகையிட்டான். இப்போரானது, வரங்கல் கோட்டையில் மட்டும் நடைபெறவில்லை.

கவிஞனின் பொய்யுரை:

சுல்தான் படைகளின் மற்றொரு தளபதியான மஜிர் அபுரிஜா என்பவன் கோட்டகிரியை தாக்கினான். இதேபோல இதர கோட்டைகளும் தாக்குதலுக்கு உள்ளாயின. இறுதியில் காகதிய படைகள் வெற்றி பெற்றதால் உலுக்கான் தனது முற்றுகையை கைவிட்டு, டில்லி நோக்கிச் செல்ல வேண்டியதாயிற்று. இந்த பின்வாங்கலுக்குக் காரணம் உபைது என்கிற கவிஞனின் சூழ்ச்சியே என்று வரலாற்றாசிரியர்கள் கூறுகின்றனர். உலுக்கான் வரங்கல் கோட்டையை மும்முரமாகத் தாக்கினான். வெளிக் கோட்டை மண்ணால் ஆனாது. இந்த மண்கோட்டையை உலுக்கான் கைப்பற்றும் நேரத்தில், இவனது நண்பனும்

கவிஞனுமான உபைது என்பவன், டில்லி சுல்தான் இறந்துவிட்டதாக ஒரு புரளியை பரப்பினான். மேலும், வேறு ஒருவன் சூழ்ச்சி செய்து சுல்தான் பதவியை கைப்பற்றியதாகவும் பொய்யுரைத்தான். இதனால் கலக்கமுற்ற உலுக்கானின் படைகள் சிதறி ஓடின. இதை பயன்படுத்திக் கொண்டு காகதிய படைகள் சுல்தானின் படைகள் அடித்து நொறுக்கி கொள்ளையிட ஆரம்பித்தன. எனவே உலுக்கான் அவசர அவசரமாக பின்வாங்கி தேவகிரிக்குத் திரும்பினான்.

இபன் பதூதா என்ற மொராக்கோ பயணி இந்நிகழ்வுகளை வேறுவிதமாக வர்ணிக்கிறார். உபைது மீது பழிபோடுவது அபாண்டமானது என்றும், உலுக்கானே இப்படியொறு வதந்தியை கிளப்பிவிடுமாறு உபைதை கேட்டுக்கொணடதாகவும் கூறுகிறார். சுல்தான் இறந்துவிட்டதாக கூறினால் படைவீரர்களும், தளபதிகளான அமீர்களும் தனது பக்கம் திரும்புவார்கள் என்றும் தன்னை சுல்தானாக அங்கீகரிப்பார்கள் என்றும் நம்பினார். ஆனால் நடந்ததோ வேறு! உலுக்கானின் சூழ்ச்சியை புரிந்துகொண்ட இதர அமீர்கள் உலுக்கானை கொல்ல எத்தனித்தனர். மாலிக் தைமூர் என்ற அமீர் இவனை காப்பாற்றி பத்திரமாக டில்லிக்கு அனுப்பி வைத்தார். ஆயினும் சுல்தான், உலுக்கானின் கதையை நம்பி அவனை மன்னித்ததோடு மட்டுமல்லாமல், குற்றம் சாட்டிய இதர அமீர்களையும் தண்டித்தான் என்று கூறப்படுகிறது. மேலும் உலுக்கானுக்கு படைகளை வழங்கி, மீண்டும் தெலங்கானா மீது படையெடுக்க பணித்ததாகவும் கூறப்படுகிறது.

இபன் பதூதா, 14ஆம் நூற்றாண்டின் பிற்பகுதியில் இந்தியா வந்துள்ளார். அப்போது வரங்கல் யுத்தம் முடிந்து 10 ஆண்டுகள் கடந்திருந்த நேரமது. இவர் கூறும் இச்செய்தியை இஸ்லாமிய வரலாற்றாசிரியர்கள் முழுவதுமாக மறுக்கிறார்கள். சுல்தான் கியாசுதீன் துக்ளக் மிக நல்ல அரசர் என்றும், உலுக்கான் போன்ற துரோகிகளை மன்னித்து படைகளை கொடுத்தனுப்புபவர் என்பதை வரலாற்றாசிரியர்கள் ஏற்கத் தயாராக இல்லை.

கி.பி.1349-இல் இசாமி என்ற இஸ்லாமிய எழுத்தாளர் தொகுத்த நிகழ்ச்சிகள் நம்பத்தகுந்தவையாகவுள்ளன. இவரது கூற்றுப்படி, உலுக்கான் வரங்கல்லை தாக்குமுன்பே வரும் வழியிலேயே காகதிய நாட்டை சூறையாடிக் கொண்டே வந்தான். பின்னர் 6 மாதங்களாக வரங்கல் கோட்டையை முற்றுகையிட்டும் அதனை தகர்க்க இயலவில்லை. பொறுமை இழந்த டில்லி சுல்தான், உலுக்கானுக்கு எழுதிய கடிதங்களில், இவன் சரியாக செயல்படவில்லை என்றும், ஏன் இன்னும் கோட்டையை கைப்பற்ற இயலவில்லை என்றும் கோபமாய் கேட்டிருந்தான். பொறுமை இழந்த உலுக்கான், தனதுபடையிலிருந்த ஆருடக்காரனான உபைதை அணுகி, வரங்கல் கோட்டை எப்போது தன்

கைவசமாகும் என்று நாள் குறிக்கச் சொன்னான். அவனும் ஒரு நாளை குறித்துவிட்டு, அந்த குறிக்கப்பட்ட நாளில் கோட்டை விழாவிட்டால் தான் உயிரைவிட சித்தமாயிருப்பதாகவும் சூளுரைத்தான். எனவே உலுக்கான் மீண்டும் வரங்கல் கோட்டையை தீவிரமாகத் தாக்கினான். ஆனால் கோட்டையோ கையில் விழுவதாயில்லை எப்படியும் உலுக்கான் தனது தலையை வெட்டாமல் விடமாட்டான் என்றஞ்சிய உபைது ஒரு சூழ்ச்சி செய்தான். டில்லியில் ஏற்பட்ட அரசியல் குழப்பத்தில் சுல்தான் உயிர்நீத்ததாகவும், கோட்டையை கைப்பற்ற தீவிர முயற்சி மேற்கொள்ளாத அமீர்களை கொன்றுவிட உலுக்கான் முடிவு செய்துள்ளதாகவும் வதந்திகளை கிளப்பிவிட்டான். இதனால் சுல்தானின் படைகள் சிதறி ஓடவும், உலுக்கான் பின் வாங்கிச் செல்லவும் நேர்ந்தது.

முகம்மது பின் துக்ளக்:

மேற்கண்ட நிகழ்வினை மூன்று இஸ்லாமிய வரலாற்றாசிரியர்கள் மூன்று விதமாக எழுதியிருப்பதை பார்த்தோம். இவர்கள் மூவரும் உலுக்கான் எனப்படும் முகம்மது பின் துக்ளக்கின் சமகாலத்தவரே. ஆயினும் இம்மூவரில் இசாமி என்பவர் எழுதிய நிகழ்வுதான் சரியானதாகக் கொள்ளப்படுகிறது. முகம்மது பின் துக்ளக், தனது படையுடன் வரங்கல்லை நோக்கி வந்து 6 மாதங்கள் வரை கோட்டையை முற்றுகையிட்டான். ஆயினும் கைப்பற்ற முடியவில்லை. கவிஞனும் ஜோசியக்காரனுமான உபைது என்பவனின் பித்தலாட்டத்தால், படைகளில் பெருங் குழப்பம் ஏற்பட்டது. துக்ளக் சுல்தான், தனது முற்றுகையை கைவிட்டு, பின்வாங்கி கோட்டகிரி நோக்கிச் சென்றான். காகதிய படைகள் இவர்களை விரட்டிச் சென்று பெருஞ்சேதம் விளைவித்தன. அச்சமயம் கோட்டகிரி கோட்டையை முற்றுகையிட்டிருந்த மஜிர் அபு ரிசா, மட்டும் துணைக்கு வந்திராவிட்டால் சுல்தானின் படைகள் முற்றிலுமாக அழிந்திருக்கும்.

இரண்டாம் தெலங்கானா படையெடுப்பு

கியாசுதின் துக்ளக் திடமான எண்ணமும் மனோவலிமையும் கொண்டவன். இவன் மீண்டும் தெலங்கானாவை தாக்க திட்டமிட்டான். கலகம் செய்த அமிர்களை தண்டித்ததோடு மட்டுமின்றி, உலுக்கான் தஞ்சமடைந்த தேவகிரி கோட்டைக்கும் மேலும் படைகளை அனுப்பி வலுப்பெறச் செய்தான். தேவகிரிக்கு புதிய படைகள் வந்ததும், தைரியமுற்று உலுக்கான், விரைந்து சென்று முதலில் பீதர் கோட்டையை தன் வசமாக்கி, பொறுப்புள்ள தளபதிகளிடம் கோட்டையை ஒப்படைத்தான். பின்னர் போதன் நகருக்கு வந்தடைந்தான். மூன்று நான்கு நாட்களில்

போதன் கோட்டையை கைப்பற்றினான். உயிருக்கு பயந்த போதன் ஆளுநரும் அவனது சகாக்களும் இஸ்லாமிய மதத்தை தழுவினர். இதனை அடுத்து வரங்கல் கோட்டையை முற்றுகையிட்டான். இந்த இரண்டாம் முற்றுகையைப் பற்றி தெளிவான தகவல்கள் இல்லை. பரணி மற்றும் இதர இஸ்லாமிய வரலாற்றாசிரியர்கள் இந்த போரைப்பற்றி மிகச் சுருக்கமாகத்தான் குறிப்பிட்டுள்ளனர். உலுக்கான் முதலில் வெளிப்புற கோட்டையை தரைமட்டமாக்கிய பின்பு, உட்புறம் இருந்த கற்கோட்டையைத் தாக்கினான். தோல்வியுற்ற பிரதாப ருத்ர தேவாவை கைதுசெய்து, டில்லிக்கு அனுப்பி வைத்தான். முஸ்லீம் வரலாற்றாசிரியர்கள் கூறுவது போல அவ்வளவு எளிதாக வரங்கல் கற்கோட்டையை அழித்திருக்க முடியுமா என்பதே பெரிய கேள்வி. இந்த முற்றுகை ஐந்து மாதங்கள் நீடித்தது.

பிரதாபனின் தோல்வி:

இசாமி என்ற எழுத்தாளர் இந்த முற்றுகையைப் பற்றி குறிப்பிட்டுள்ளார். முதல் முற்றுகையில் உலுக்கான் தோற்றோடியபின், இந்த வெற்றியை கொண்டாடும் பொருட்டு, ஒரு பெரிய விருந்தை வைத்தான் பிரதாப ருத்ரதேவா. மீண்டும் மற்றொரு இஸ்லாமிய படையெடுப்பு நிகழாது என்றெண்ணி தனது கோட்டையில் பாதுகாத்து வைக்கப்பட்டிருந்த தானிய களஞ்சியத்தை விற்றுவிட்டான். படைவீரர்கள் பலரையும் விவசாயம் செய்து பிழைக்கும்படி உத்தரவிட்டான். நான்கே மாதத்தில் உலுக்கான் மீண்டும் வரங்கல் கோட்டை வாசல் முன் வந்து நின்றான். கோட்டை கொத்தளங்கள் முறையாக பராமரிக்கப்படவில்லை; தானியங்களும் போதுமான இருப்பு இல்லை. பிரதாப ருத்ர வீரதீரமாக போரிட்டும் பயனில்லை. ஏனெனில் வீரர்களுக்கு தேவையான உணவு தானியங்கள் கிடைக்கவில்லை. பசி பட்டினியால் வாடிய வீரர்களால் போரிட முடியவில்லை. கோட்டை வாசலைத் திறந்து தன்னையும் தனது அரச குடும்பத்தாரையும் கைதிகளாக உலுக்கானிடம் ஒப்படைத்துக்கொண்டான். இஸ்லாமிய படைகள் கோட்டைக்குள் புகுந்து, கோட்டையை இடித்து, கட்டடங்களை தரைமட்டமாக்கி, அங்கிருந்து பொருட்களையெல்லாம் கொள்ளை அடித்துச் சென்றனர்.

பிரதாபனின் மரணம்:

கைது செய்யப்பட்ட பிரதாப ருத்ர தேவாவை காகதிய நாட்டில் வைத்திருந்ததால் உள்நாட்டு குழப்பம் ஏற்படலாம் என்று எண்ணிய உலுக்கான, பிராப ருத்ராவையும் அவரது குடும்பத்தாரையும் டில்லிக்கு அனுப்ப முடிவு செய்தான். இவர்களுக்கு பாதுகாப்பாக, தனது தளபதிகளான காதிர்கான் மற்றும் கவா ஹாஜி ஆகிய, இருவரையும்

துணைக்கு அனுப்பி வைத்தான். ஆனால் இந்த நெடும் பயணத்தில் ருத்ர தேவா இறந்துவிட்டான்.

காகதிய பேரரசின் வீழ்ச்சி:

இந்நிகழ்வுகளைப் பற்றி எழுதிய ஷம்சி சிராஜ் அ்ஃபிஃவ் என்பவர், மன்னர் எவ்வாறு இறந்தார் என்று குறிப்பிடவில்லை. இம்மரணத்தின் விவரங்கள் சில கல்வெட்டுகளில் காணக்கிடைக்கின்றன. முஸ்நூரி புரோல நாயகா, கி.பி.1330-இல் வெளியிட்ட கொடைப் பத்திரத்தில், டில்லி செல்லும் பயணத்தில் நர்மதா நதிக்கரையில் இறந்ததாக குறிப்பிடப்பட்டுள்ளது. இவரது மரணம் இயற்கையாக நிகழ்ந்தது அல்ல என்று தெரிகிறது. கி.பி. 1423-இல் ரெட்டி அரசியான அனுதல்லி வெளியிட்ட கலுவசெருவு கொடைப் பத்திரத்தில் பிரதாபன் தனது மரணத்தை தானே தேர்ந்தெடுத்தான் என்று சுட்டுகிறது. இதிலிருந்து அவர் தற்கொலை செய்து கொண்டிருக்கலாம் அல்லது, தனது வீரர்களில் ஒருவரை தன்னை குத்திக் கொல்லும்படி கேட்டிருக்கலாம் என்று ஊகிக்க முடிகிறது. பெருமையுடன் வாழ்ந்த ஒரு பேரரசன், ஒரு கைதியாக வாழவிரும்பாமல் தனது சாவை தானே தீர்மானித்திருக்கக் கூடும். பிரதாப ருத்ரதேவாவின் தோல்வியும் மறைவும், காகதிய பேரரசுக்கு ஒரு முற்றுப்புள்ளி வைத்துவிட்டது; அது இந்நாட்டிற்கு அந்நியப்பட்டவர்களின் கைகளில் சிக்குண்டது.

பிரதாப ருத்ராவின் குடும்பம்:

காகதியரின் மரபு வழிப்பட்டியலையும் அவர்களது அரசைப் பற்றியும் விளக்கும் பிரதாப சரிதம், பிரதாப ருத்ராவின் இரு மனைவியரைப் பற்றி குறிப்பிடுகிறது. பட்டத்தரசியின் பெயர் விசாலாட்சி. மற்றொரு அரசியின் பெயர் லஷ்மிதேவி. கரீம்நகர் மாவட்டம் எல்கேடு கல்வெட்டுகள் மூலம் இந்த பெயர்கள் தெரிய வருகின்றன. மேலும் அவருடைய புதல்வர்கள் என்று ஜுட்டய லெங்க கொங்க ரெட்டி மற்றும் கிருஷ்ண நாயக் என்ற இருவரின் பெயர்கள் தெரிய வந்தாலும், இவர்கள் இவரது அரசவையில் இருந்த பிரபுக்களாக இருக்கலாம். பிரதாபனின் சகோதரன் அன்னமதேவா, தனது சகோதரனின் மறைவுக்கும் பின்னர், பிரதாபனின் மகன் வீரபத்ராவை முடிசூட்டினான் என்ற பிரதாப சரிதத்தில் குறிப்பிடுவதிலும் உண்மையில்லை. சட்டீஸ்கர் மாநிலத்தில் உள்ள பஸ்தர் என்றும் ஊரில் இருந்த மன்னர்களின் மூதாதையரான அன்னமதேவா என்பவனே பிரதாப ருத்ர தேவாவின் புதல்வன் என்று தண்டேஸ்வரா கல்வெட்டுகள் சுட்டிக்காட்டுகின்றன; ஆயினும் இதற்கு மேலும் ஆதாரங்கள் தேவை.

பிரதாப ருத்ராவின் சிற்றரசர்களும் தளபதிகளும்

பிரதாப ருத்ர தேவாவின் சிற்றரசர்களில் மிக முக்கியமானவர் மூவர்:

1. தெலுங்கு சோழ மன்னன் கோடயதோனாவைச் சார்ந்த - ஒப்பிலி சித்தி
2. நெல்லூர் மனும கொண்ட கோபாலன்
3. தெலுங்கு பிஜ்ஜன

இதில் தெலுங்கு பிஜ்ஜன என்பவன், டில்லி சுல்தானின் அரசவைக்கு சென்று, பிரதாபனின் அரசவையிலிருந்து வந்த போட்டு கம்டி மைலி என்பவனுடன், வாள் போரிட்டு, உயிர் நீத்தவன். இந்த காட்சிப் போர் நடைபெற்றபோது, அல்லாவூதின் கில்ஜியும் அவனது தளபதி மாலிக்காஃபூரும் அரசவையில் இருந்தார்கள். தக்காணித்திலிருந்து வந்தவர்கள், வாட்போரில் சிறந்தவர்கள் என்று கேள்விப்பட்டதாலேயே இவ்வகைப் போரை, அல்லாவூதின் கில்ஜி விரும்பியதால், இது ஒரு காட்சிப் போராக ஏற்பாடு செய்யப்பட்டது. ருத்ராவின் காலத்தில் அவனது வீரர்கள் காகதிய பேரரசுக்கு மிகவும் நம்பிக்கைக்கு உரியவராகவும், திடப்பற்று உள்ளவராகவும் திகழ்ந்தனர். பிரதாப ருத்ராவின் படை அதிகாரிகளை இருபிரிவாக பிரிக்கலாம்; சாஹினிக்கள் மற்றும் சேனாதிபதிகள். குதிரைகளை போருக்குப் பயிற்சி கொடுக்கும் அதிகாரிகள் அஸ்வ சாஹினிக்கள் என்றும், யானைகளுக்கு பயிற்சி கொடுப்பவர்களை கஜ சாஹினிக்கள் என்றும் அழைக்கப்பட்டனர். படைகளை தலைமை தாங்கி வழி நடத்திச் செல்பவர், சேனாதிபதிகள் எனப்பட்டனர். இவ்வகையில் பெண்டபூடி அன்னய்ய என்பவர், மகாராய கஜ சாஹினியாக திகழ்ந்தார். இவர் யானைப் படைகளுக்கு தலைமை தாங்கினார். மேலும் இவர் படைத்தளபதியாகவும் மகாநாயக்கராகவும் திகழ்ந்தார். 9 லட்சம் வில்வித்தை வீரர்களைக் கொண்ட கடல் போன்ற பேரரசுக்கு ஒரு சந்திரனாகத் திகழ்ந்தார் என்று கூறப்படுகிறது. யவனர் படைகளுக்கு ஒரு நெருப்பாகவும், குமாடா நாட்டின் பொழுது போக்கு பூங்காக்களை அழிப்பவராகவும் கொண்டாடப்பட்டார். ஆனால், சகல சேனாதிபதிகளில் மாபெரும் புகழ்பெற்ற தளபதிகள் இருவர். இவர்கள், சோமயாஜுல ருத்ரதேவா மற்றும் ரேச்சர்லா மும்முடி நாயகா.

காகதிய மன்னர்களின் சிறப்பம்சங்கள்

1. இதுவரை நாம் பார்த்ததில் புரிந்துகொண்டது யாதெனில், காகதிய மன்னர்கள் வாளாண்மையும் தோளாண்மையும் கொண்டவர்கள். வெற்றிக்காக வீரதீர செயல்கள் புரிந்து உயிர்த் தியாகம் செய்தவர்கள்.

2. கீழைச் சாளுக்கிய இளவரசன் இரிமர்தி கண்டாவுடன் போரிட்டு உயிர் நீத்தவன் மூன்றாம் குண்டா.

3. நான்காம் குண்டா, விரியாலா எர்ராவுடன் போரிட்டு உயிர்விட்டவன்.

4. இரண்டாம் புரோலா, கோட்டா மன்னனுடன் போரிட்டு உயிர் துறந்தவன்.

5. செவுனர்களின் தலைநகரை தாக்கிய போரில் உயிர்விட்டவன் மகாதேவன்.

6. அம்பதேவாவுடன் ஏற்பட்ட போரில் உயிர்விட்டவர் பெண்மையில் பேராண்மை மிக்க ருத்ரமாதேவி.

7. பிரதாப ருத்ர தேவா கைதியான பின்பு மர்மமான முறையில் உயிர்த்தியாகம் புரிந்த கோமகன்.

காகதியரின் சிறப்புப் பெயர்கள்:

ருத்ர மன்னன் மற்றும் கணபதி தேவாவைத் தவிர மற்ற மன்னர்களெல்லாம் வீரப்போரிட்டு வீரசொர்க்கம் எய்தியவர்கள்.

அவர்களது சிறப்பு முன்னொட்டுகள் எல்லாம் பொருள் பொருந்தியவை. வெற்று சிறப்புப் பெயர்களை அவர்கள் சூட்டிக்கொண்டதில்லை. அதனால் கஜகேசரி என்ற சிறப்புப் பெயர் அவர்களது அரச இலச்சினைகளிலும், நாணயங்களிலும், அரச முத்திரைகளில் மட்டுமே உபயோகப்படுத்தப்பட்டது.

முதலாம் புரோலா மற்றும் இரண்டாம் புரோலா "ஹரிகஜகேசரி" என்ற சிறப்பு முன்னொட்டை பயன்படுத்தினர். மேலும் இவர்கள் வெளியிட்ட நாணயங்களிலும், வெட்டிய ஏரிகளுக்கும் கேசரி தடாகம் என்றும் கேசரி சமுத்திரம என்றும் பெயரிட்டனர்.

ருத்ராவின் சிறப்பு முன்னொட்டு "தயகஜகேசரி" என்பதாகும்; இப்பெயரில் நாணயங்கள் வெளியிடப்பட்டன.

கணபதி தேவாவுக்கு "ராயகஜகேசரி" என்ற சிறப்பு முன்னொட்டு இருந்தது. இதேபெயரில் நாணயங்கள், முத்திரைகள், எடைக்கற்கள் வெளியிடப்பட்டன. இவை கேசரிமாடா, கேசரிதூமு, கேசரி புட்டி என்பனவாகும்.

ராணி ருத்ரமாதேவி அவரது தந்தையின் சிறப்பு முன்னொட்டான "ராய கஜகேசரி" என்ற பெயரையே பயன்படுத்தினார். இப்பெயரில் நாணயங்களையும், எடைக்கற்களையும் வெளியிட்டார். கற்சிற்பங்களிலும் இதே சிறப்புப் பெயர் வழங்கப்பட்டது. யானை

மீதமர்ந்த இரு சிங்கங்கள் மேல் சவாரி செய்யும் படைப்புச் சிற்பத்திலும் இந்த சிறப்புப் பெயரை காணலாம்.

பிரதாப ருத்ர தேவா, "தயா கஜகேசரி" என்ற சிறப்பு முன்னொட்டை பயன்படுத்தினார்.

இடைக்கால இந்திய வரலாற்றில் ஒரு பேரரசை ஒரு பெண் தலைமை தாங்கி பேரரசியாக 25 ஆண்டுகள் சீரும் சிறப்போடும் ஆட்சி செய்தது நம் நாட்டில் வேறெங்கும் இல்லை.

5. காகதிய பேரரசுக்குட்பட்ட சிற்றரசர்களும் தளபதிகளும்

1. ரேச்சர்லா மன்னர்கள்:

காகதியருக்கு அடங்கிய சிற்றரசர்களில் முதன்மையானவர்கள் ரேச்சர்லா சிற்றரசர்களே. இவர்கள் ரெட்டி சமூகத்தைச் சேர்ந்தவர்கள்; ஆயினும் இதே பெயர் கொண்ட வெலமா மன்னர்களிடமிருந்து வேறுபட்டவர்கள். ரெட்டி சமூகத்தினர் கொண்ட பெயர் ரேசெருவலா என்ற அவர்களின் ஊரிலிருந்து தோன்றியது. ஆனால் வெலமாக்களின் ரேச்சர்லா என்ற பெயர் அவர்களது குடும்பப் பெயரான ரேச்சடி (அ) ரேச்செட்லா என்ற பெயரிலிருந்து தோன்றியது. காகதியருக்கு தளபதிகளாக பல ஆண்டுகளாக அவர்களது நம்பிக்கைக்குப் பாத்திரமானவர்களாக இருந்தார்கள். கி.பி.1213இல் ருத்ரி ரெட்டி வெளியிட்ட பாலம்பேட் கல்வெட்டுகள், ரேச்சர்லா மன்னர்களைப் பற்றி விரிவாக எடுத்துரைக்கின்றன. இதில் முதன் முதலாக குறிப்பிடப்படுபவர் பிரம்ம சேனானி. இவர் கி.பி.1052இல் காஞ்சி மீது படையெடுத்து அதனைக் கைப்பற்றி தனது காகதிய மன்னன் முதலாம் பேட்டாவுக்கு அர்ப்பணித்தார். பிரம்ம சேனாதிபதியின் மகன் காட்டா சேனாதிபதி; இவனது புதல்வன் காமா என்பவன் இரண்டாம் புரோலாவிடம் தளபதியாக பணியாற்றியவன். மந்தினியின் சிற்றரசன் குண்டாவை சிரச்சேதம் செய்தவன் இவனே. இவனுக்குப் பிறந்தவன் பெயரும் காட்டா; இவனது மகன் ருத்ர சேனாபதி, பாலம்பேட்டில் ருத்ரேஸ்வரனுக்கு கோயில் கட்டி சில ஊர்களை தானமாக வழங்கினான். ஆனால் 12ஆம் நூற்றாண்டின் இறுதியில் செவுனர்களுடன் ஏற்பட்ட போராட்டத்தில், கி.பி.1198இல் ஜெய்துகி என்பவனால் கொல்லப்பட்டான்.

இதனால் பேரரசுக்கு ஆபத்து ஏற்பட்டது. மேலும் உள்நாட்டு குழப்பங்கள் ஏற்பட, கணபதி தேவாவின் அரசுப்பட்டம் தள்ளிப்போனது.

தளபதி ரேச்சர்லா ருத்ரா மட்டுமில்லையென்றால் கணபதி தேவா அரியணை ஏறி இருக்க முடியாது. இதற்குப் பரிசாக, ரேச்சர்லா ருத்ராவுக்கு மண்டாலிகா என்ற பின்னொட்டு வழங்கப்பட்டது.

இப்போரில் அழிக்கப்பட்டவர்களில் முக்கியமானவர், முடிகொண்டா சாளுக்கிய வம்சத்தைச் சார்ந்த நாகாதிராஜா. இப்போருக்குப் பின்னர் விதூருநாடு எனப்படும் பத்ராசலம், காகதிய பேரரசுடன் இணைக்கப்பட்டது. கணபதி தேவாவின் காலத்தில் காகதிய பேரரசு சிதறுண்டாமல் ஒருங்கிணைத்ததற்காக ரேசர்ல ருத்ராவுக்கு, "காகதிய

சமர்த்தி" மற்றும் காகதிய "ராஜ்ய பாரதௌரேயா' என்ற சிறப்புப் பெயர்கள் வழங்கப்பட்டன.

திக்ஷகுண்ட்டா கல்வெட்டுகள், மண்டலாதிகாரியான ருத்ரி ரெட்டியையும் அவரது மகன் காட்டாரெட்டியையும் குறிப்பிட்டுச் சொல்கின்றன. இதேபோல எல்குர்தி கல்வெட்டுகள், ருத்ர சேனாபதியையும் அவரது புதல்வர்களான லோகி ரெட்டி மற்றும் கணபதி ரெட்டியையும் குறிப்பிடுகின்றன.

ரேச்சர்லா குடும்பத்தின் இன்னொரு கிளை வம்சத்திலிருந்து தோன்றியவர்கள் நல்கொண்டா மாவட்டம் சூர்யபேட் மண்டலத்தைச் சார்ந்த பில்லல மர்ரி மற்றும் நாகுலபாடு பகுதியைச் சார்ந்தவர்கள். பம்ம சேனாதிபதியும், முச்ச சேனாதிபதி மற்றும் அவரது மகன் காட்டா, பேரன் நாமா ஆகியோரும் இந்த வம்சாவழியைச் சேர்ந்தவர்களே. நல்கொண்டா மாவட்டம் எட்லபல்லி கிராமத்தைச் சார்ந்த கல்வெட்டின்படி, காம சேனாதிபதிக்கு காட்டா என்றதோர் மகன் இருந்தான். இவன் தாயார் பெயர் தெரியவில்லை. இந்த காட்டாவின் மகன் தான், புகழ்பெற்ற ரேச்சர்ல ருத்ர சேனாபதி. நாமா மற்றும் பேட்டா இருவரும், காமா, காசாம்பிகா தம்பதிக்கு பிறந்தவர்கள். கணபதி தேவாவிடம் தளபதியாக இருந்தவன் இந்த நாம சேனாபதி. இவர்களது அரசியல் நடவடிக்கைகளைப் பற்றி குறிப்புகள் இல்லாவிட்டாலும் இவர்கள் இரண்டாம் புரோலா, ருத்ரா, கணபதி தேவா போன்றவர்களிடம் மிகுந்த நம்பிக்கை பெற்றவராகத் திகழ்ந்தனர்.

காகதிய நாட்டில் கோயில் குளங்கள் உருவாக முக்கியமானவர்கள் இந்த ரேச்சர்லா சிற்றரசர்கள். உலகப்புகழ் பெற்ற ராமப்பா கோயிலையும், அதை ஒட்டியுள்ள பெரிய ஏரியையும் கி.பி.1213இல் உருவாக்கியவர் ருத்தி ரெட்டி, கான்பூர் பகுதியில் தற்போது சிதிலமடைந்துள்ள தொகுப்புக் கோயில்களை (Ganpur Group of Temples) உருவாக்கியவரும் இவரே. கி.பி.1195இல் பில்லல மர்ரி என்னுமிடத்தில் உள்ள சில கோயில்களை உருவாக்கியவர் நாமி ரெட்டி. அங்குள்ள நாம சமுத்திரம் என்ற மாபெரும் ஏரியையும் உருவாக்கியவர் இவரே. இதே நாமிரெட், கி.பி.1202இல் நாமேஸ்வரக் கோயிலையும் அதைச் சுற்றியுள்ள இரு ஏரிகளையும் அகழ்ந்தெடுத்தவர். இதே குடும்பத்தைச் சார்ந்த ஏர்ரகாசானி என்பவர் மேலும் சில கோயில்களை உருவாக்கி நிலங்களை மானியமாக வழங்கினார். நாகுலபாடு என்னும் ஊரில் உள்ள கோயில் குளங்களும் இவரது உறவினர் உருவாக்கியதே. எனவே ரேச்சர்லா மன்னர்கள் போரில் பங்கு பெற்றதோடு நில்லாமல், கோயில்களை கட்டியும், நீர்நிலைகளை உருவாக்கியும், நீர்ப்பாசனம் சார்ந்த வேளாண்மைக்கும் வித்திட்டார்கள். அனுமகொண்டாவில் உள்ள

ஆயிரங்கால் கோயிலும், காகதிய சிற்றரசர்களான ரேச்செர்லா வம்சா வழியினரால் கட்டப்பட்டதே.

2. விரியாலா சிற்றரசர்கள்;

காகதியர், பேரரசை கட்டுவிக்கும் முன்பே, இவர்களுக்கு ஆரம்ப கால முதலே துணை நின்றவர்கள், விரியாலா மன்னர்கள். சிந்தேஸ்வர சரித்ரா என்ற நூலின் கூற்றுப்படி பார்த்தால், காகதிய கருட பேட்டா மன்னனுக்கு துணை நின்றது அவனது அத்தையான குண்டலதேவி. காகதியருக்கும் விரியாலா மன்னர்களுக்கும் திருமண உறவு இருந்தது என்பதை கூடூரு கல்வெட்டுகள் மூலம் அறியலாம். முடிகொண்ட சாளுக்கிய வம்சத்தைச் சார்ந்த போட்டு பேட்டாவின் படையில் சேனாதிபதியாக இருந்தவர் விரியாலா ஏர்ரா. இவர்தான் கொரவி பிரதேசத்தை காகதியருக்காக வென்றெடுத்தவர். இவரது மனைவி காமவாசனி, காகதிய மன்னன் முதலாம் கருட பேட்டாவுக்கு சாளுக்கியரிடமிருந்து அனுமகொண்ட குறுநிலப் பிரதேசத்தை பெற்றுத்தந்தவர். கோட்டகிரி, கூடுர் கல்வெட்டுகளை நோக்கினால் இவர்களும் காகதிய பேரரசை நிறுவுவதற்கு பெருந்துணை புரிந்துள்ளார்கள் என்பது விளங்கும்.

3. மல்யாலா சிற்றரசர்கள்:

மல்யாலா சிற்றரசர்களைப் பற்றிய குறிப்புகள், கொண்டபர்தி மற்றும் கடகூறு கல்வெட்டுகளில் உள்ளன. இதே குடும்பத்தைச் சார்ந்த குண்டியா மன்னரைப் பற்றிய குறிப்புகள் மகபூப்நகர் மாவட்டம் போதாபூர் கல்வெட்டில் காணப்படுகின்றன. காகதியர் மற்றும் விரியாலா மன்னர்களைப் போன்றே இவர்களும் துர்ஜயா வம்சாவழியைச் சேர்ந்தவர்கள் என்று கூறிக்கொண்டனர். இவர்களது குடிமைப் பட்டியல்படி தன்னய மந்திரி என்பவர் தாம், முதன்மையாகக் குறிப்பிடப்படுகிறார். மல்யால நகரத்திற்கு தலைமை தாங்கியவர் இவர். தனனாவின் மகன் சப்ப சேநாபதி: இவரது மகனான காட்டா என்பவன் காகதி ருத்ராவின் படைத்தளபதியாக இருந்தவன். காகதி ருத்ரதேவா கடலோர ஆந்திராவின் மீது படையெடுத்த போது, அவரது படைகளுக்கு தலைமை தாங்கி தரணிகோட்டாவை கைப்பற்றியதால் மன்னர் இவனுக்கு “கோட்டா கெல்பாடா” என்ற பட்டத்தை வழங்கினான். புரோலா மற்றும் சந்தா ஆகியோர் கட்டாவின் புதல்வர்கள். கணபதி தேவாவின் ஆரம்பகால ஆட்சி காலத்தில் தலைமைத் தளபதியாக விளங்கியவன் இந்த சந்தா என்பவன். வெல நாட்டி மன்னரான பிரித்வீஸ்வரனை பணிய வைத்தவன் இந்த சந்தா. “பிரித்வீஸ்வரனின் தலை கொண்டவன்” என்ற சிறப்புப் பெயர் சந்தாவுக்கு மட்டுமல்ல, இதர தளபதிகளுக்கும் பொருந்தும்.

கி.பி. 1203-1206இல் நடைபெற்ற போரில் இதர தளபதிகளுக்கு பங்கு இருந்தாலும் இப்போரை தலைமை தாங்கி நடத்தியவன் தளபதி சந்தா மட்டுமே. பிரித்வீஸ்வரா ஒரு குறுநில மன்னன் அல்ல. 12ஆம் நூற்றாண்டின் இறுதிக் காலத்தில், வேங்கியிலிருந்து சோழர்கள் வெளியேறிய பின்பு, வெலநாட்டி மன்னன் இரண்டாம் சோழன் தலையெடுத்து வடக்கே சிம்மாசலம் முதல் தெற்கே நெல்லூர் வரை ஆட்சி செய்தவன். இம்மாபெரும் நிலப்பரப்பை தமது பாட்டனாரிடமிருந்து பெற்று, கி.பி.1185இல் ஆட்சிக்கு வந்தவனே பிரத்வீஸ்வரன். காகதியரின் வளர்ச்சிக்குத் தடையாக இருந்தவன். கோட்டா மன்னர்களை ஒரு வகையில் கட்டுப்படுத்தியவன் ருத்ரமன்னன். ஆனால் வெலநாட்டி மன்னன் பிரித்வீஸ்வரனை அடக்குவது கணபதி தேவாவுக்கு சவாலாக இருந்தது. தாம் பதவி ஏற்றதும், மல்யால சந்தா தலைமையில் ஒருபெரும் படையை அனுப்பினார் கணபதி தேவா. திவீபா என்ற தீவில் தங்கியிருந்த பிரித்வீஸ்வரனை தோற்கடித்து அங்கிருந்து விரட்டினான் சந்தா. அந்த தீவை கொள்ளையடித்து கணபதி தேவாவுக்கு சமர்பித்ததால், சந்தாவுக்கு “திவி சூரகாரா” (தீவை கொள்ளையடித்தவன்) என்ற சிறப்புப் பெயரை கணபதி தேவா வழங்கினார். தன் வெற்றியை கொண்டாடும் பொருட்டு, கொண்டபர்தி என்ற ஊரில் சௌண்டேஸ்வரனுக்கு கோயில் கட்டி சிறப்பு செய்தான், சந்தா.

மல்யாலா வம்சாவழியில் பின் நாட்களில் சிறப்புப் பெற்றவர்கள் குண்ட சேனாபதியும் அவரது மனைவியுமான குப்பாம்பிகா என்பவரும்தான். இவருக்கும் சந்தாவுக்கும் என்ன உறவு என்று தெரியவில்லை. இவர்கள் தம் தாயகமான வரங்கல் அருகேயுள்ள கொண்டபர்தியை விட்டு, எதற்காக இடம் பெயர்ந்தார்கள் என்பதும் விளங்கவில்லை. இவர்கள் கணபதி தேவாவுக்கும் ருத்ரமாதேவிக்கும் சேவை செய்து கி.பி.1277 வாக்கில் இயற்கை எய்தியுள்ளார்கள். குப்பாம்பிகா என்பவர் கோனா குடும்பத்தைச் சார்ந்த புத்தயா என்பவரது மகள். கணவன் மனைவி இருவருமே இலக்கியங்களையும் இலக்கிய ஆசிரியர்களையும் போற்றிப் பாதுகாத்தனர்.

4. நடவாடி சிற்றரசர்கள்

மேலைச் சாளுக்கியர் கீழ் இருந்தவர்கள் நடவாடிச் சிற்றரசர்கள். வரங்கல் மாவட்டம் நரசம்பேட்டில் கி.பி.1101இல் வெளியிடப்பட்ட கல்வெட்டு இவர்களைப் பற்றி குறிப்பிடுகிறது. நடவாடி குடும்பத்தைச் சார்ந்த புத்தராஜா என்பவரால் பிராமண சபாவிற்கு ஒரு கிராமம் கொடையாக வழங்கப்பட்டது குறித்து பதிவு செய்யப்பட்டுள்ளது. கி.பி.1104இல் நடிகொண்டாவில் வெளியிடப்பட்ட கல்வெட்டு இவரது மகன் துர்கபூபாலனைப் பற்றி தெரிவிக்கிறது. இவை இரண்டுமே

இவர்கள் மேலைச் சாளுக்கியருக்குட்பட்டவர்கள் என்று தெரிவிக்கிறது. இவர்கள் மாடபல்லிபுராவை ஆட்சி செய்தவர்கள் என்று தெரிகிறது. நடவாடி பிரதேசம் என்பது கிருஷ்ணா மாவட்டம் நந்திகாமம் மற்றும் மதிரா அருகேயுள்ள மாடபல்லி கிராமத்தை உள்ளடக்கிய பகுதிகள் என கொள்ளலாம். இவர்கள் காகதியருடன் மண உறவு கொண்டிருந்தவர்கள். பேட்டாவின் மகனான நடவாடி துர்காவின் தமக்கையார் முப்பமாம்பா, கணபதி தேவாவின் தாயார் ஆவார். மகாதேவாவின் இரண்டு புதல்விகளான மைலம்மா மற்றும் குண்டம்மா, துர்காவின் பேரன்களுக்கு திருமணம் செய்து வைக்கப்பட்டார்கள். பைய்யாரம் கல்வெட்டுகளின்படி இவ்விரு குடும்பங்களும் இராஷ்டிரகூடர் காலத்திலேயே ஆந்திராவுக்கு குடி பெயர்ந்தவர்கள். மைலம்மாவும் குண்டம்மாவும் இருவேறு தாய்மார்களுக்கு பிறந்தவர்கள். மைலம்மாவுக்கு பைய்யாரம் பகுதியும், குண்டம்மாவுக்கு ஜனகாம், மற்றும் சென்னூர் மண்டல பகுதிகள் சீதனமாக வழங்கப்பட்டன. மைலம்மாவின் இரு புதல்வர்கள் பற்றி திரிபுரந்தகம் கோயில் பதிவுகள் கூறுகின்றன. நந்திகாம பகுதியில் இவர்களைப் பற்றி கல்வெட்டு குறிப்புகள் இல்லாவிட்டாலும், ஏன் இவர்கள் நடவாடி சிற்றரசர்கள் என்றழைக்கப்பட்டனர் என்பது புரியவில்லை. ஒருவேளை இவர்கள் இராஷ்டிரகூட மன்னர்களால் இங்கு குடியமர்த்தப்பட்டு, பின்னாளில் தெலங்கானா பகுதிக்கு இடம் பெயர்ந்திருக்கக்கூடும்.

5. செரக்கு சிற்றரசர்கள்

ஏருவா மண்டலத்தில் செரக்குப் பகுதியில் உள்ள 12 கிராமங்களை கொண்ட பகுதிகளில் இருந்து வந்தவர்களாதலால் இவர்களுக்கு செரக்கு மன்னர்கள் என்று பெயர் வந்தது. இப்பகுதியானது நல்கொண்டா மாவட்டத்தின் கிருஷ்ணா நதியின் இருபக்கத்திலும், பிரகாசம் மாவட்டத்திலும் பரவியிருந்தது. இவர்களது மூதாதையரான காட்டா என்பவருக்கு தெலுங்கு சோழ மன்னனான ஏருவா பீமா என்பவன் 12 கிராமங்கள் கொண்ட ஏருவா மண்டலத்தை வழங்கியதால், செருக்கு என்ற குடும்பப் பெயரை பெற்றார்கள்.

இவர்களது வம்சா வழியில் பொல்லய்ய ரெட்டி, விஸ்வநாதரெட்டி என்ற பெயர்கள் காணப்படுவதால் இவர்கள் ரெட்டி சமூகத்தைச் சார்ந்தவர்கள் எனலாம். முதன் முதலில் தோன்றிய செரக்கு மன்னருக்கு கேட்டா, சூரா மற்றும் பொல்லா என்று மூன்று மகன்கள்; இவர்களில் மூத்தவனான கேட்டாவுக்கு, இரண்டாம் கேட்டா, மாறா, எர்ரா மற்றும் எர்ரா (இவர் வேறு) என்று நான்கு புதல்வர்கள். காகதி மன்னர் ருத்ரா தெலுங்கு சோழர்களோடு போர் தொடுத்தபோது, ருத்ராவுக்கு துணை போனவர்கள். முதலில் தெலுங்கு சோழருக்கு விசுவாசமாக இருந்த

இவர்கள், காகதியருக்கு துணைபோனதால் இவர்களுக்கு அச்சம்பேட் பகுதி முழுவதும் பரிசாக வழங்கப்பட்டு “மகா சமந்தர்கள்” என்ற பட்டப் பெயரையும் பெற்றார்கள்.

இவர்களின் துணை இருந்ததால்தான் சோட பீமனையும், உதய சோடனையும் காகதிய ருத்ராவால் வெற்றிகொள்ள முடிந்தது. இவர்களது வம்சாவழியில் வந்த பொல்லா என்பவன் காகதிய மன்னர்களான ருத்ரா, மகாதேவா மற்றும் கணபதி தேவாவிடம் தொடர்ந்து தளபதியாக பணியாற்றியவன். இவனுக்கு கணபதி, விஸ்வநாதா, கேட்டா மற்றும் இம்மடி விஸ்வநாதா என்று நான்கு புதல்வர்கள். அச்சம்பேட் பகுதியிலுள்ள கல்வெட்டுகளில் இவர்களின் பெயர்கள் காணப்படுகின்றன. மேலும் கர்நூல் மாவட்டம் கிருஷ்ணா நதிக் கரையிலுள்ள கல்வெட்டுகளில் இவர்களைப் பற்றிய குறிப்புகள் உள்ளன. கணபதி தேவா இவர்களுக்கு மேற்கண்ட பிரதேசங்களை ஆட்சி செய்ய வழங்கி இருக்கக் கூடும்.

காகதியரின் போர்களிலெல்லாம் அவர்களின் சிற்றரசர்களின் துணை பேருதவியாக இருந்து. அவர்களின் வெற்றிக்கு அச்சாணியாக இருந்தவர்கள் சிற்றரசர்கள். கி.பி.1290இல் காயஸ்தா அம்பதேவா வெளியிட்ட கல்வெட்டுப்படி, இவர் தனது மகளை போல்யபாடாவின் மகன் ராஜன்னாவுக்கு மணம் செய்வித்ததோடு, நந்தனபுரா நகரையும் சீதனமாக வழங்கினார். போலய்யாவும் அவரது மகன் ராஜன்னாவும், செருக்கு மன்னர்களான வேலூரி போலய்யா மற்றும் அவரது மகன் ராஜருத்ரா என்று சில வரலாற்றாசிரியர்கள் கருதுகிறார்கள். ஆனால் இந்த கருத்தை ஏற்றுக்கொண்டால் செருக்கு சிற்றரசர்கள் காகதிய மன்னருக்கு எதிராக அணிவகுத்து நின்றார்கள் என்ற முரண்பாடான கருத்து வெளிப்படும். இது ஏற்கத்தக்கதாயில்லை. பல்வேறு கல்வெட்டுகளைப் பார்த்தால், ராஜருத்ரன், பிரதாபருத்ராவுக்கு மிகவும் விசுவாசமாக இருந்தது புலப்படும். ஒருசில சிற்றரசர்களுக்கு மட்டுமே செப்புப் பட்டயங்களை வெளியிடும் அதிகாரம் காகதியரால் வழங்கப்பட்டது. விரியாலருத்ரா, யாதவ எல்லன்னா, மற்றும் ராஜருத்ரா மட்டுமே செப்புப் பட்டயங்களை வழங்கி கொடைகளை வழங்கியுள்ளனர். செருக்கு ராஜன்னா, ஒரு ரெட்டி தளபதி என்றும் அவர் காகதியரிடம் நன்றியுடன் இருந்தார் என்றும் புலனாகிறது.

6. கோட்டா சிற்றரசர்கள்:

இவர்களும் காகதியருக்கு உறவினர்களே. அமராவதிக்கு அருகில் உள்ள தரணி கோட்டா இவர்களது பிறப்பிடம். எனவே கோட்டா சிற்றரசர்கள் என பெயர் பெற்றனர். இவர்களது கல்வெட்டுகள் அமராவதியிலுள்ள அமரேஸ்வரர் கோயிலிலும், வெல்பூரிலுள்ள ராமலிங்கேஸ்வரர்

கோயிலிலும் காணப்பட்டாலும், இவற்றில் வரலாற்றுச் சிறப்புள்ள தகவல்கள் ஏதுமில்லை. இவற்றில் உள்ள குடிமை வழிப்பட்டியல் மட்டுமே குறிப்பிடத்தக்க அம்சம் எனலாம். இவர்கள் பல்வேறு பட்டங்களை சூட்டிக்கொண்டாலும் அவற்றின் சிறப்பு ஏதுமில்லை. திரிநாயன பல்லவரிடமிருந்து பெற்ற 6 ஆயிரம் ஊர்கள் கிருஷ்ணா நதிக்கு தெற்கே அமைந்தன. கணபதி தேவாவால் கி.பி.1250இல் வெளியிடப்பட்ட யனமலா கல்வெட்டின்படி, கோட்டா வம்சத்தவர் என்று குறிப்பிடப்படுபவர்கள் முதலாம் பீமா, முதலாம் கேட்டா, இரண்டாம் பீமா, இரண்டாம் கேட்டா, இவரது மகன் ருத்ரா, மற்றும் ருத்ராவின் மகன் பேட்டா ஆகியோர். பேட்டா என்பவன் காகதிய இளவரசியை மணம்புரிந்தவன்.

இந்த இளவரசிதான் கி.பி.1218இல் ஒரு செப்புப் பட்டயத்தை வெளியிட்டுள்ளார். அதில் மெகலுட்லா என்ற கிராமம் கொடையாக வழங்கப்பட்டது குறிப்பிடப்பட்டுள்ளது. இவர்களது வம்சத்தில் வந்த கணபதி தேவராஜனும் நான்காம் பீமாவும், சாளுக்கிய சோழரிடம் பகைமை பாராட்டியவர்கள். இவர்கள் காலத்தில் ஆந்திர தேசம் மண்டலங்களாகப் பிரிக்கப்பட்டது. இதன் மண்டாலதிகாரிகள் சிலர் வெலநாட்டு மன்னர்களுக்கு விசுவாசமாகவும், கோட்டா மன்னர்கள் காகதியருக்கு விசுவாசமாகவும் இருந்தனர். இவர்கள் காகதியருடனும் வெலநாட்டு மன்னர்களுடனும் மண உறவு கொண்டிருந்தனர். ஆரம்பத்தில் சாளுக்கிய சோழரை ஆதரித்த இவர்கள் பின்னாட்களில் காகதியர் பக்கம் சாய்ந்தனர். காகதிய கணபதி தேவாவின் தமக்கையான மைலாம்பாவுக்கும் நடவாடி ருத்ராவுக்கும் பிறந்தவர் பய்யல மகாதேவி. இவரே மன்மா கேட்டா எனப்படும் மூன்றாம் கேட்டாவை மணம் புரிந்தவர்.

காகதிருத்ரதேவா, கடலோர ஆந்திராவின் மீது படையெடுத்தபோது, முதலில் தாக்கியது கோட்டா மன்னர்களைத்தான். காகதிப் படைகளுக்கு தலைமை தாங்கியது மல்யால மன்னன் சவுந்தா சேனா என்பவனே. இப்போரில் வெற்றியை ஈட்டியமையால் இவன் "கோட்ட கெல்பாட்டா" (கோட்டையை வென்றவன்) என்ற சிறப்புப் பெயர் பெற்றான். ஹர்ஹய மன்னர்களின் பிரதேசமான பல்நாட்டின் மீது படையெடுத்தபோது இந்தபோரும் நிகழ்ந்துள்ளது (கி.பி.1185). இந்த வெற்றிக்குப்பின்பு கோட்டா மன்னர்கள், காகதியருக்கு அடங்கிய சிற்றரசர் ஆயினர்.

7. காயஸ்தா சிற்றரசர்கள்

காகதியருக்கு இணக்கமாயிருந்த சிற்றரசர்களில் காயஸ்தா மன்னர்கள் மிகவும் வலிமையானவர்கள். இவர்கள் இந்தியாவின் வடமேற்குப் பகுதியிலிருந்து வந்த வீரவம்சத்தைச் சேர்ந்தவர்கள். நல்கொண்டா

மாவட்டத்தில் சிட்யாளா என்ற ஊரில் கிடைத்த கல்வெட்டு இதனை உறுதிப்படுத்துகிறது. கணபதி தேவாவால் பனுகல்லு பிரதேசத்திற்கு முதலில் ஆளுநராக நியமிக்கப்பட்டார்கள். குதிரைப்படை, காலாட்படை நிர்வகித்து நடத்திச் செல்வதில் வல்லமை பெற்றிருந்ததால் கணபதி தேவா தமது படைகளை வலுப்படுத்த இவர்களது உதவியை நாடினார்.

காயஸ்தா குடும்பத்தைச் சேர்ந்த ஐந்து சிற்றரசர்கள் கர்நூல் கடப்பா பகுதியை ஆண்டுள்ளனர். இவர்களில் மிகவும் புகழ்பெற்றவர் காலாட்படை தளபதியான "கங்கய சாகினி" என்பவர். இவருக்கு "கண்ட பேந்திரா" என்ற பட்டப்பெயரும் உண்டு.

இவர் கணபதி தேவாவின் காலத்தில் குரோசெர்லா என்ற ஊரை தலைநகராகக் கொண்ட ஏருவா-73, என்ற பகுதியை ஆட்சி செய்தவர். திரிபுரந்தகம் கல்வெட்டின்படி, 72 நியோகங்களின் (மண்டலங்கள்) தலைமை மன்னராகத் திகழ்ந்தார். பின்னர் மகாமண்டலேஸ்வரர் என்ற உயர்பதவி பெற்று, நல்கொண்டா மாவட்டம் பானுகல்லு என்னுமிடத்திலிருந்து கடப்பாவிலுள்ள வல்லூரு வரை நீண்டிருந்த மாபெரும் பிரதேசத்தை ஆட்சி செய்தார். எனவே இவருக்கு, "பக்ஷிமராய - தாமோதர திசபட்டா" என்ற பட்டப் பெயரும் கிடைத்தது. கணபதி தேவாவின் ஆணைப்படி மேற்கே படையெடுத்து, அப்பகுதியை ஆண்ட தாமோதரனை விரட்டியடித்தவர் இந்த கங்கய சாகினி என்ற சிற்றரசர். மேற்குப் பகுதியிலிருந்த செவுனருக்கும், காகதியருக்கும் அடிக்கடி மோதல் உண்டானது. கி.பி. 1247 முதல் 1261 வரை மேற்குப் பகுதியை ஆண்ட செவுனா மன்னன் கன்னரன் (தாமோதரன்) என்பவன். இவனை போர்க்களத்திலிருந்து விரட்டியதாலேயே மேலே சொல்லப்பட்ட சிறப்புப் பெயரை பெற்றார். மேலும் கங்கய சாகினியின் மைத்துனரான முதலாம் அம்பதேவா, மற்றும் அம்பதேவாவின் புதல்வர்களான ஜன்னிகதேவா, முதலாம் திரிபுராரி மற்றும் இரண்டாம் அம்பதேவா, ஆகியோரும் இந்த மேற்கு நாடு யுத்தத்தில் பங்கு பெற்றதால் இவர்களுக்கும் மேலே கூறப்பட்ட பட்டப் பெயர் கிடைத்தது. செவுன மன்னரான கன்னரன் (தாமோதரன்) காகதியரின் ஒரு பகுதியை ஆக்கிரமித்ததால், கங்கயன் இவனை எதிர்த்துப் போரிட்டு தோற்கடித்தான். கங்கயன் திறமையை மெச்சிய, கணபதி தேவா அவனை மகாமண்டலேஸ்வரனாக்கி "சலமர்திகண்டா" என்ற பட்டத்தையும் அளித்து கௌரவித்தான். 72 மண்டலங்களுக்கும் அதிபதியாக திகழ்ந்தான் கங்கயன்.

காகதியரின் சார்பாக, பல போர்களில் கங்கய சாகினி பங்கு பெற்றாலும், மிக முக்கியமானதாகக் கருதப்படுவது கி.பி. 1254இல் வைதும்ப மன்னரான இராய தேவருடன் ஏற்பட்ட போரே. வைதும்ப மன்னர், கடப்பா மாவட்டத்தின் தென்கிழக்குப் பகுதிகளான மார்ஜவாடி மற்றும் பொட்டபி நாடு பகுதிகளையும் நெல்லூருக்கு மேற்குப்

பகுதிகளையும் ஆண்டுவந்தார். இந்த போரில் நெல்லூர் தெலுங்கு சோழ மன்னனான இரண்டாம் மனுமசுத்தி, வைதும்பருக்கு எதிராக காயஸ்தா மன்னருக்கு தனது படைகளை அனுப்பினான். இதன் பின்னர் காயஸ்தா மன்னர்கள், காகதியருக்கு அடங்கிய சிற்றரசர்களாகி மார்ஜவாடி, ஏருவா மற்றும் பல்லிநாடு பகுதிகளை ஆண்டு வந்தனர்.

இவனுக்கு வாரிசுகள் இல்லாமையால் பின்னர், இவனது சகோதரியின் மகனான ஜனார்தனன் என்னும் ஜென்னிகதேவன் பொறுப்பேற்றுக் கொண்டான். இவன் பாண்டியரை எதிர்த்து, நெல்லூர் அருகே முத்துகூர் எனுமிடத்தில் போரிட்டான். மேலும் காஞ்சியை ஆண்ட பல்லவ மன்னனான சித்தய்ய தேவனை சோமசீலம் அருகே பினாகினி நதிக்கரையில் எதிர்த்துப்போரிட்டான். இவன் கணபதி தேவாவின் வலது கரம் என்றழைக்கப்பட்டான்.

ஜென்னிக தேவனின் மறைவுக்குப் பின்னர் அவனது தம்பி முதலாம் திரிபுராரி பதவியேற்றான். இவனது மறைவுக்குப் பின்னர் இரண்டாம் அம்பதேவா பதவிக்கு வந்தான். இவனது குடும்பத்திலேயே மிகவும் புகழ்பெற்றவன் இரண்டாம் அம்பதேவா. இவனது காலத்தில் இரண்டு முக்கிய நிகழ்வுகள் நடந்தேறின. முதலாவதாக, ருத்ரமாதேவியை எதிர்த்து நின்று, கண்டிகோட்டா மனோரஞ்சிபுரத்தை தலைநகராகக் கொண்ட மார்ஜவாடி பிரதேசத்திற்கு மன்னனாக முடிசூடிக்கொண்டான். இரண்டாவது நடைபெற்ற போரில் ருத்ரமாதேவியை போரில் தோற்கடித்து கொன்றுவிட்டான்.

கி.பி.1290இல் வெளியிடப்பட்ட இரண்டாம் அம்பதேவன் கல்வெட்டு, இவனது வெற்றிகளையும், குடிமைப்பட்டியலையும் விவரிக்கிறது. இதன்படி இவன் ஸ்ரீபதி கணபதி என்பவனை வெற்றி கொண்டு “ஆயிரம் மன்னர்களை வென்ற மல்லன்” என்ற பெயர் பெற்றான். மேலும் இவன் 72 மன்னர்களை கொன்று, அவர்களின் தலைகளை கொய்து, கோபத்தின் தேவதைக்கு பூஜை செய்ததாக மிகைப்படுத்தப்பட்ட செய்தி ஒன்று கூறுகிறது. காகதிய அரசிக்கு விசுவாசமாக இருந்த ஏருவ சோழ மன்னனான மல்லி தேவாவை கொன்றான். மேலும் திரிபுரந்தகம், பல்நாடு பகுதிகளை ஆண்ட கோட்டா மன்னர்களை தோற்கடித்துள்ளான். இவன் கொன்றுபோட்ட மன்னர்களின் கபாலங்களை மாலையாக தரித்து பைரவி தேவி போல் காட்சியளித்துள்ளான். இது மட்டுமின்றி, வைதும்ப மன்னர்களான கேசவன், சோமி தேவன் மற்றும் அல்லுகங்கனை புறமுதுகிட்டோடச் செய்து அவர்களது குதிரைகளை கைப்பற்றியுள்ளான். சுருங்கச் சொன்னால், ஆந்திராவில் இருந்த அனைத்து அரசர்களையும் தோற்கடித்தான் அம்பதேவன்.

காகதிய அரசி ருத்ரமாதேவிக்கு அனுசரணையாக இருந்த அனைத்து சிற்றரசர்களையும் தோற்கடித்தவன் இந்த அம்பதேவன்.

காகதியரின் பகைவரான, பாண்டியரிடமிருந்தும், செவுனர்களிடமிருந்தும் கிடைத்த ஆதரவு இவனது வெற்றிக்கு பக்கபலமாக இருந்தது. நல்கொண்டா மாவட்டம் சந்துபட்லா ஊரில் கிடைத்த கல்வெட்டின்படி, ருத்ரமாதேவியும் அவரது தளபதியுமான மல்லிகார்ஜுனநாயகாவும், அம்பதேவனுடன் ஏற்பட்ட போரில் வீரமரணம் அடைந்ததாக குறிப்பிடப்பட்டுள்ளது.

ருத்ரமாதேவியின் மறைவுக்குப் பின்னர் கி.பி.1290இல் அம்பதேவன் சுயாட்சி பிரகடனம் செய்து கொண்டான். இதனையொட்டி திரிபுரந்தகம் இறைவனுக்கு பல கொடைகள் வழங்கினான். அவனது அட்டிராலா கல்வெட்டில், வல்லூரிப்பட்டினம், கண்டிகோட்டா, முல்கிநாடு, நேநாடு, பெண்டகல்லு, சகிலி, ஏருவ, பொட்டபி, ஆகிய பகுதிகளை தம் ஆட்சியின் கீழ் கொண்டு வந்ததாக குறிப்பிடப்பட்டுள்ளது. ருத்ரமாதேவியின் மறைவுக்குப் பின்னர் வந்த பிரதாப ருத்ரன், அம்பதேவா கைப்பற்றிய பகுதிகளை மீட்டெடுக்க பெருமுயற்சி செய்தான். கி.பி.1291இல் படையெடுத்து திரிப்புரந்தகத்தை கைப்பற்றினான். தாம் அரியணை ஏறிய 8 ஆண்டுகளில் இழந்த பிரிதேசங்களையெல்லாம் மீட்டெடுத்து காகதிய பேரரசை மீண்டும் நிறுவினான் பிரதாபருத்ர தேவா. காகதியர் ஆட்சிகாலத்தில் காயஸ்தா மன்னர்கள் விசுவாசமான சிற்றரசர்களாகவும், நம்பிக்கை துரோகம் செய்யாதவர்களாகவும் இருப்பதை காணமுடிகிறது.

8. இந்துலூரி சிற்றரசர்கள்:

இவர்களைப் பற்றி முக்கிய குறிப்புகள் இந்துலூரி வம்சத்தைச் சேர்ந்த கோலனி கணபதி எழுதிய "சிவயோக சாரம்" நூலில் இருக்கின்றன. 15ஆம் நூற்றாண்டில் வாழ்ந்த இவர் தம் முன்னோர்களைப் பற்றி சுவையான செய்திகளைக் கூறுகிறார். இவர்கள் கௌடிண்ய கோத்ரம் சார்ந்தவர்கள். இவர்களது மூதாதையரான நானா கௌரா என்பவர் சிறந்த சைவ பக்தர்; இந்துலூரு என்ற கிராமத்தைச் சார்ந்தவர். இவர் அனுமகொண்டாவுக்கு குடிபெயர்ந்தார். இவருக்கு பெத்தமல்லா மற்றும் சின்னமல்ல என்ற இரு புதல்வர்கள்; இருவருமே ருத்ரதேவாவிடம் அமைச்சராக இருந்தவர்கள். ருத்ரதேவா தனது தலைநகரை அனுமகொண்டாவிலிருந்து ஓருகல்லுக்கு மாற்றிய போது, பெத்தமல்லாவை படைத்தளபதியாகவும், சின்னமல்லாவை தலைமை கணக்காளராகவும் நியமித்தார். பெத்தமல்லாவுக்கு சோம மந்திரி மற்றும் பெத்தகன்னா என்று இரு மகன்கள்.

கணபதி தேவா அரசாட்சி செய்த காலத்தில் சோம மந்திரி கிழக்கு ஆந்திராமீது படையெடுத்தார். அப்போது வேங்கி மண்டலத்தின் கொலனு பகுதியை வெலநாட்டி மன்னரான பிரத்வீஸ்வரனின் நண்பன்

கொலனி கேசவதேவா ஆண்டு வந்தான். போரில் சோம மந்திரி கேசவ தேவனை தோற்கடித்து அவனது நாட்டை காகதிய பேரரசுடன் இணைத்தான். கணபதி மன்னர் இவனை கோலனுவுக்கு ஆளுநராக்கி, “கோலனி சோமா” என்ற பட்டத்தையும் வழங்கினார். இவனது மகன் மனுமகன்னா என்பவன் ருத்ராமாதேவியிடம் சேநாதிபதியாக பணிபுரிந்தவன். ருத்ரமாதேவியின் பல வெற்றிகளுக்கு முக்கிய காரணமாக இருந்தவன் இந்த மனுமகன்னா. இவனது மகன் கோலனி ருத்ரா சிறந்த நிர்வாகிமட்டுமின்றி அறிவாளியுமாக திகழ்ந்தான். பிரதாப ருத்ராவிடம் அரச இலச்சினையை பாதுகாக்கும் முக்கிய பணியில் இருந்தான். ஓருகல்லு, சிம்மாசனத்திற்குட்பட்ட பகுதியின் ஆளுநராகவும் இருந்தான். ஏறக்குறைய 20 கோட்டைகள் இவனது பொறுப்பில் இருந்தன.

9. வெலமா சிற்றரசர்கள்:

காகதியரின் சிற்றரசர்களில் பத்ம நாயகா சமுகத்தைச் சார்ந்த ரேச்சர்ல வெலமா மன்னர்கள் மிகவும் சிறப்பிடம் பெற்றவர்கள். இச்சமூகத்தை தோற்றுவித்த ரேச்சடி என்பவர் பெயராலே இப்பெயர் பெற்றார்கள். இவர்கள் ருத்ரமாதேவி, பிரதாபருத்ராவிடம் பணிபுரிந்தவர்கள். பலபேர் எதிர்த்தபோதும், ருத்ரமாதேவியை பட்டத்தரசியாக்கியவர், பிரசாதித்யா என்னும் ரேச்சர்ல சிற்றரசர். எனவே இவர் “காகதி ராஜ்ய ஸ்தாபனாச்சார்யா” என்ற பட்டம் பெற்றார். ராணி ருத்ரமாதேவியின் காலத்தில் இவரால் உருவாக்கப்பட்டது தான் “நியாயம்கார” எனப்படும் அரசாட்சி முறை.

தெலங்கானாவின் மீது ஏழு முறை படையெடுத்த முஸ்லீம்களை தடுத்து நிறுத்தியவர் பிரசாதித்யாவின் மகனான வென்னமா என்பவர். வென்னாவின் மகன் எர்ர தாச்சாவும் அவனது மைத்துனன் நளதாச்சாவும் பாண்டியனுடன் ஏற்பட்ட போரில் பங்கு பெற்றவர்கள். பிரதாப ருத்ராவின் ஆணைப்படி, வீரபாண்டியன், விக்கிரம பாண்டியன், பராக்கிரம பாண்டியன், சுந்தரபாண்டியன் மற்றும் குலசேகர பாண்டியன் என ஐந்து வகை பாண்டிய மன்னர்களை தோற்கடித்த பெருமை ஏர்ர தாசாவுக்கு உண்டு. இவ்வெற்றிகளின் காரணமாக இவ்விருவருக்கும் “பாண்டிய கஜ கேசரி” மற்றும் “பாண்டிய தள விபாலா” என்ற பட்டப் பெயர்களை பிரதாப ருத்ரா வழங்கினார். பலகுறுநில மன்னர்களை தோல்வியுறச் செய்து நெல்லூரில் திருக்காலதி தேவனை பதவியில் அமர்த்தியவர்கள் இவர்களே.

நாராயணவனம் மலைப் பகுதிகளை, ஹொய்சள மன்னன் மூன்றாம் வீர பல்லாலன் கைப்பற்றியதால், காகதிய தளபதிகள் போரில் குதித்தனர். அப்போது சந்திரகிரி கோட்டையை அவனது தளபதியான

திருவேங்கடநாதன் கைப்பற்றியிருந்தான். இப்போரில் வீர எல்லாலனே நேரில் ஈடுபட்டதாகத் தெரிகிறது. காகதிய படைகளுக்கு பொறுப்பேற்ற இந்துலூரி பெத்த ருத்ராவும், வெலமா சிற்றரசன் எர்ர தாச்சாவும் ஹொய்சள படைகளைத் தோற்கடித்து, அவனது பிரதேசங்களைக் கைப்பற்றினர். இப்போர் வழியாக அப்போது செங்கல்பட்டு, வடஆற்காடு பகுதிகளை ஆண்ட சம்புவராய மன்னர்களையும் தோற்கடித்து இவ்வெற்றிகளை தொடர்ந்து, காஞ்சியை நோக்கி முன்னேறிய பாண்டிய படைகளை தோற்கடித்து காஞ்சி நகரை கைப்பற்றினர். இப்போரில் முப்பிடி நாயகன், பெத்தருத்ரா மற்றும் எர்ர தாச்சா ஆகியோர் பங்கு பெற்றனர்.

நல்கொண்டா மாவட்டத்திலுள்ள ரச்சகொண்ட, மற்றும் தேவர்கொண்ட வெலமா மன்னர்களின் பிரதான கேந்திரங்களாக இருந்தன. வெலமா மன்னர்கள் காகதியர் காலத்தில் சிறப்பாக செயல்பட்டது போலவே, அவர்களுக்குப் பின்னர் தோன்றிய விஜயநகர மன்னர்கள் திகழ்ந்தார்கள். வேங்கடகிரி, பீதாபுரம், பொப்பிலி, ஜட்போல் போன்ற மன்னர்கள் எல்லாம் தம்மை வெலமா சிற்றரசர்களின் வழித்தோன்றல்கள் என்று கூறி பெருமை கொண்டாடினர்.

10. நிடதவோலு சாளுக்கியர்:

கொலனு மன்னர்களை வெற்றி கண்டபின்பு, மகாதேவா, நிடதபோலு பகுதியை ஆண்ட மண்டலாதிபதியான இந்து சேகரன் என்ற கீழைச் சாளுக்கியன் மீது போர் தொடுத்தான்.

காகதியர் காலத்தில் சில பெண்கள், மகா மண்டலேஸ்வரர்களாக நியமிக்கப்பட்டனர். கணபதி தேவாவின் மகளான ஞானபாம்பா, தனது கணவரின் மறைவுக்குப் பின்னர் கோட்ட மண்டலப் பகுதிக்கு மகாமண்டலேஸ்ரராக நியமிக்கப்பட்டார். இதுபோல சாக்கி குடும்பத்தைச் சார்ந்த முப்பலதேவி என்னும் பெண்மணி, தனது கணவரின் மறைவுக்குப் பின்னர் அப்பிரதேசத்திற்கு ஆளுநராக நியமிக்கப்பட்டார்.

இதர சேநாதிபதிகள், அமைச்சர்கள்

1. கங்காதர: பிராமண சமூகத்தைச் சேர்ந்த இவர், சிறுவயதிலேயே காகதி இரண்டாம் புரோலாவிடம் பணிக்குச் சேர்ந்தார். இவரது திறமையை மெச்சி, அனுமகொண்ட நகரின் தலைமைபொறுப்பை இவருக்கு வழங்கினார். புரோலா மன்னன் ருத்ர தேவாவின் காலத்தில் அமைச்சராக பதவி உயர்வு பெற்றார். போலவாச மன்னர்களான மேடராஜா, தொம்மராஜாவுக்கு எதிரான போர்களில் பங்கு பெற்றார். ருத்ரா மன்னர் இவரை சப்பிமண்டலம் எனப்பட்ட

கரீம் நகருக்கு ஆளுநராக்கினார். இவர் பல கோயில்களை கட்டினாலும், அனுமகொண்டாவில் உருவாக்கிய பிரசன்ன கேசவர் கோயில் (தற்போது இல்லை) பிரசித்த பெற்றது. மேலும் நூகுநூறுவில் சிவன் கோயிலையும், அனுமகொண்டா, பத்மாக்ஷி மலையில் புத்தர், சமண கோயில்களையும் கட்டினார்.

2. ஜெயசேநாதிபதி: இவர் வேங்கி மண்டலத்தைச் சேர்ந்தவர். கணபதி தேவா வெலநாட்டி மன்னர்கள் மீது படையெடுத்து அவர்களை பணிய வைத்தான். ஆயினும் வெலநாட்டி மன்னன் இரண்டாம் ராஜேந்திர சோழனுக்கு உறவினரான ஜெயபாவை அங்கீகரித்து சேநாதிபதியாக்கினான். இவருக்கு முறையாக கல்வி கற்பித்து யானைப் படைகளின் தலைவனாக்கினான். சந்தவோலு நகரை தலைநகராகக் கொண்ட வெலநாட்டுக்கு ஆளுநராக நியமித்தான். பின்னர் ஓருகல்லுவில் அமைச்சரானார். நாட்டியக்கலை பற்றிய "நிருத்திய ரத்னாவளி" நூலை சமஸ்கிருத்தில் எழுதியவர் இவரே. மேலும் இசையைப் பற்றி கீதரத்னாவளி என்ற நூலையும், இசைக் கருவிகள் பற்றி வாத்ய ரத்தனாவளி என்று நூலையும் எழுதியுள்ளார். ஆனால் கடைசி இரு நூல்களும் கிடைக்கவில்லை.

3. சாமந்த போஜா என்பவர் கி.பி.1249இல் காஞ்சியை கைப்பற்றி கணபதி தேவாவுக்கு பெருமை சேர்த்தார்.

4. சில யாதவா சிற்றரசர்கள் கணபதி தேவாவின் போர்களில் அவருக்கு உறுதுணையாக இருந்தனர். இவர்களில் குறிப்பிடத்தக்கவர் வெலநாட்டுப் போரில் பங்குபெற்ற விஸ்வநாத தேவா. அக்ஷய சந்திர தேவா, கணபதி தேவாவின் ஆளுகைக்குட்பட்டு கரீம் நகரை ஆண்டவர். ருத்ரமா தேவியின் காலத்தில் யாதவ இளவரசரான சாரங்கபாணி தேவா என்பவன் பனகல்லுவை ஆண்டிருக்கிறான். ராணியின் இரண்டாவது மகளின் கணவரான எல்லனதேவா எண்ட்டுர் பகுதியை ஆண்டதாக ஆலப்பாடு செப்புப் பட்டயம் கூறுகிறது. சிந்தா குடும்பத்தைச் சார்ந்த மகாமண்டலேஸ்வரராக பைரவர் என்பவர், பீதர் பகுதியை ருத்ரமாதேவியின் காலத்தில் ஆட்சி புரிந்துள்ளார்.

5. சோழ சிற்றரசர்கள்; நெல்லூர் சோழ வம்சத்தில் மனுமசித்திக்கு பின்னர் மனுமகண்ட கோபாலன் காஞ்சியில் அரியணை ஏறினார். நெல்லூர் சோழர்கள் காகதியருக்கடங்கிய சிற்றரசர்களாக இருந்தார்கள்.

6. மகாபிரதானிகளில் ஒருவரான அன்னமாத்யா, கம்பிலி மற்றும் முஸ்லிம் படையெடுப்புகளில் காகதியருக்கு ஆதரவாக போரிட்டவர்.

7. முப்பிடி நாயகர்: பிரதாபருத்ராவின் தளபதியும் கார்யகர்த்தாவுமான இவர் மகாபிரதானியாக விளங்கியவர்; பஞ்ச பாண்டியர்களையும், கேரள மன்னனையும் தோற்கடித்தவர்.

8. சோமயஜுல ருத்ரைய்ய: கயஸ்தா மன்னன் அம்பதேவாவுக்கு எதிராக பிரதாபருத்ரா போரிட்டபோது, காகதியர் படைகளுக்கு தலைமை தாங்கியவர்.

9. கோம்கய ரெட்டி: பெடகல்லு பிரதேசத்தின் ஆளுநரான ஜீட்டிய பெம்காவின் மகன்; கம்டி கோட்டா படையெடுப்பில் காகதியர் படைகளுக்கு தலைமை வகித்தான்.

10. மாரய்ய சாஹினி: காலாட்படை தலைவர்; பாஸ்கர இராமயணம் தெலுங்கு காவியத்தை படைத்தவர்.

11. கோன வித்தலா: பிரதாப ருத்ரா, செவுனர்மீது போர் தொடுத்தபோது சேநாதிபதியான இவர், ராய்ச்சூர், அதோனி மற்றும் தும்பலா கோட்டைகளை கைப்பற்றினார்.

12. தேவரி நாயக: பிரதாப ருத்ரனிடம் தளபதியாக இருந்தவர், பாண்டியருடனான போரில் பங்கு பெற்றவர்.

13. லெம்கர்கள்: பிரதாப ருத்ராவின் காலத்தில் லெம்கர்கள் சிற்றரசர்களாக இருந்தனர். ஜீட்டய லெம்கா, கோகையரெட்டி ஆகியோர் இவர்களில் ஒருசிலர்.

14. நாகய்ய கன்னய்ய; தெலுங்கு கவிஞர் மாரணா எழுதிய மார்க்கண்டேய புராணம் என்ற நூலில் சில அதிகாரிகளை குறிப்பிடுகிறார். அதில் ஒருவர்தான் நாகய்ய கன்னைய்ய; காகதிய தலைநகருக்கு பாதுகாவலராக திகழ்ந்தவர். காகதிய பிரதாப ருத்ர, முகம்மது பின் துக்ளாக்கால் கைதுசெய்யப்பட்டு, டில்லிக்குச் செல்லும் வழியில் இறந்துவிட, அவருடன் சென்ற கன்னைய்ய இஸ்லாம் மதத்தை தழுவினார் என்று கூறப்படுகிறது.

6. காகதியரின் அரசியலமைப்பும் நிர்வாகமும்

1. தலைநகர் - கோட்டை

அனுமகொண்ட:

அனுமகொண்டாவில் முதலில் குடியேறியது கருடா பேட்டா எனப்படும் முதலாம் பேட்டா. அனுமகொண்ட என்ற பெயர் கி.பி.872இல் இராஷ்டிரகூடர் கல்வெட்டுகளில் காணப்படுகிறது. இரண்டாம் தைலப்பனின் முப்பாட்டனான சத்யஸ்ராய பீமாராஜாவால் இது பொறிக்கப்பட்டுள்ளது. இந்த நகரம் இராஷ்டிரகூடர் காலத்திலேயே சமணர்களின் முக்கிய கேந்திரமாக திகழ்ந்தது. மன்னன் ருத்ரா ஆட்சிக்கு வரும் வரை காகதியர்களின் தலைநகராக விளங்கியது. ஆயிரங்கால் கோயில், பிரசன்ன கேசவ கோயில், சிறிய குன்றின் மீது இருக்கும் பத்மாக்ஷி கோயில், பேட்டீஸ்வரா மற்றும் புரோலீஸ்வரா கோயில்கள், அனுமகொண்ட நகருக்கு இணையான பழம் பெரும் கோயில்கள் ஆகும்.

ஓருகல்லு:

மன்னன் ருத்ரா பதவியேற்ற பின், தனது கோட்டையை காப்பாற்ற வலுவான கோட்டை அவசியம் என்று உணர்ந்தான். எனவே அனுமகொண்டாவிலிருந்து 5 கல் தொலைவில் சரியானதொரு இடத்தை தேர்வு செய்தான். அவன் தேர்ந்தெடுத்த இடம் ஒரு மாபெரும் ஒற்றைப் பாறையாக இருந்ததால் அந்த இடம் ஒண்டிகொண்டா அல்லது "ஓருகல்லு" என்று அழைக்கப்பட்டது. சமஸ்கிருதத்தில் இதற்கு ஏக சிலா நகரம் என்று பெயர். செவிவழி கூற்றுப்படி இரண்டாம் புரோலா தனது தேரில் சென்று கொண்டிருந்தபோது பர்சவேதி எனப்படும் இந்த ஒற்றைக் கல்லை கண்டதாகவும், அதன்மீது சிவாலயத்தை நிர்மாணித்ததாகவும் கூறப்படுகிறது. அதுமுதல் சுயம்பு சிவன் என்றழைக்கப்பட்டு, காகதியரின் குலதெய்வமாக விளங்கியது. இந்த சிவாலயத்தைச் சுற்றி கோட்டையை எழுப்பினான் ருத்ரன். பின்னர் வந்த கணபதி தேவா, கோட்டைப் பணிகளை முற்று பெறச் செய்தான். இவ்வாறு அழகிய மாபெரும் கோட்டை கட்டப்பட்டது.

ஓருகல்லு கோட்டை மூன்று சுற்றுச்சுவர்களைக் கொண்டது. முதல் சுவர் மண்ணால் கட்டப்பட்டது; பத்தடி உயரமுடையது. இந்த சுவரானது கர்பர்தி, காசிப்பேட்டை மற்றும் அனுமகொண்டாவைச் சுற்றிச் செல்கிறது. இப்போது இது சிதிலமடைந்துள்ளது. இரண்டாவது கோட்டை ஓருகல்லுக்கு வெளியே செல்கிறது. இதுவும் மண்ணால் கட்டப்பட்ட மாபெரும் சுவராகும். இக்கோட்டையைச் சுற்றி நீர் சூழ்ந்த அகழி உள்ளது. எதிரிகள் இந்த அகழியைக் கடந்து 20 அடி உயரமுள்ள

சுவரேறி உள்ளே செல்வது மிகவும் கடினம். தற்போது கோட்டைக்குள்ளே பழைய நகரம் உள்ளது. இதிலிருந்து ஒரு ஃபர்லாங் உள்ளே சென்றால் கற்களால் கட்டப்பட்ட கஞ்சுக் கோட்டை எனப்படும் வெண்கலக் கோட்டை உள்ளது. இங்கும் மிக ஆழமானநீர் நிறைந்த அகழி உள்ளது. இந்த கற்கோட்டையில் நிறைய முகப்புகள் உள்ளன. வரலாற்றாசிரியர் கூற்றுப்படி இங்க 72 கோட்டை முகப்புகள் இருந்துள்ளன. இவை எப்போதும் தளபதிகளால் கண்காணிக்கப்பட்டன. இந்தக் கோட்டையை உள்ளிருந்து ஏறலாம்; ஆனால் வெளியிலிருந்து ஏறவே முடியாது. இந்த கோட்டைக்குள்ளே தான் அரண்மனை, சுயம்புதேவர் கோயில் மற்றும் நிர்வாக அலுவலகங்கள் இருந்திருக்கின்றன.

தற்போது இரண்டு கோட்டைச் சுவர்களும் அதைச் சுற்றியுள்ள அகழிகளும் இருக்கின்றன. கோட்டைக்குள் செல்ல 4 ஜோடி வாயில்கள் உள்ளன. உள்ளே சென்றால் நான்கு மாபெரும் தோரண வாயில்களை காணலாம். இவை சுயம்புதேவன் கோயிலுக்கு முகப்புகளாக இருந்திருக்கக்கூடும். இஸ்லாமிய படையெடுப்புகளால் இந்த கோயில் இடிக்கப்பட்டுள்ளது. ஆங்காங்கே உடைந்த சிற்பங்கள் காணப்படுகின்றன. இங்கு வீரபத்திரன்,வெங்கடேசப் பெருமாள், சுயம்புதேவன் போன்ற தெய்வங்களுக்கு கோயில்கள் உள்ளன. 15ஆம் நூற்றாண்டில் ஸ்ரீநாதா என்பவர் எழுதிய "கிருதாபிராமமு" என்ற நூலில் இக்கோட்டையைப் பற்றிய விரிவான தகவல்கள் தரப்பட்டுள்ளன.

2. அரசரும் மண்டலாதிகரிகளும்

தென்னிந்திய வரலாற்றில் 12ஆம் நூற்றாண்டின் பிற்பகுதியில் சாளுக்கிய பேரரசும் சோழப் பேரரசும் பலவீனமடைந்தன. இவற்றின் இடத்தை பல சிறிய சிற்றரசுகள் பிடித்தன. பன்னெடுங்காலமாக இந்த இரண்டு பேரரசுகளின் கீழிருந்த தெலுங்கு நாடு, சுயமாகச் செயல்பட்ட பல மண்டாலாதிகாரிகளின் கீழ் வந்தது. கடலோர ஆந்திராவில் அப்போதும் பலம் பெற்று திகழ்ந்தவன் வெலநாட்டி சிற்றரசன் பிரித்வீஸ்வரன். கணபதி தேவா அரியணை அமர்ந்ததும் இவனை அடக்கி ஒடுக்கி, வெலநாட்டை காகதிய பேரரசுக்குள் இணைத்தார். மற்ற சிற்றரசர்களெல்லாம் ஒடுங்கிப் போனார்கள்: அல்லது காகதியருக்கு உறவின் முறை ஆனார்கள். காகதியரின் கட்டுப்பாட்டுக்குள் வந்தாலும் இவர்களை சுதந்திரமாக செயல்பட காகதி கணபதி தேவா அனுமதித்தார். இவர் காலத்தில் பொறிக்கப்பட்ட பல்வேறு கல்வெட்டுகளில் இவரது பெயர் குறிக்கப்படவில்லை. எடுத்துக்காட்டாக காகதிய பேரரசின் மத்தியப் பகுதியான நடவாடிப் பிரதேசத்தை ஆண்ட, சாகி சிற்றரசர்கள் ஒருமுறைகூட கணபதி தேவாவின் பெயரை குறிப்பிடவில்லை. இவரைப் போலவே கோனமண்டலா சிற்றரசர்களும், நெல்லூர் சோழர்களும்,

கொண்டபடுமடி பரிச்சோடியரும், தத்தம் கல்வெட்டுகளில் கணபதி தேவாவை குறிப்பிடவில்லை.

சிற்றரசர்களுக்கு சுயாட்சி:

காகதியர் எப்போதுமே தமது அதிகாரத்தை மற்ற சிற்றரசர்கள் மீது திணிக்க விரும்பவில்லை. அவர்கள் எப்போதுமே "மகாராஜாதிராஜ பரமேஸ்வரா" போன்ற சிறப்புப் பெயர்களை பயன்படுத்தவில்லை. இருநூறு ஆண்டுகள் பேரோடும் புகழோடும் சிறப்பாக ஆட்சி செய்த காகதியர் ஒரு மாறுபட்ட அரசியலமைப்பை உருவாக்கினார்கள். சிற்றரசர்களை பெரிய படைகளை வைத்துக்கொள்ள அனுமதி இல்லையே தவிர, மற்றபடி சுயமாக செயல்பட அனுமதிக்கப்பட்டனர். ஒரே கட்டுப்பாடு, வரம்பு மீறிய அதிகாரம் செலுத்தக்கூடாது என்பதுதான் குறிக்கோள். அரசுப் பிரதிநிதிகள் நாடு முழுவதும் வியாபித்திருந்தார்கள். சிற்றரசர்களில் ஒருவனைத்தவிர மற்றவர்களெல்லாம் இந்த அரசியலமைப்புக்கு கட்டுப்பட்டே நடந்தனர். அவன்தான் கயஸ்தா சிற்றரசனான அம்பதேவன். கி.பி.1290இல் ராணி ருத்ர மாதேவிக்கு எதிராக புரட்சி செய்து சுதந்திரமாக செயல்பட்டான். இவர்களது கல்வெட்டுகளை கூர்ந்து நோக்கினால், சிற்றரசர்களுக்கு சுயாட்சியும், போரரசுக்கு கண்காணிப்பும், போர் அதிகாரங்களும் இருந்தன என்பது தெளிவாகும். தங்களை பேரரசர்கள் என்று சொல்லிக் கொள்வதைவிட, "மகாமண்டலேஸ்வரர்" என்று அழைக்கப்படுவதையே பெருமையாகக் கருதினார்.

சுருக்கமாகச் சொன்னால்

1. காகதியர் பல்வேறு சிறப்புப் பெயர்களை அவ்வப்போது பயன்படுத்தினாலும் நிரந்தரமாக பயன்படுத்தியது, "மகாமண்டேஸ்வரர்" என்ற பட்டமே.
2. சிற்றரசர்களை இணை ஆட்சியாளர்களாகவே கருதினர். அவர்களை குறுநில மன்னர்கள் போல நடத்தவில்லை. சிற்றரசர்கள் வெளியிட்ட பல கல்வெட்டுகளிலும் பட்டயங்களிலும் அவர்கள் பெயர்தான் இருந்தது; காகதியர் பெயர் குறிப்பிடவில்லை.
3. தாம் வெற்றி கொண்ட இடங்களில் நிலவிய உள்ளூர் கலாச்சாரத்தை மாற்றாமல் போற்றி பாதுகாத்தனர்.

3. சோழருக்குச் சிறப்பு

எடுத்துக்காட்டாக, ஜெயபானயாக என்னும் சிற்றரசன் கி.பி.1253இல் தக்ஷராமாவில் உள்ள இறைவன் பீமேஸ்வரனுக்கு நெய்விளக்கு ஒன்றை

காணிக்கையாக வழங்கினான். இதைக் கல்வெட்டில் குறிப்பிடும்போது, சோழ மன்னன் திரிபுவனச் சக்ரவர்த்தி ராஜாதி ராஜனின் 37வது ஆட்சி ஆண்டு என்று கூறப்படுகிறது. ஆனால் இந்த 37வது ஆட்சி ஆண்டு என்பது மூன்றாம் ராஜராஜனை குறிக்கும்; ராஜாதி ராஜனை அல்ல. அதேபோல காகதிய அமைச்சர் இந்துலூரி கன்னைய்ய என்பவர் பொறித்த கல்வெட்டில் (கி.பி.1273) ராஜாதி ராஜனின் 76வது ஆட்சி ஆண்டை குறிக்கும்; ராஜாதி ராஜதேவாவை அல்ல. இக்கல்வெட்டுகள் பொறிக்கப்படும்போது மேற்கூறப்பட்ட சோழமன்னர்கள் உயிருடன் இல்லை. இவற்றையெல்லாம் பார்க்கும்போது, மாநிலத்தில் சுயாட்சி பரிபூரணமாக நிலவியது என்று அறுதியிட்டு கூறலாம்.

இதற்குக் காரணம் கணபதி தேவாவின் தளர்வு அல்ல. அவரது அமைச்சர் சாமந்த போஜா, கி.பி.1249இல் வெளியிட்ட கல்வெட்டில் தமது காஞ்சி வெற்றியைக் குறிப்பிடுகிறார். அதில் சோழருடைய ஆட்சிக்காலம் குறிக்கவில்லை. தக்ஷராமாவில் வெளியிடப்பட்டிருக்கலாம். மண்டலாதிகாரிகளுடன் அவருக்கிருந்த உறவை எளிதில் விவரிக்க முடியாது. சோழர்களுக்கு கட்டுப்பட்ட கோனா சிற்றரசர்களும், பீதாபுரத்தை ஆண்ட சாளுக்கிய சிற்றரசர்களும், கோதாவரிப் பகுதியில் ஆட்சி செய்தனர். வெகுண்டெழுந்தால் கீழைப் பகுதியில் கலிங்கரையும் மேலைப் பகுதியில் காகதியரையும் எதிர்கொள்ள வேண்டியிருக்கும் என்ற அவர்களுக்கு தெரிந்திருந்தது. உப்பரப்பல்லி கல்வெட்டு குறிப்பிடுவது போல, கணபதி தேவா கலிங்கத்தின் மீது போர் தொடுத்தாலும், நிலப்பரப்பை கைப்பற்றுவதில் அவருக்க ஆதாயம் கிடைக்கவில்லை. அதே சமயம் கங்க மன்னன் நரசிம்மனிடம் தோற்றான் என்பதற்கு ஆதாரமில்லை. தக்ஷராமம் தவிர வேறு கல்வெட்டுகள் கிழக்குப் பகுதியில் கிடைக்காமையால் நமக்கு புதிய ஆதாரங்கள் எதுவும் இல்லை. இக்காலச் சூழலில் மண்டலாதிகாரிகளுடன் காகதியர் அனுசரணையாக நடந்து கொண்டதில் வியப்பேதும் இல்லை. வெலநாட்டி மன்னன் பிரித்வீஸ்வரனை தோற்கடித்ததன் முக்கிய நோக்கம் காகதிய பேரரசை பலப்படுத்துவதே. இதன்மூலம் கோதாவரிக்கும் வடபெண்ணைக்கும் இடையிலான நிலப்பரப்பு கணபதி தேவாவின் கைக்குள் வந்தது. தெலுங்கு சோழ மன்னன் மனுமசித்தியின் கரத்தை வலுப்படுத்தவே, கணபதி தேவா காஞ்சியையும் கடப்பாவையும் வென்றெடுத்தார். இவ்வாறு ஜெயம் கொண்ட பிராந்தியங்களில்கூட மண்டலாதிகாரிகளுக்கும் முழு சுதந்திரம் கொடுத்திருந்தார். கொலனு மற்றும் கோனா சிற்றரசர்கள் காகதியருக்கு திறைகூட செலுத்தவில்லை, என்று தெரியவருகிறது.

4. மாநில சுயாட்சி:

சாளுக்கியர், சோழர் காலத்திலிருந்த மையப்பகுதியில் குவித்து வைக்கப்பட்ட அதிகாரங்கள், காகதியர் காலத்தில் பரவலாக்கப்பட்டு எதேச்சதிகாரம் முடிவுற்று உண்மையான மாநில சுயாட்சி நிலவியது. தக்காணத்தின் வரலாற்றில் முதன் முறையாக, குவிமயமாக்கப்பட்ட அரசதிகாரம் விரிவாக்கப்பட்டு நேர்மையான சுயாட்சி நிலவியது. மேலும் தற்புகழ்ச்சிகள், தேவையற்ற முன்னொட்டுகள், பின்னொட்டுகள், சிறப்புப் பெயர்கள் தவிர்க்கப்பட்டன. இன்னும் சில சிற்றரசர்கள் தமது கல்வெட்டுகளில் தமது பெயரை பொறித்துக் கொண்டனரேயன்றி, காகதிய பேரரசர்களின் பெயர்களைக் குறிப்பிடவில்லை. அவர்களுக்கு அவ்வளவு சுதந்திரம் வழங்கப்பட்டது. எடுத்துக்காட்டாக, அமரபாத் கல்வெட்டில் செருக்கு சிற்றரசர்கள் காகதிய பேரரசர்களைப் பற்றி குறிப்பிடவேயில்லை. துணைநிலை ஆளுநர்களும், சிறிய அதிகாரிகளும் கூட மன்னர் பெயரைக் குறிப்பிடவில்லை. ஆனாலும் அவர்கள் ராஜ விசுவாசத்துடன் இருந்தார்கள். கரிம்நகர் மாவட்டத்தில் சமீபத்தில் கிடைத்த செப்புப் பட்டயத்தில், கணபதி தேவா இப்பூமியின் அரசர் என்று மட்டுமே குறிப்பிடப்பட்டுள்ளது; மண்டலேஸ்வரர் என்ற பெயர் கூடஇல்லை, இப்பட்டயம் ஒரு நீர்ப்பாசன கால்வாய் தாவா பற்றியது. இதேபோல பல கல்வெட்டுகளில் மண்டலேஸ்வரர்களும், தளபதிகளும் பல நீண்ட நெடிய சிறப்புப் பெயர்களை சேர்த்துக்கொண்டனர். ஆனால் பேரரசரை மண்டலேஸ்வரர் என்றே குறிப்பிடுகின்றனர். எளிமையின் சின்னமாக மக்கள் பேரரசராக இருந்தவர்கள் காகதியர். பேரரசர்களிடம் பணிபுரிந்தவர்களே, தங்கள் பெயரை வெளியிட்டனரேயன்றி, மாமன்னர் பெயரை குறிப்பிடவில்லை. பிரதாப ருத்ர தேவாவின் கீழ் பணிபுரிந்த ருத்ரதேவா என்பவன் கி.பி.1297இல் வெளியிட்ட துர்கி சாசனத்தில் தன்னை “மகாராய சகல சோனாபதி” என்று குறித்துக்கொண்டான்; ஆயினும் மன்னர் பிரதாப ருத்ர தேவாவை குறிப்பிடவில்லை. இந்தருத்ர சேனாபதி தான், அம்பதேவாவை திரிப்புரந்தகம் பகுதியில் தோற்கடித்தவன். இதேபோல, கணபதி தேவாவின் தளபதிகளாக இருந்த பெத்தைய்ய, போதைய்ய என்ற இருவர், கிருஷ்ணா மாவட்டம் கோலவெண்ணு பகுதியில் கல்வெட்டுகளில் தமது பெயரை குறித்தனரேயன்றி, மாமன்னர் பெயரை குறிப்பிடவில்லை. இவ்வாறாக நாம் பல்வேறு எடுத்துக்காட்டுகளை கூறமுடியும். இதனால் இவர்கள் பேரரசுக்கு நம்பிக்கையற்றவர்கள் என்றோ, காகதிய மன்னர்கள் வலுக்குன்றியவர்கள் என்றோ கருத முடியாது. காகதியப் பேரரசின் வீழ்ச்சிக்கு முக்கிய காரணம் இஸ்லாமியரின் மூர்கத்தனமான படையெடுப்புதான். சிற்றரசர்கள் எவ்விதத்திலும் இதற்கு பொறுப்பல்ல என்பது தெளிவு.

காகதியரின் இந்த மாறுபட்ட அரசியலமைப்பு தான், பின்னர் அறிஞர் அண்ணா எழுப்பிய, "மாநிலத்தில் சுயாட்சி, மத்தியில் கூட்டாட்சி" என்ற கொள்கை. இவ்வாறாக கட்டமைக்கப்பட் அரசியல் பல்லாண்டுகளாக காகதிய பேரரசில் வெற்றிகரமாக செயல்பட்டது. ருத்ரமாதேவி காலத்தில், கலகம் செய்த அம்பதேவா தான் இந்த நெறிமுறையை சீர்குலைத்தவன். 'அரசியல் பிழைத்தோர்க்கு அறம் கூற்றாகும்' என்ற சொலவடைக்கேற்ப, இறுதியுல் தோல்வியைத் தழுவினான் அம்பதேவன்.

5. மக்களும் அரசாங்கமும் (கிராம சுயாட்சி)

இந்திய நாட்டில் மனுவிலிருந்து சாணக்கியன் வரை வகுத்த இந்து மத கோட்பாடுகளைத்தான் மன்னரும் மக்களும் பின்பற்றினர். தர்ம சாஸ்திரங்கள் வகுத்த நியதிகளின்படியே ஆட்சியும், சமூகமும் பின்பற்றின. அரசனோ மக்களோ தமது இஷ்டப்படி நடக்க இயலாது. அரசன் ராஜநீதிக்கும், பொதுமக்கள் தர்மாசாஸ்திர நெறிப்படியும் வாழ வேண்டும். அரசன் சட்டத்தின் பாதுகாவலன்; பொதுமக்கள் அதற்கு கட்டுப்பட்டு நடக்க வேண்டும். மகாகவி காளிதாசன் கூற்றுப்படி அனைவரும் மனுதர்ம சாஸ்திரங்களின்படி நடக்க வேண்டும். மக்களை அரசன் நல்வழியில் ஆற்றுப்படுத்த வேண்டும்; தீயவர்களிடமிருந்து நல்லவர்களை காக்க வேண்டும். சிஷ்ரக்ஷன மற்றும் துஷ்டசிக்ஷனா ஆகிய இரு கோட்பாடுகளை இரு கண்களைப்போல பின்பற்ற வேண்டும். பண்டைய பாரதத்தில் சட்டத்தை உருவாக்கிய மன்னர்கள் மக்களின் பாதுகாவலர்கள். ராஜநீதிக்கும் தர்ம சாஸ்திரத்துக்கும் இடையே மோதல் உண்டாகுமானால், மன்னன் மக்கள் பக்கம் இருக்கும் தர்ம சாஸ்திரத்தையே பின்பற்ற வேண்டும். அர்த்த சாஸ்திரத்தைவிட உயர்ந்தது, தர்மசாஸ்திரம்.

முற்காலத்திலும் இடைப்பட்ட காலத்திலும் முடியாட்சி ஒன்றே நடைமுறையில் இருந்தபோது, எவ்வாறு மக்கள் அரசுநிர்வாகத்தில் பங்குபெற்று சமுதாயப் பிரச்சினைகளுக்கு வழிகண்டனர், காகதியர் காலத்தில் எவ்வாறு சமூக, சமய நிலைகள் வேரூன்றி இருந்தன என்பதைக் காணலாம்.

6. சமயங்கள்:

மனுசாஸ்திரத்தில் வகுத்ததுபோல நான்கு சமூகங்கள் காகதியர் காலத்தில் இருந்தன. அவை பிராமணர், ஷத்திரியர், வைசியர் மற்றும் சூத்திரர்; பொதுமக்கள் அஷ்ட தாச பிராஜா என்றழைக்கப்பட்டனர்.

7. சமூகப் பிரிவுகள்:

1. உயரதிகாரிகள்
2. குயவர்கள்
3. சாயமிடுபவர்கள்
4. பறையர்
5. துணி நெய்பவர்கள்
6. இடையர்
7. வண்ணார்
8. கருமான் / தச்சர்கள்
9. நெசவாளர்கள்
10. செக்காடிகள்
11. துணி தைப்பவர்கள்
12. பார வண்டியினர்
13. வேட்டுவர்
14. முடி திருத்துவோர்

பிராமணர், ஷத்திரியர், வைஸ்யர் மற்றும் சூத்திரரை உள்ளடக்கிய 18 சமூகத்தினர் வாழ்ந்ததாக விஜயநகர காலத்திய செப்பேடு கூறுகிறது. இந்த பதினெட்டு சமூகத்தவரும், தனித்தனி குழுவாக இயங்கி தத்தம் குழுவின் சமுதாய நலன் காத்தனர். இக்குழுக்கள் சமயங்கள் என்றழைக்கப்பட்டன. அவர்களுக்குகென்று "சமயசாரம்" எனப்பட்ட சட்டங்களும் ஒழுங்கு முறைகளும் இருந்தன. தமது குழுவில் இருந்த ஒழுக்கமுடைய பெரியவர்களை குழுவின் நடைமுறைகளை நெறிப்படுத்தும் பொருட்டு தலைமைப் பதவிக்கு தேர்வு செய்தனர். இவ்வாறு தெரிவு செய்யப்பட்ட ஆளும் குழுவுக்கு வரிவிதிக்கவும் வசூலிக்கப்பட்ட வரிப்பணத்தை அவர்தம் சமூக சமயச் செலவுக்கு பயன்படுத்தவும் அதிகாரம் வழங்கப்பட்டது. கோயில்கட்டுதல், இறைவனுக்கு தீபமேற்ற நெய் வழங்குதல் போன்ற ஆலய திருப்பணிகள் மேற்கொள்ளப்பட்டன.

கி.பி.1245இல் வெளியிடப்பட்ட திரிப்புரந்தகம் கல்வெட்டில் பாரவண்டியை இயக்கும் "பரிக்கா" என்னும் சமயத்தினர், வியாபாரப் பொருட்களை ஓரிடத்திலிருந்து மற்றொரு இடத்திற்கு இடமாற்றம் செய்யும்போது வரி வசூலிக்கப்பட்டது. ஆனால் கோயில் திருப்பணிக்கு தேவைப்படும் பொருட்களை இடமாற்றம் செய்யும்போது வரிவிலக்கு அளிக்கப்பட்டுள்ளது.

8. கிராமங்கள் (அ) ஸ்தலங்கள்:

கி.பி.1228இல் வெளியிடப்பட்ட கிரிமாஜிப்பேட் கல்வெட்டில் "மாட்டிய ஸ்தலா" என்னும் ஊரைச் சார்ந்த, தர்மசாலிகள் எனப்படும் நெசவாள சமூகத்தினர் சாலேஸ்வரனுக்கு கோயில் கட்டியதாக குறிப்பிடப்பட்டுள்ளது. அவர்களது சமூகத்தாரிடையே பணம் வசூல் செய்து ஒரு அறக்கட்டளையை நிறுவினார்கள். இறைப்பணிக்கு பணம் தராதோர், சமூகத்திலிருந்து ஒதுக்கி வைக்கப்பட்டார்கள். இதிலிருந்து

நமக்கு விளங்குவது யாதெனில் ஸ்தலம் (அ) சில கிராமங்களில் ஒன்றிணைப்பு நெசவாளர்களால் உருவாக்கப்பட்டுள்ளது. இது மாதிரியான ஸ்தலங்கள் அனுமகொண்டா, ஓருகல்லு மற்றும் மட்டிவாடா பகுதிகளில் இயங்கி வந்துள்ளன. மேலும் சில ஆதாரங்கள், மல்லி செட்டியும் அவனது புதல்வன் வென்னி செட்டியும் கோயில் திருப்பணிக்காக அறங்காவலராக நியமிக்கப்பட்டார்கள் என்று கூறுகின்றன. மேலும் நமக்குத் தெரிவது யாதெனில், ஸ்தலம் (அ) கிராமத்தில் வாழ்ந்த பல்வேறு சமூகத்தினர், தமது சமூகப்பணிகளை மேற்கொள்ளும் பொருட்டு சமயம் என்ற குழுக்களை உருவாக்கியுள்ளனர். அவரது சமூகத்திலிருந்து தேர்வு செய்யப்பட்ட ஒழுக்கமுடைய பெரியோர்கள், கிராமங்கள் அல்லது ஸ்தலங்களை நிர்வகித்து வந்தனர்.

9. ஐம்பெரும் குழுக்கள்:

"பஞ்ச்ச நாம வாரு" என்று சொல்லப்படும் ஐம்பெருங்குழுவின் பெரியவர்கள், இராமலிங்கேஸ்வரா இறைவனுக்கு திருப்பணி செய்ய நியமிக்கப்பட்ட "காச சூராச்சாரி" என்னும் கட்டுமானப் பணி செய்யும் நபருக்கு கோயில் வரியிலிருந்து, ஸ்தபதிகள் விதிவிலக்கு அளித்திருந்ததை பல கோவில்களில் உள்ள 12 (அ) 13ஆம் நூற்றாண்டு கல்வெட்டுகளிலிருந்து அறியமுடிகிறது. இங்கு முடிவு செய்திருப்பது சமயம் என்று சொல்லப்படும் ஒரு சமூக அமைப்பே. இதேபோல அமராவதி மற்றும் தரணி கோட்டாவைச் சார்ந்த ஐம்பெருங்குழுவினர் அமராவதி காமதேஸ்வரருக்கு செலுத்த வேண்டிய கோயில் காணிக்கைகள் பற்றி 15ஆம் நூற்றாண்டு அமராவதி கல்வெட்டு கூறுகிறது. இவ்விரு நிகழ்வுகளிலிருந்து நாம் தெரிந்து கொள்வது, ஐம்பெரும்குழுக்கள் கிராமங்களில்லாமல் நாடுகளில் இருந்தன என்பதுவே. மேலே குறிப்பிட்ட செய்திகளை எல்லாம் நோக்கும்கால், சமயம் அல்லது மேலாண்மைக்குழுக்கள் ஸ்தலம், விஷயா, (சில ஊர்களின் ஒருங்கிணைப்பு) கோவில் திருப்பணி புரிந்தோர், தங்களுக்குள், சனி முன்னூறு ஊரு, வைஷ்ணவ சமயம், சைவ சமயம் என்று பெயர் சூட்டிக்கொண்டனர். கோயிலுக்கு வரும் காணிக்கைகள் இவர்கள் பாதுகாப்பில் இருந்தன. காகதிருத்ரதேவாவின் சுக்குநூறு கல்வெட்டுப்படி படைவீரர்கள் ஒருங்கிணைந்து "ஏகாதி" என்றதொரு குழு அமைத்து செயலாற்றினர். இதேபோல பிரதாப ருத்ராவின் காலத்தில் சில சிறப்புக் குழுக்கள் இயங்கின. இக்குழுக்களெல்லாம், தமது குழுவின் உள்விவகாரங்களை கவனிப்பது மட்டுமின்றி, வெளி விவகாரங்களை கோயில் திருப்பணிகளை, கிராம நிர்வாகம் ஆகியவற்றிலும் ஈடுபாட்டுடன் செயல்பட்டனர்.

10. கோயில் கொடைகள்;

ஒரு கிராமத்தில் இருந்த பிராமணர்கள் "மகாஜனங்கள்" என்றழைக்கப் பட்டனர். சைவ குருக்கள் "ஆசம்கியாத்துலு" என்றழைக்கப்பட்டனர். இவர்களுக்கு இப்பெயர் வழங்கப்பட்டமைக்கு ஆதாரமாக கிபி.1320இல் வெளியிடப்பட்ட உமாமகேஸ்வரம் கல்வெட்டு விளக்குகிறது. மாமன்னர் பிரதாபருத்ராவின் அனுமதியுடன் ஆசம்கியாத்துலு மகேஸ்வரர் என்ற பிராமணர் கோயிலுக்கு கொடை வழங்கியது பற்றி இக்கல்வெட்டில் பதிவு செய்யப்பட்டுள்ளது. இவ்வகை சமயத்தினர் சிலவற்றை நிகழ்த்தச்சொல்லி ஆணை பிறப்பித்துள்ளனர். இதனை மீறுபவர்க்கு அரசராலோ சமயத்தினராலோ தக்க தண்டனை வழங்கப்படும் என்று இதில் பொறிக்கப்பட்டுள்ளது. உமாமகேஸ்வரர் கோயிலில் முகமண்டபத்தில் கூடிய 72 அறக்காவலர்களும், தலைமை தாங்கிய தலைமை பூஜாரி ககை வீரய்யாவும் விடுப்பித்த ஆணை இதுவென்றும் கூறப்பட்டுள்ளது. இதிலிருந்து அக்காலத்தில் "சமயம்" எவ்வாறு நிர்வாகப் பொறுப்புகளை மேற்கொண்டது என்பது விளங்கும். இதுபோலவே ஸ்ரீசைலம் வீரபத்ரா கோயில் முகமண்டபத்தில் குழுமிய அசம்கித்தியர்கள், மல்லிகார்ஜுன தேவாவின் கோயில் திருப்பணிகள் குறித்தும் பதிவு செய்யப்பட்டுள்ளது. இவை சுயாட்சி பெற்ற குழுக்கள் எனலாம்.

இதேபோலவே, வைஷ்ணவ குழுக்கள் அடங்கிய சமயக் குழு ஒன்று நடத்திய கூட்டம் பற்றி கிழக்கு கோதாவரி சர்ப்பவரம், பலநாராயணசமி கோயில் பதிவுகள் குறிக்கின்றன. சைவர்கள் நிலத்தை ஆக்கிரமித்து நிர்மாணித்திருந்த தூண்களை அகற்றும்படி ஒரு குழுவினருக்கு இடப்பட்ட உத்தரவு வைஷ்ணவ சமயத்தாரால் பதிவு செய்யப்பட்டுள்ளது. மாமன்னருக்கோ அல்லது அவரது பிரதிநிதிக்கோ தெரியப்படுத்தாமல் இவ்வகை ஆணைகளை பிறப்பிக்க சமயக் குழுக்களுக்கும் முழு அதிகாரம் இருந்தது என்பதை நாம் புரிந்துகொள்ளலாம். கோயில் நிர்வாகம் பற்றி சுதந்திரமான செயல்பாடுகள் பற்றி மேலும் பல நிகழ்வுகள் உள்ளன. வசந்தபுரம் மற்றும் வல்லம்கோடு கிராமத்து மகாஜனங்கள் தமது இரு கிராமங்களுக்கிடையேயான எல்லைத் தகராறை தீர்த்துக்கொண்டதாக மகபூப்நகர் மாவட்ட பலேட கல்வெட்டுகள் பதிவு செய்கின்றன. இயற்கை எல்லைகளான சிற்றோடைகள், குன்றுகள் ஆகியவற்றையே எல்லைகளாக வகுத்தனர். இதில் யாருக்காவது நிலம் பறிபோனால் அவருக்கு மாற்று இடத்தில் நிலம் வழங்கப்பட்டது.

ஒரு தனியார் நிறுவனம் போல செயல்பட்ட சமயக்குழுக்களின் நடவடிக்கைகள் பற்றி கி.பி.1321இல் வெளியிடப்பட்ட மக்தல் கல்வெட்டு கூறுகிறது. இதில் வைஷ்ணவ சமயத்தாரின் ஆணைக்கிணங்க கோயில் கட்டிய ஸ்தபதிக்கு கொடை வழங்கியது பற்றி குறிக்கப்பட்டுள்ளது.

இவ்வாறு தானம் வழங்குவதிலிருந்து கோயில் குருக்களுக்கு விதிவிலக்கு அளிக்கக்கூடாது என்பதையே இது குறிக்கிறது.

11. சமய குழுக்கள்:

இவ்வகை குழுக்கள் பல்வேறு பெயர்களில் அழைக்கப்பட்டன. அய்யவாவி ஐந்நூருவர், நகரத்தார், உபய நானாதேசி, பெக்கம்துரு, ஸ்வதேசி, பரதேசி, பெஹாருலு என்பவை சில முக்கிய சமயக்குழுக்கள், காகதியருக்கு முன்னால் சமணக் குழுக்கள் இருந்தன. காகதியர் வந்த பின்னர் ரெட்டியார், குயவர், நெசவாளர் எண்ணெய்செட்டியார், காபுக்கள் போன்றவர்கள் தனித்தனி சமயக்குழுக்கள் அமைத்தனர்.

12. கிராம சபைகள்

இடைநிலை வரலாற்று காலத்தில் (Medieval Period) கர்நாடகத்தில் நகரங்கள், நகராட்சியாலும், கிராமங்கள் ஊர்களாலும், அக்ரஹாரங்கள் மகாஜனங்களாலும் ஆளப்பட்டன. காகதியர் காலத்திலும் ஏறக்குறைய இதேபோன்ற அரசியலமைப்புகள் இருந்தன. காகதியர் காலத்தில் நகரமு, மகாஜனம், காம்பு, பலிஞ்ச செட்டி மற்றும் மக்களில் 18 சமூக அமைப்பினர் இருந்தனர் என்று, பிரதாப ருத்ரா காலத்திய கட்டகூறு மற்றும் மட்டேடு கல்வெட்டுகள் தெரிவிக்கின்றன. இவ்வகை சமூக குழுக்கள் எல்லாம் உள்ளூர் கோயில்களுக்கு தாரளமாக கொடை வழங்கியுள்ளன. நகரு அல்லது நகர பஞ்சாயத்துக்கு ஒரு மாதத்திற்கு ஐந்து விசாக்கள் காணிக்கை தரவேண்டும் என்று மட்டேடு தகவல் கூறுகிறது. கிராமத்தினர் அனைவரும் கோயிலுக்கு கொடை தரவேண்டும் என்பத கட்டளை. இங்கு நகர என்பது வெறுமனே நகரை மட்டும் குறிப்பதில்லை. இது சில கிராமங்களின் ஒருங்கிணைப்பு. மகாஜனம் என்பது அக்ரஹாரத்தை மட்டும் குறிப்பதல்ல. பிராமணர்கள் எங்கெல்லாம் குடியிருக்கிறார்களோ அதெற்கெல்லாம் மகாஜனம் என்ற பெயருண்டு. ஆந்திராவில் கூட அக்ரஹாரங்களெல்லாம் கிராம சபைகளால் ஆளப்பட்டுள்ளன. கி.பி.1269இல் வெளியிடப்பட்ட துர்கியில் உள்ள கோபாலசாமி கல்வெட்டில், அந்தண குலத்தைச் சார்ந்த, கர்ணம் நாமய்யா என்பவர், நந்திபுர அக்ரஹாரத்தின் முக்கியஸ்தராக இருந்துள்ளார். ஜீட்டிகா தகவல்படி, அக்ரஹார தலைவரான போத்தன்னா என்பவர் கோயிலுக்கு கொடை வழங்கியுள்ளார். நாகராஜா என்ற பெயர் கொண்ட கிராம முக்கியஸ்தரின் அனுமதியுடன் கோயிலுக்கு நிலங்களை முதலாம் புரோலா மானியமாக வழங்கியுள்ளான் என்று சனிகர கல்வெட்டுடொன்று தெரிவிக்கிறது. இதேபோல உள்ளூர் கவுடர் மற்றும் ரெட்டிமார்களின் அனுமதியுடன் முதலாம் பேட்டா மற்றும் இரண்டாம் பேட்டா ஆகிய மாமன்னர்கள் கோயில்களுக்கு

கொடை வழங்கியதாகத் தெரிகிறது. இதிலிருந்து கிராமங்கள் கிராம சபைகளால் நிர்வகிக்கப்பட்டுள்ளன என்று தெளிவாகிறது. கி.பி.1148இல் வெளியிடப்பட்ட, நகர்கர்நூலுக்கு அருகிலுள்ள எண்டம்பேட்டா கல்வெட்டில் (கண்டூரு உதய சோழனால் பொறிக்கப்பட்டது) ஒரு கிராமத்து பிரபுவின் பெயர் பீமநாயக்கா என்று தெரிகிறது.

13. ஸ்தல சமயம் - ஊரு சமயம்:

18 சமூகங்களைக் கொண்ட சமயங்கள் இரு பெரும் பிரிவாக பிரிக்கப்பட்டன. சில கிராமங்களில் கூட்டமைப்பு "ஸ்தல சமயம்" என்றும், ஒரு கிராமத்தின் தலைமை "ஊரு சமயம்" என்றும் அழைக்கப்பட்டன. ஊரு சமயத்தைப் பற்றிய குறிப்பு ராணி ருத்ரமாதேவி காலத்தில் வெளியிடப்பட்ட மகபூபாபாத் கல்வெட்டில் உள்ளது. ஒரு கிராமத்தில் இருந்த 18 சமூகங்களின் அனுமதி பெற்று ஒரு தளவாய் மானியம் வழங்கியதாக அதில் குறிப்புள்ளது. எனவே ஊர் சமயங்களும், ஸ்தல சமயங்களும் ஒரு பெரிய நிறுவனம் போல முறைப்படி நடைபெற்றுள்ளன. உயர்ந்த பதவியில் இருப்பவர்கள் கூட, கொடை வழங்க விரும்பினால், இவர்களின் அனுமதி பெற்றுத்தான் செய்யவேண்டும். எனவே சைவ சமயம் அல்லது வைஷ்ணவ சமயம், ஆகியவை ஒரு சமூகத்தை சார்ந்திருந்தாலும் அவை ஒரு கார்ப்பொரேட் நிறுவனம் போல் செயல்பட்டுள்ளன. காகதியர் காலத்தில் சமயக் குழுக்கள் இயங்கியது போல இதர குழுக்களும் செயல்பட்டுள்ளன. அசேஷ பிரஜா, அஷ்டதாச பிரஜா, சமஸ்தா பிரஜா போன்ற மக்கள் குழுக்களும் சிறப்பாக நிர்வாகம் செய்துள்ளன.

15. கிராம சபைகளின் அதிகாரங்கள்;

கிராம சபைகளுக்கு எவ்வளவு அதிகாரம் இருந்தது என்பதை, நல்கொண்டா மாவட்டம் இங்கிரியால் கிராமத்தில் கிடைத்த கல்வெட்டு மூலம் அறியலாம். கி.பி.1292இல் பொறிக்கப்பட்ட இக்கல்வெட்டு மாமன்னர் பிரதாப ருத்ராவையும் அவர் கீழ் பணியாற்றிய மகாமண்டலேஸ்வரர் பெண்டிலிகொடுக மல்லிதேவாவையும் குறிக்கிறது. இவரது உதவியாளர் இறைவன் மல்லிநாத தேவனுக்கு வழங்கிய கொடை பற்றி குறிப்பிடுகிறது. அப்பொழுது நடைபெற்ற நிகழ்வு மிகவும் வியப்பை ஏற்படுத்துகிறது.

மகாமண்டலேஸ்வரன் ஒரு கிராம சபையை கூட்டுகிறான். வெங்கரேவுல, ரேவுரேல, மற்றும் ருத்ரஊரு என்ற கிராம பிரஜைகளை கோயிலுள்ள சபாமண்டபத்திற்கு அழைக்கிறான். கூப்பிய கரங்களுடன் கிராம மக்களை வணங்கி, கோயிலுக்கு கொடை அருளுமாறு விண்ணப்பிக்கிறான். இதற்கு செவி மடுத்த "பெக்கம்துரு" எனப்படும்

கிராம சபையினர், வோளண்மை செய்வோரெல்லாம், நஞ்சை காணி ஒன்றுக்கு, ஒரு "சின்னா" அளவில் மல்லிநாத இறைவனுக்குக் கொடை வழங்க வேண்டுகின்றனர். இதற்கு கீழ்படியாதவர்கள் பாவம் செய்தவர் ஆவர் என்றும் உரைக்கின்றனர். இதன்மூலம் மண்டலேஸ்வரன் மல்லி தேவாவை விட கிராம சபைகள் பலம் பொருந்தியவையாக இருந்தன என்று அறிந்துகொள்ளலாம். மேலும் மல்லிதேவன் மிகவும் பணிவாக கிராம சபைக்கு கோரிக்கை வைத்துள்ளான். இதிலிருந்து நமக்கு ஒன்றுமட்டும் தெளிவாகிறது. மண்டலேஸ்வரனை விட கிராம சபைகளே அதிகாரம் கொண்டவை, இவர்கள் நேரிடையாக பொதுமக்களிடம் கோரிக்கை வைக்க இயலாது, எதைச் செய்தாலும் கிராம சபையினர் மூலம் நிறைவேற்ற முடியும்.

பொதுமக்களிடம் கூடுதலாக வரிவசூல் செய்ய, மண்டலேஸ்வரர்கள், கிராம சபையினரிடம் அனுமதி பெற்றதாக எடுத்துக்காட்டுகள் உள்ளன. மைலரதேவா இறைவனுக்கு கொடை வழங்கும் பொருட்டு, கிராமத்தாரிடம் வரிவசூல் செய்ய தருவாயி கிராமத்து "சமஸ்த பிரஜா" என்ற ஊர் சபையிடம் அனுமதி கோரியதாக ஜகதா அன்னய்ய ரெட்டி வெளியிட்ட நல்கொண்டா மாவட்ட தடுவாயி கல்வெட்டு கூறுகிறது. இவை எல்லாம் நமக்கு உணர்த்துவது, மண்டலாதிகரிகளைவிட கிராம சபையினரே அதிக அதிகாரம் பெற்றவராக இருந்துள்ளனர். பொதுமக்கள் ஊரி சபையிடமும் சமயத்தாரிடமும் கட்டுப்பட்டிருந்தனர். விஜயநரகப் பேரரசில் காண்பது போல, கிராம சபையினர் மண்டலாதிகாரிகளின் கட்டுப்பாட்டுக்குள் இல்லை. காகதியர் காலத்தில் மன்னனும் அவனது நிர்வாக அதிகாரிகளும், மண்டலேஸ்வரர்களும் அவர்களது அலுவலர்களும், கிராம சபையினரும் ஊர் மக்களும் ஒருவருக்கொருவர் மோதிக்கொள்ளாமல் சுமூகமாக வாழ்ந்தனர்.

மண்டலாதிகாரிகளோ அல்லது அவர்களது அலுவலர்களோ கிராம மக்களுக்கு எதிராக செயல்பட்டால் அவர்களை தட்டிக் கேட்கும் உரிமை ஊர் மக்களுக்கு இருந்தது. கீழ்வரும் நிகழ்வு இதனை தெளிவுபடுத்துகிறது. தெனாலியில் பெறுமூலி என்னும் கிராமத்தில் இந்த நிகழ்வு பதிவு செய்யப்பட்டுள்ளது. அரண்மனை வாயிலைக் காக்கும் பொறுப்பிலிருந்த ஸ்ரீவாகிலி என்பவர் "ஸ்தலா" எனப்படும் 22 கிராமங்களின் வரிவசூல் அதிகாரியாக இருந்தவர். இவர் அளவுக்கு அதிகமாக கோயில் நிலங்கள் மீது வரிவிதித்ததால், பிற்பாடு கிராமத்தைச் சார்ந்த தொட்ட பேடி பெட்டி என்பவர் கோபங்கொண்டு திட்டியதாக கூறப்படுகிறது. இதனால் அவர் தனது தவறை உணர்ந்து, வரிவசூல் அளவை குறைத்ததாக பதிவு செய்யப்பட்டுள்ளது. இந்த அலுவலரை திட்டியதோடு மட்டுமல்ல, இந்த நிகழ்வை கல்வெட்டில் பதிவு செய்துள்ளார்கள்; ஏனெனில் இதேபோன்ற அத்துமீறிய வரி விதிப்பு மீண்டும் நடக்கலாகாது என்பதற்காகவே. இதை

பார்க்கும்போது, தற்போது நமது பஞ்சாயத்துகளைவிட காகதியரின் கிராம சபைகள் அதிக அதிகாரம் பெற்றிருந்தன என்று தெளிவாகிறது.

பிரதாப ருத்ர தேவாவின் ஆட்சிக் காலத்தில், குண்ட்டூர் மாவட்டம், தன்கெடா என்ற ஊரில், ராமநாத தேவன் கோயில் கொடை குறித்து வெளியிடப்பட்ட கல்வெட்டில், தேவரி நாயகா என்னும் தளபதி முன்னிலையில் ஸ்தலத்தை சார்ந்த 18 சமயக்குழுக்கள், வணிகர்களிடம்செய்த ஒப்பந்தப்படி, விற்பனையாகும் பொருள் மீது விதிக்கப்படும் சுங்கவரியை தன்கேடா கிராமத்து இறைவனான கண்டலா ராமநாதாவுக்கு காணிக்கையாகக் கொடுப்பது என்று முடிவு செய்யப்பட்டது. இன்னொரு தகவல்படி, உள்ளூர் மக்களும் இந்த ஒப்பந்தத்தில் சேர்க்கப்பட்டுள்ளனர். இந்த கொடைப் பத்திரத்தில் 3 பேர்களின் பங்கு உள்ளது.

15. கொடை வழங்கும் முறைகள்;-

1. கொடை கொடுப்பவர்: வணிக குழுக்கள், விவசாயிகள்
2. "ஸ்தலம்" என்ற கிராமம் சார்ந்த 18 குழுக்கள்: பொது மக்கள் வார சந்தைக்கு பொருட்கள் வாங்க வருவார்கள். அவர்களிடம் "வாங்கும்

   வரி" வசூலிக்கப்படமாட்டாது. இங்கு கொடைத் தொகையானது, விற்பனையாளரிடமிருந்து விற்பனை வரியாக வசூல் செய்யப்படும்.
3. தளபதி தேவரி நாயகா:

இவர் முன்னிலையில் தான் கொடை வழங்கப்பட்டுள்ளது. ஏனெனில் சுங்க வரி வசூலிக்க அரசால் அதிகாரம் பெற்றவர். இவ்வாறு வசூலிக்கப்பட்ட சுங்கம் கோயிலுக்கு காணிக்கையாக வழங்கப்பட்டுள்ளது. பொதுமக்களின் நன்மையைக் கருதி, அரசரின் அனுமதியுடன் சுங்கவரி வசூல் செய்ய சமயத்தாருக்கு அதிகாரம் இருந்துள்ளது என்று நமக்குத் தெளிவாகத் தெரிகிறது. இப்போதுகூட நமது பஞ்சாயத்துக்களுக்கு உள்ளூர் வரிகள் வசூலிக்க அதிகாரம் உள்ளது,

16. சட்டம் சார்ந்த தீர்வுகள்

குண்ட்டூர் மாவட்டம், தூக்கிராலா கல்வெட்டில் கிராமங்களுக் கிடையேயான தாவாவைப் பற்றி பேசப்படுகிறது. வெலநாட்டு வெற்றிக்குப் பின்னர் மாமன்னர் கணபதி தேவா, அந்த பக்கம் வந்தேபாது, துக்கிராலபுண்டி, மோரமபுண்டி மற்றும் இவானி எல்லைத் தகராறை தீர்த்து வைக்கும்படி கோரினர். அதன்பேரில் அவரது அமைச்சர்களான

மல்லபராஜுவையும், ருத்ரபராஜுவையும் அனுப்பி அந்த தாவாவை தீர்க்கச் சொன்னார். அவர்களும் அங்கு சென்று அந்த ஊர் மகாஜனங்களின் அபிப்ராயத்தையும் கேட்டனர். அந்த ஊர் காவல்காரனை அழைத்து எல்லைப் பகுதியில் நடக்கச் செய்து, அவன் பின்னாலேயே நடந்து சென்ற சூரபராஜு என்ற அமைச்சர் நிலத்தை அளந்து ஆங்காங்கே எல்லைக் கற்களை நட்டு தாவாவை தீர்த்து வைத்தார்.

காகதிய மன்னர்கள் மகாஜனங்களை உள்ளடக்கிய ஒரு குழுவை உருவாக்கி அதற்கு தலைமையாக இரு அமைச்சர்களை நியமித்தனர். சட்டத்தை காக்கும் பாதுகாவலர்களாக அமைச்சர்கள் இருந்தனர். ஒழுக்க சீலர்கள் உறுப்பினராக இருந்தனர். இக்குழுதான் எல்லை பிரச்சினையை தீர்த்து வைத்தது. மகாஜனங்கள் மற்றும் அமைச்சர்கள் முன்பு அரசு அதிகாரிகள் தவறு செய்ய இயலாது. அரசு அதிகாரிகள் வெறுமனே மேற்பார்வையிட்டு, உள்ளூர் மகாஜனங்களால் வரையறுக்கப்பட்ட எல்லைகளுக்கு அனுமதி வழங்கி அரசு இலச்சினயை பொருத்தும் பணியை செய்தனர். அனைத்து அதிகாரங்களும் உள்ளூர் கிராமக் குழுக்களுக்கே இருந்தது என்பது அக்கால சுயாட்சி முறையை தெளிவாக விளக்குகிறது அல்லவா?

17. ராஜ நீதி:

குடிமக்களுக்கிடையே உண்டாகும் பிரச்சினைகளை தீர்ப்பதற்கு “ராஜநீதி ரத்னாகரா” என்ற சட்டம் இருந்தது. இந்த சட்டப்படி நான்கு வகை சபாக்கள் எனப்படும் நீதி மன்றங்கள் இருந்தன. அவையாவன.

1. பிரதிஷ்டா: ஒரு நகரத் தலைமையிடத்தில் இயங்கிய இது, ஒரு தற்காலிக நீதிமன்றம்.
2. அப்ராதிஷ்டா: கிராமங்களில் செயல்பட்ட நீதிமன்றம்; இதன் கீழ் மேலும் இருபிரிவுகள் இருந்தன.
3. அமுதிரித்தா: இந்த நீதிமன்றத்துக்கு அமைச்சர்கள் தலைமை தாங்கினார்கள்.
4. சாசித சபாக்கள்: மாமன்னரால் தலைமை வகிக்கப்பட்டு அரசாணைகள் வழங்கப்பட்டன.

அமைச்சர்களின் மேற்பார்வையின் கீழ் மகாஜனங்கள் நீதிபதிகளாகத் திகழ்ந்தார்கள். இவற்றிலிருந்து அறம் வழுவா நீதியை காகதியர் வழங்கினர். சட்டத்தின் அமைப்புகளில் குடிமக்களுக்கு பெரும் பங்கு இருந்தது என்பதும் புலனாகிறது.

18. வாய்க்கால் தகராறு:

இதேபோல, ஒரு வாய்க்கால் தகராறை மாமன்னர் கணபதி தேவா, தீர்த்து வைத்ததாக, கி.பி.1246இல் கரிம் நகரில் வெளியிடப்பட்ட செப்புப்பட்டயம் கூறுகிறது. நெதவூரா என்ற கிராமத்தில், ரவிதத்தா, நாததேவா மற்றும் ஹிம்கதேவா என்ற உயரதிகாரிகள் பணியாற்றியபோது, "கோனுக காலவ" எனப்படும் வாய்க்கால் பிரச்சினையை, மன்னன் தீர்த்து வைத்ததாக பதிவு செய்யப்பட்டுள்ளது. அரசருக்கு இப்பிரச்சினையை முன் வைத்தபோது, அதனை தீர்க்கும் பொருட்டு, ஜெயபானயாகாவின் அமைச்சரான மஞ்ச்சி ராஜாவை அனுப்பி வைத்தார். அமைச்சரும் அங்கு சென்று, சாமணபல்லி, கும்மரிகுண்ட்டா, தேவனபள்ளி மற்றும் கட்யகோலபள்ளி கிராம பெரியவர்களையும், மகாஜனங்களையும் வரவழைத்து அவர்களது கருத்தைக் கேட்டு, ஓருகல்லுவிற்குச் சென்று அரசரிடம் விவரங்களை சமர்ப்பித்தார். அப்பிரதேசத்தின் ஆளுநரான மகாராஜா அக்ஷய சந்திரதேவா என்பவர் முன்னிலையில், மஞ்ச்சி ராஜா தெரிவித்த தகவல்களின் அடிப்படையில் தனது தீர்ப்பை வழங்கியதோடு மட்டுமல்லாமல், அந்த தீர்ப்பை கிராமத்து பெரியவர்களுக்கும், உள்ளூர் அரசு அதிகாரிகளுக்கும் தெரிவிக்கும்படி, நாராயணா மற்றும் மகாரூகா என்ற இரு அதிகாரிகளை சாமணப்பளி கிராமத்துக்கு அனுப்பி வைத்தார். இதில் ஆச்சிரியப்படும் விஷயம் யாதெனில், அனுப்பி வைக்கப்பட்ட இரு அலுவலர்களும் அந்த கிராமம் வந்து, மஞ்ச்சி ராஜாவின் முதல் தகவல் அறிக்கையை மீண்டும் சரிபார்த்த பின்னரே, அரசாணையை செப்புப்பட்டயத்தில் எழுதி வெளியிட்டனர். சாமணபள்ளி மகாஜனங்களுக்குத்தான் அந்த வாய்க்கால் சொந்தமானது என்றும், மற்ற கிராமத்தினருக்கு எந்த உரிமையும் இல்லை என்றும் தீர்ப்பளிக்கப்பட்டது.

இதிலும் கூட உள்ளூர் மக்களின் குரலுக்கு முக்கியத்துவம் அளிக்கப்பட்டுள்ளது. குறிப்பாக ரெட்டிமார்கள், நாவிதர்கள் செட்டிமார்கள், இந்து கோயில் பூஜாரிகள், ஜைன மத குருக்கள் மற்றும் சமயம் சார்ந்த ஊர்ப் பெரியவர்களுக்கு முக்கியத்துவம் தரப்பட்டுள்ளது. இந்த அரசாணை மாமன்னரால் நேரிடையாக வழங்கப்பட்டுள்ளதால் இந்த சபாவுக்கு "சாசித அப்ராதிஸ்தித சபா" என்ற பெயர்.

19. தீர்ப்பு முறைகள்:-

மேற்கண்ட உதாரணங்களைப் பார்க்கும்போது அக்காலத்தில் எவ்வாறு சட்ட முறைகள் மூலம் தகராறுகள் தீர்க்கப்பட்டுள்ளன என்று தெரியவரும். இப்போது போல அக்காலத்தில் கீழமை நீதிமன்றங்களோ, உயர்நீதி மன்றங்களோ கிடையா. குடிமக்கள் மன்னரிடம் கொண்டு வரும்சிக்கல்களை தீர்க்க, அரசவையில் உள்ள கற்றறிந்த பெரியோர்கள்,

தர்மசாஸ்திரங்கள் வழியாக தீர்ப்பு வழங்கினார்கள். பெரும்பாலான தாவாக்கள் எல்லாம் மகாஜனங்களை உறுப்பினர்களாகக் கொண்ட சபாக்கள் மூலமாக, அரசதிகாரிகள் மேற்பார்வையில் தீர்க்கப்பட்டன. சமூகத்தில் ஏற்பட்ட பிரச்சினைகளையும் "சமயங்கள்" மூலமாக தீர்த்து வைக்கப்பட்டன.

20. நிர்வாக அமைப்பும் அலுவலர்களும்:

சீரான நிர்வாகத்தை கருத்தில் கொண்டு, காகதிய பேரரசு, பல நாடுகளாகப் பிரிக்கப்பட்டது. கி.பி.1313இல் வெளியிடப்பட்ட பிரதாப ருத்ராவின் ஸ்ரீசைலம் கல்வெட்டுகள்படி கீழ்க்காணும் நாடுகள் உருவாக்கப்பட்டன.

கன்நாடு பெடகல்லு, கம்மநாடு, அய்ஜநாடு, மிம்கலநாடு, செத்தம் நாடு, குசலநாடு, சப்பிநாடு, கொண்ட கர்நாடு, பல்லிநாடு, நரவாடி, மராத்தா நாடு, மோட்டவாடி, பாக்க நாடு, ரேநாடு, முல்கி நாடு, ஆரெபூமி மற்றும் கந்தூரி நாடு.

மேலும் வேங்கி நாடு, வெலநாடு, நட்டவாடி, கோலமண்டல, விஸ்வநாடு, ஏரு நாடு, மர்ஜவாடி, கொண்டபல்லி நாடு, சகலி சீம, புரோலி நாடு ஆகியவையும் இதில் அடக்கம்.

21. ஸ்தலம்;

நாடுகளெல்லாம் ஸ்தலங்களாகப் பிரிக்கப்பட்டன. ஒரு ஸ்தலம் என்பது 20 கிராமங்கள் கொண்டது. எனவே பேரரசில் ஸ்தலங்கள் பெரிய எண்ணிக்கையில் இருந்தன. அனுமகொண்டாவில், மட்யவாடா மற்றும் வரங்கல் என்று ஒரே ஸ்தலமாக அமைந்தன.

சில ஸ்தலங்களின் பெயர்கள்: குரிண்ட்ல ஸ்தலம், பிங்களி ஸ்தலம், தன்கேடா ஸ்தலம், மகதல ஸ்தலம், கைலாசம் கோட்டா ஸ்தலம், நாதேண்ட்ல ஸ்தலம், கொண்டூரி ஸ்தலம், மண்ணனூரி ஸ்தலம், கோச்செர்ல கோட்டா ஸ்தலம் மற்றும் கங்கபுர ஸ்தலம்.

நிர்வாகத்தில் பேரரசுக்கு உதவியாயிருந்தவர்களில் முன்னிலை வகிப்பவர்கள் "மகாபிரதானிகள்", அதற்கு கீழே வருபவர்கள்: பிரதானிகள், பிரேக்கடர்கள், அருந்ததியர், மற்றும் அமைச்சர்கள், இவர்களுக்குள் அதிகார வரம்புகள் பற்றி குறிப்புகள் இல்லை.

22. நியோகங்கள்:

நிர்வாக அமைப்பு 72 நியோகங்களாகப் பிரிக்கப்பட்டிருந்தது. இவற்றை மேலாண்மை செய்தவர், "பாஹத்தர நியோகி அதிபதி" என்றும் பெயர் கொண்ட உயரதிகாரி. கணபதி தேவா காலத்தில் இப்பதவியை வகித்தவர்

கயஸ்தா சிற்றரசர் கங்கய சாஹினி. அதன்பின் இப்பதவி வகித்தவர் சிற்றரசன் கன்னைய்ய. இதன் பின்னர் இப்பதவி வகித்தவர் பொம்கல மல்லய்ய பிரெக்கடா. இவர்களுக்கு வழங்கப்பட்ட அதிகாரங்கள் பற்றி குறிப்புகள் இல்லை. ஆனால் 72 நியோகங்களுக்கு தலைமை வகித்த மகா பிரதானிகளுக்கு தேவைப்பட்ட அதிகாரங்கள் வழங்கப்பட்டன.

ஒரு ஸ்தலத்தில் 20 அல்லது அதற்கு குறைவான கிராமங்கள் இருந்தன. பெத்த கொண்டூரு ஸ்தலத்தில் 18 கிராமங்களும், மானூறு ஸ்தலத்தில் 12 கிராமங்களும், குரிந்தல ஸ்தலத்தில் 50 கிராமங்களும் இருந்தன, 'நாடு'களுக்கு தலைமை ஏற்று வழி நடத்தியவர்கள் அமாத்தி அல்லது பிரெக்காடா என்றழைக்கப்பட்டனர். ஸ்தலங்களுக்கு தலைமை ஏற்றவர்கள் ஸ்தல கர்ணம் அல்லது ஸ்தல சும்காரி அல்லது ஸ்தல திரிபாரிகள் எனப்பட்டனர்.

23. ஆயக்காரர்கள்:

இந்நிர்வாக அமைப்பில் கிராமம் சிறிது அலகு. கிராம நிர்வாகிகள் ஆயக்காரர் என்றழைக்கப்பட்டனர். வரி வசூல் செய்வது, நிலங்களின் கணக்குகளை பராமரிப்பது இவர்களது வேலை. தலையாரியும் ஆயக்காரர்களில் ஒருவர். அதேபோல நீர்கட்டு என்பவர் ஏரியிலிருந்து விளை நிலங்களுக்கு தண்ணீரை பாய்ச்சி ஒழுங்குபடுத்துபவர். இவரும் ஆயக்காரர்களில் ஒருவரே. இந்த மூன்று வகை ஆயக்காரர்களுக்கு 'விருத்தி' என்ற பெயரில் நிலங்கள் தானமாக வழங்கப்பட்டன. இதுபோக, நில உரிமையாளர்களிடமிருந்து “மேர” எனப்படும் தானியங்களை கொடையாகப் பெற்றனர்.

24. படைநிர்வாகமும் நாயம்காரரும்

போர் படைப்பிரிவில் 'நாயம்கார' நிர்வாக முறையை அறிமுகப்படுத்தியவர் ராணி ருத்ரமாதேவி அவர்கள். இது பிரதாப ருத்ராவாலும் நடைமுறையில் தொடரப்பட்டது. 'நீதிசாரம்' என்ற நூலில் நாயக்கருக்கு சம்பளத்திற்கு பதிலாக சில கிராமங்கள் கொடையாக வழங்கப்பட்டன. இந்த வருவாய் படைப் பிரிவினரின் செலவுக்கும் சேர்த்துதான். இதுபோல 'சாமந்தா' என்பவர்கள், ஒரு படையை உருவாக்கி நிர்வாகம்செய்து, அரசருக்கு வேண்டும் போது இப்படைகளை அனுப்ப வேண்டும், அவர்களுக்கு வழங்கப்படும் மானியத்தைப் பொறுத்து, யானைகள், குதிரைகள், காலாட்படை வீரர்களின் எண்ணிக்கை அமைய வேண்டும். படைச் செலவு செய்வதோடு, அரசுக்கு திறையும் செலுத்த வேண்டும். பிரதாபருத்ராவிடம் 9 லட்சம் வில்வீரர்கள் இருந்ததாக சொல்லப்படுகிறது. பிரதாபருத்ரா தனது கோட்டையின் 77 முகப்புகளை, வெலமா சமூகத்தைச் சார்ந்த 77 நாயக்காரர்களிடம் ஒப்படைத்தாகவும்

தனது நாட்டில் நான்கில் ஒரு பகுதியை இப்படை வீராகளின் செலவுக்கு ஒதுக்கியதாகவும் ஆதாரங்கள் உள்ளன. இந்த 77 பேரில் வெலமா சமூகம் மட்டுமன்றி, இதர சமூகத்தாரும் இருந்தனர். இவர்களுக்கு இணையான “லெம்கா” என்ற படைப்பிரிவில் ரெட்டிமாரும், பிற சமூகத்தவரும் இருந்தனர். ஜித்தய, லெம்கா கொங்காரெட்டி, ருத்ரய லெம்கா, சோமய்ய லெம்கா, மாதய்ய ரெட்டி, தேச்சய லெம்க, பின்னய்ய லெம்கா ஆகியோர் இதர சமூகம் சார்ந்தவர்கள்.

தெனாலியில் உள்ள கொண்டூரி ஸ்தலம் என்ற 18 கிராமங்களை உள்ளடக்கிய பகுதியை மாயிதேவ லெம்கா என்பவருக்கு கொடையாக கொடுக்கப்பட்டுள்ளது. விருலி பாலம் என்ற கிராமம் தற்போதும் உள்ளது. அங்குள்ளவர் ரெட்டி சமூகம் சார்ந்தவர்களே. இங்க வீரர் நடுகல்லும் உள்ளது. மாய தேவ லெம்கா என்பவர் பெத்த கொண்றே என்னுமிடத்தில் ஒரு படையை வைத்து காத்துள்ளார். உள்ளூர் கோயிலில் கிடைத்த தரவுகள்படி, கோயில் நிலங்களுக்கு வரிவிதிப்பு கிடையாது. இதிலிருந்து மற்ற நிலங்களுக்கு வரிவசூல் உண்டு என்று தெரிகிறது.

25. படைப்பிரிவுகள்:

மாமன்னரின் படையில் நான்குவகை படைப்பிரிவுகள் இருந்தன. தேர்ப்படை, யானைப்படை, குதிரைப்படை மற்றும் காலாட்படை. காகதிய மன்னர் பிரதாபருத்ராவிடம் 100 யானைகள், 20,000 குதிரைகள், 9 இலட்சம் காலட் படை வீரர்கள் இருந்தார்கள். யுத்த காலத்தில் மன்னர்களே போரை முன்னின்று நடத்தினார்கள். அரசருக்கு அடுத்தபடியாக படைகளுக்கு தலைமை தாங்கியவர் சகல சேனாதிபதி என்னும் பெயர் கொண்டவர். அம்பதேவாவுடன் நடந்த போரில், பிரதாப ருத்ராவின் சகல சேனாதிபதியாக பணியாற்றியவர் சோமயாஜுல ருத்ர தேவய்யா என்பவர். இதேபோல இப்பதவியை வகித்தவர் அதிகமுமல்லு மற்றும் சோமய்ய லெம்கா என்பவர்கள். படை வீரர்களுக்கு சம்பளத்திற்கு பதிலாக நிலங்கள் கொடையாக வழங்கப்பட்டன. தளபதிகள் ‘நாடு’களுக்கு ஆளுநராக நியமிக்கப்பட்டார்கள்.

7. காகதியர் காலத்தில் வேளாண்மை

1. நிலத்தைப் பண்படுத்தல் மற்றும் நில உரிமைக்காலம்

இப்போது இருப்பதுபோல், முற்கால மற்றும் மத்தியகால இந்தியாவில் இவ்வளவு மக்கட்தொகை இல்லை. குறிப்பாக தக்ஷண பகுதியில் மழை குறைவாலும், மண்வளம் இன்மையாலும் மக்கட்தொகை குறைவு. நீர்வசதி நிறைந்த இடத்தில் வேளாண்மை செழித்தோங்கியது. மேதக்கில் கொண்டாபூர், கரிம் நகரில் கோடலிங்கம், நிஜாமாபாத்தில் போதன் ஆகிய பகுதிகள் சதாவாகனர் ஆட்சியின் கீழ் இருந்தன. தெலங்கானாவைப் பற்றிய குறிப்புகள் பாதாமி சாளுக்கியர் மற்றும் விஷ்ணுகுண்டர்களின் பதிவுகளில் காணப்படுகின்றன. வேமுலவாடா சாளுக்கியர்கள் தற்போது நிஜாமாபாத், கரிம்நகர், என்றழைக்கப்படும் போதநாடு, சப்பிநாடு பகுதிகளை ஆட்சி புரிந்தனர். கல்யாண மேலைச் சாளுக்கியர்கள் ஆட்சிக்க வந்தபின்பு, பெருமளவில் மக்கள் குடியேற்றம் நிகழ்ந்து, குறுநிலமன்னர்கள், ஆளுநர்கள் தலைமையில் நிர்வாகம் சீராக நடைபெற்றது. குடிமக்களின் தேவைக்காக காடுகள் அழிக்கப்பட்டு குடியிருப்புகளாக மாற்றப்பட்டன. அக்கால குடியிருப்புகளில் விவசாயிகள் குடியேறி பல தரிசு நிலங்களை விளை நிலங்களாக மாற்றினர். ஆங்காங்கே இருந்த சிறிய, பெரிய நீரோடைகளை ஒருங்கிணைத்து சிறிய ஏரிகள், கண்மாய்களை உருவாக்கி விவசாயத் தொழிலில் ஈடுபட்டனர்.

கடலோர ஆந்திரா ஒரு சமவெளிப் பகுதி; ஆனால் தெலங்கானா புதர்காடுகள் நிறைந்த கரடுமுரடான பகுதி; இதனை மக்கள் பண்படுத்தி விவசாய பூமியாக மாற்றினர், காகதியர் காலத்தில் உருவாக்கப்பட்ட கிராமங்கள் யாவும் நீர் நிலைகளுக்கருகே தோற்றுவிக்கப்பட்டன. தெலங்கானா மன்னர்கள், உள்ளூரைச் சார்ந்தவர்கள் என்பதால், இந்த நிலத்தை நன்கு புரிந்துகொண்டு பெரிய ஏரிகள், குளங்கள், கண்மாய்களை உருவாக்கி விவசாயத்தை மேம்படுத்தினர். இவ்வாறு பெரும்பாலான கிராமங்கள், மன்னர்களாலோ அல்லது அவர்களது அமைச்சர்களாலோ உருவாக்கப்பட்டவை. கல்வெட்டுகள் கூற்றுப்படி தற்போதுள்ள மந்தினி, காலேஸ்வரம், சென்னூர், நரசம்பேட்டை, அச்சம்பேட்டை, கம்மம்மெட்டு மற்றும் கொத்தகூடம் ஆகிய ஊர்கள், காகதியர்களால் உருவாக்கப்பட்டவை.

காகதியர்கள் புதிய குடியேற்றங்களை ஏற்படுத்தி நீர்ப்பாசனத்திற்கேற்ற ஏரிகளையும் கண்மாய்களையும் உருவாக்கியதற்கு தக்க சான்றுகள் உள்ளன. கணபதி தேவா காலத்தில், சென்னூறு தேசாவை ஆண்ட அல்லும புரோலாஜி என்ற சிற்றரசன், மன்னரின்

அனுமதியுடன் ராஜ பூஜாரியான மஞ்ச்சி பேட்டா என்ற அந்தணருக்கு புதிய கிராமத்தை நிர்மாணிக்கும் பொருட்டு மிகப் பெரிய நிலப்பரப்பை மானியமாக வழங்கியதாக மன்தினி கல்வெட்டுகள் கூறுகின்றன. அந்தணரும் அவ்வாறே ஒரு கிராமத்தையும் ஏரியையும் உருவாக்கி, மந்த்திரகூடா பிராமணர்களுக்கு இலவச மனைப்பட்டாக்களை வழங்கினார். ருத்ராவின் மகனான புத்தயதேவா என்னும் சிற்றரசன் இறைவன் காலேஸ்வரனுக்கு புத்தபுரா, ஏரிக்கரையருகே நான்கு நிவர்த்தனங்களை வழங்கியதாக காலேஸ்வரம் கல்வெட்டு பறை சாற்றுகிறது. இந்த புத்தயதேவா என்பவன் அங்கிருந்த காடுகளை அழித்து வீடுகளை கட்டி ஏரிகளை அமைத்து புத்தபுரா என்ற பெயர் கொண்ட கிராமத்தை உருவாக்கினான். இதேபோலவே, பிரதாப ருத்ர ஆட்சிக் காலத்தில், விரிபலஞ்ச சமூகத்தைச் சார்ந்த பைரிசெட்டி என்பவர், பெத்த பரியாலா கிராமத்தருகே ஏரியை வெட்டி, நீர்ப்பாசன வசதிகளை உருவாக்கி, அங்கிருந்த நிலத்தின் மூன்றில் ஒரு பகுதியை உள்ளூர் கோயிலுக்கும், மூன்றில் இரண்டு பகுதியை மன்னருக்கும் வழங்கினான் என்று சித்தாபூர் கல்வெட்டு சான்று கூறுகிறது. ஏரிக்கரை எவ்வளவு உயரம் இருந்தாலும், நீர்ப்பாசன நிலங்கள் 1:2 என்ற அளவில் இறைவனுக்கும் மன்னனுக்கும் பகிர்ந்து அளிக்கப்பட்டன. இந்த நிலம் முழுவதும் மன்னனுக்கு ஏற்கனவே சொந்தமாக இருந்தால் அவருக்கு மூன்றில் இரண்டு பங்கு கிடைத்தது. இந்த ஏரியை வெட்டியவர் தனது சொந்த பணத்தில் செய்ததால் அவருக்குக் கிடைத்த மூன்றில் ஒரு பகுதியை இறைவனுக்கு கொடுத்துள்ளார். குடியரசில் இருந்த நிலங்கள், குறிப்பாக விளைநிலங்கள் மன்னருக்கு சொந்தமாக இருந்தன என்பது தெளிவாகிறது.

காகதியர்களால் உருவாக்கப்பட்ட ஊர்கள் எல்லாம் அவர்கள் பெயராலேயே இன்றும் அழைக்கப்படுகின்றன. கான்பூர் (கணபதி தேவா) ருத்ராவரம் (ருத்ரதேவா), மகாதேவபுரா (மகாதேவா) பைய்யாரம் (பைய்யால தேவி), முப்பவரம் (முப்பமாம்பா) ஆகியவை சில எடுத்துக்காட்டுக்களாகும். கணபதி தேவாவின் சகோதரி பெயரில் கண்டசமுத்ரா என்ற ஏரி உள்ளது. கம்மம் மாவட்டத்திலுள்ள பைய்யாரம் என்ற ஊர், கணபதி தேவாவின் தாயாரான பைய்யாரம்மாவின் நினைவாக உருவாக்கப்பட்டது. அக்காலத்தில் ஒரு ஊரையும், ஏரியையும் அமைப்பது ஒரு பக்தியின் வெளிப்பாடு, கணபதி தேவாவின் குருவான விஸ்வேஸ்வர சிவாச்சாரியார் 850 கடியானாக்கள் (காசுக்கள்) கொடுத்து வாங்கிய நிலத்தில் இருந்த புதர்காடுகளை அழித்து விஸ்வநாதபுரம் என்ற ஊரை எழுப்பி, கோயிலும் கட்டி இறைவழிபாட்டுக்கு வழிவகுத்தார்.

கி.பி.1144இல் வெளியிடப்பட்ட பரத (நல்கொண்டா மாவட்டம்) கல்வெட்டில், ஒரு புதிய அக்ரஹாரம் உருவாக்கப்பட்டதாகவும், அங்கிருந்த நிலங்கள் பிராமணர்களுக்கும், செட்டியார்கள்,

போயர்களுக்கும், கோயிலுக்கும்கொடையாக வழங்கப்பட்டதாக கூறுகிறது. நிபந்தனை யாதெனில் அவர்கள் தமது நிலத்தை விற்காமல் ஊரிலேயே தங்கியிருந்து கிராம வளர்ச்சிக்கு பாடுபட வேண்டும். இந்நிலங்களுக்கு வரி விதிப்பு இல்லை. இவ்வாறாக புதிய குடியேற்றங்களுக்கு காகதியர் ஊக்கமளித்தனர்.

2. நில உரிமைக்காலம்

யாருக்கு நிலம் சொந்தம்? அரசருக்கா? குடிமக்களுக்காக? இதுபற்றிய கருத்து வேறுபாடுகள் வரலாற்றாசிரியர்கள் மத்தியில் இருந்தன. இந்து தர்ம சாஸ்திரங்களை உருவாக்கிய மனு, நாரதர் மற்றும் சாணாக்கியர், அரசருக்கே நிலம் உரிமையானது என்று வகுத்தனர். இதிலிருந்து வேறுபட்டவர்கள் உண்டு. முதல் உரிமை அரசருக்கும் இரண்டாம் உரிமை குடிமக்களுக்கும் இருந்தது என்று கருதினர். முடியரசில் இருந்த காட்டுப்பகுதிகளும், தரிசு நிலங்களும் அரசருக்கு சொந்தம் என்று பொதுவான கருத்து இருந்தது. காட்டை திருத்தி புதிய கிராமங்களை உருவாக்கும்போது, அரசர் குடிமக்களுக்கு வேளாண்மை செய்ய நிலங்களை ஒதுக்குவது, குறிப்பிட்ட காலத்திற்கு வரியை தள்ளுபடி செய்வது, வீட்டு மனைப்பட்டா ஒதுக்குவது, ஏரிகளை வெட்டுவது போன்ற சலுகைகளை வழங்கினார்.

கி.பி.1311இல் நல்கொண்டா மாவட்டம் மல்லசெருவு என்னுமிடத்தில் வெளியிடப்பட்ட கல்வெட்டில் கிராமத்தைச் சுற்றியுள்ள அரசருக்குரிய களிமண் நிலம், செம்மண் பூமி, மணற்பாங்கான நிலம், ஆகியவற்றுக்கு வரி விலக்க அளிக்கப்பட்டதாக கூறுகிறது. இதிலிருந்து நிலங்கள் யாவும் மன்னருக்கே உரிமையானது என்றும், அதனை குடிமக்களுக்கு தானமாக வழங்கியுள்ளார் என்றும் தெரிகிறது. இப்போதும் கூட, தனியாருடைய நிலத்தில் புதையல் கிடைத்தால் அது அரசுக்கே சொந்தம் என்றும் சட்டம் சொல்கிறது. மன்னர் நில உரிமையாளராக இருப்பினும், அவர் சாதாரண காரணங்களுக்காக அந்த நிலத்தை எடுத்துக்கொள்வதில்லை. நிலத்தை யார் பயிரிட்டாலும் அரசுக்கு வரி செலுத்தினால் போதும். எனவே விவசாயி தனது நிலத்தை விற்கவோ, தானம் செய்யவோ, அடமானம் வைக்கவோ உரிமையுண்டு. நிலத்தை வாங்குபவர் நிலத்துக்குரிய வரியை மன்னருக்கு செலுத்தினால் போதும். நிலத்தின் மீது குடிமக்களுக்கு இரண்டாம் கட்ட உரிமை இருந்தது என்பதற்கு இதுதான் பொருள். அரசரே ஒருவரது நிலத்தை வாங்க விரும்பினால் அதற்குரிய சந்தை விலையை கொடுக்க வேண்டும்.

3. தேவதான நிலங்கள், அக்ரஹாரங்கள்:

கோயில்களுக்கு மானியமாக அளிக்கப்பட்ட நிலங்கள் தேவதானம் என்றழைக்கப்பட்டன. மேலும் பிராமணர்களுக்கு இனாமாக வழங்கப்பட்டவை அக்ரஹாரங்கள் என்றழைக்கப்பட்டன. இவற்றுக்கு பெரும்பாலும் வரி விதிப்பு இல்லை. இவற்றை முறைப்படுத்த தனியாக சிறப்புச் சலுகைகள் மன்னரால் வழங்கப்பட்டன.

4. நில உரிமைகள்

போர் வீரர்கள், நாயக்கர்கள், அமைச்சர்கள், தளபதிகள், கர்ணம், பாதுகாவலர்கள் ஆகியோருக்கு சம்பளத்திற்கு பதிலாக நிலங்கள் அல்லது கிராமங்கள் வழங்கப்பட்டன. இவற்றுக்கு இவர்கள் வரி செலுத்த வேண்டும். இவ்வாறு வழங்கப்பட்ட நிலங்கள் “விருத்தி” என்றழைக்கப்பட்டன. ஆனால் நிலத்தின் மீது இவர்களுக்கு முழு உரிமை கிடையாது. எடுத்துக்காட்டாக பிரதாப ருத்ராவின் ஆட்சிக்காலத்தில், பாண்டிய நாட்டின் மீது படையெடுத்த தேவரிநாயகன் என்ற தளபதி தனது வெற்றிக்குக் காணிக்கையாக சகலவீடு என்ற கிராமத்தை காவேரி ஸ்ரீரங்கநாதர் கோயிலுக்கு, மன்னருடைய அனுமதி பெற்றே வழங்கியுள்ளான். இதிலிருந்து தேவவிருத்தி நிலங்களையோ அக்ரஹாரங்களையோ விற்பதற்கோ, கொடையாக கொடுப்பதற்கோ மன்னரைத்தவிர மற்றவருக்கு அதிகாரமில்லை.

சிலசமயம், மன்னனுக்கு நிலத்தின் மீது இருந்த அதிகாரங்கள், நில உரிமையாளருக்கு மாற்றப்பட்டுள்ளன. சமீபத்தில் கண்டெடுக்கப்பட்ட கணபதி தேவாவின் மகள் ஞானபாம்மா வெளியிட்ட மொகலுட்லா கல்வெட்டில், சில தகவல்கள் காணப்படுகின்றன. கிராமக் கைவினைஞர்களான, கருமான், குயவர், வண்ணார் மற்றும் பயிர் பங்கீட்டாளர்கள் அரசனுக்கு செலுத்த வேண்டிய நிலவரியை இனிமேல் நில உரிமையாளரிடம் செலுத்தும்படி அறிவுறுத்தப்பட்டனர். பயிர் பங்கீட்டாளர், தான் மன்னனுக்க தரவேண்டிய பாதி மகசூலை நில உரிமையாளரிடம் கொடுத்துவிட வேண்டும் என இதில் குறிப்பிடப்பட்டுள்ளது. இதேபோல ருத்ரமாதேவி வெளியிட்ட கல்வெட்டொன்றில், அரசு வரிகளை வசூலிக்க நிலவரி, உப்புவரி, சுங்கவரியை நேரிடையாக உள்ளூர் கோயிலுக்கே கொடுத்துவிட வேண்டும் என்று பொறிக்கப்பட்டுள்ளது. அதே கல்வெட்டில், ஒரு தோட்ட நிலம், கொம்மிரெட்டிக்கு கொடையாக வழங்கப்பட்டு, அவர் அதில் கிடைக்கும் பாதி வருவாயை குறிப்பிட்ட கோயிலுக்கு கொடுத்துவிட வேண்டும் என பதிவு செய்யப்பட்டுள்ளது. இதிலிருந்து நமக்கு தெளிவாகத் தெரிவது யாதெனில் அரசு நிலங்களெல்லாம் (தேவ விருத்தி நிலங்கள்) நிரந்தரமான குத்தகைக்கு குடிமக்களிடம்

விடப்பட்டன என்றும், கிடைக்கும் வருவாயில்பாதியை கோயிலுக்கோ அரசனுக்கோ கொடுத்துவிட வேண்டும் என்பதே. இதர நிலங்களில் "பங்கமு" என்ற பெயரில் நாணயமாகவோ பொருளாகவோ கொடுத்துவிட வேண்டும்.

5. மன்னரது நிலங்கள்

அக்ரஹாரம் என்ற பெயரிலோ, தேவவிருத்தி என்ற பெயரிலோ பிறருக்கு வழங்கப்பட மன்னரது நிலங்கள் "ராஜபொலமு" என்ற பெயரில் மன்னருக்கே உரிமை உடையவை. அவ்வகை நிலங்கள் குடிமக்களுக்கு நிரந்தர குத்தகைக்கு விடப்பட்டன. குத்தகைக்கு பயிர் செய்வோர், நிலத்தின் தன்மையை பொறுத்து வருவாயில் பாதியையோ, அல்லது மூன்றில் ஒரு பகுதி அல்லது நான்கில் ஒரு பகுதியை குத்தகையாக மன்னருக்கு செலுத்த வேண்டும்.

6. நீர்பாசனம்

முடியரசில் இருந்த நிலங்களெல்லாம் இருவகையாகப் பிரிக்கப்பட்டன.

1. ஆறுகள், குளங்கள், சிற்றோடைகள், வாய்க்கால்கள், நீரூற்றுகள் மற்றும் கிணற்று நீர் வழியாக நீர்ப்பாசனம் பெறுபவை "நதி மாந்திரிகா" நிலங்கள் எனப்பட்டன.
2. மழை நீரை நம்பி விவசாயம் செய்யும் நிலங்களெல்லாம் "தேவ மாந்திரிகா" நிலங்கள் என்றழைக்கப்பட்டன.

ஆயினும் காடுகள், மேய்ச்சல் நிலங்கள் ஆகியவையே தக்காணாபீட பூமியில் அதிகளவில் இருந்தன. தெலங்கானாவில் மலைக்குன்றுகளும், புதர்காடுகளும் அதிக அளவில் இருந்தாலும் வேளாண் தொழில்கள் செய்வதற்கேற்ற பூமியாகவே திகழ்ந்தது. காகதியர் காலத்தில்வேளாண்மைக்கும் தாளாண்மைக்கும் சிறப்பிடம் தரப்பட்டது. நீராதாரங்கள் இல்லாமையால் வளமான பூமியிருப்பினும் வேளாண்மை செய்யப்படவில்லை. பெரிய நீரோடைகளை தடுத்து குறுக்கே தடுப்பணைகளை கட்டி நீர்ப்பாசனம் செய்தனர். இந்த உத்தியை பயன்படுத்தி மிகப்பெரிய ஏரிகளையும் கண்மாய்களையும் உருவாக்கினர். இந்து தர்மத்தில், இவ்வாறு ஏரி, குளங்கள் வெட்டுவது "சப்த சந்தானம்", என்றழைக்கப்பட்ட 7 புண்ணியங்களில் ஒன்றாகும். ருத்ரா தேவாவின் அமைச்சர் கங்காதர் மற்றும் கணபதி தேவாவின் கணபேஸ்வரம் கல்வெட்டுகளில் இந்த 7 சப்த சந்தானங்கள் பற்றி குறிப்பிடப்பட்டுள்ளன. அவையாவன: ஆண் வாரிசு, கோயில், தோட்டம், ஏரி, அக்ரஹாரம், இலக்கியம் மற்றும் புதையல். ஏரி, கண்மாய், குளங்கள் தோண்டுமுன், வருணபகவானுக்கு பூஜை செய்து திருப்பணியை தொடங்குவார்கள்.

இரு மலைகளுக்கிடையே செல்லும் நதியின் குறுக்கே கல்லாலும் மண்ணாலும் சுவரெழுப்பி தடுப்பணையை கட்டுவார்கள்.

காகதியர் காலத்தில் நீர்ப்பாசனத்தெற்கென்று தனித்துறை ஏதுமில்லை. கோயில் கட்டுதல், ஏரி, கண்மாய்களை உருவாக்குதல், கட்டிடம் கட்டுதல் போன்ற பணிகளை அமைச்சர்களோ அல்லது உயரதிகாரிகளோ கவனித்துக் கொண்டனர். காகதிய மன்னர்களே சில ஏரிகளை உருவாக்கியுள்ளனர். முதலம் புரோலா மன்னன் கேசரிதடாகம் என்ற ஏரியை உருக்கினான். அது தற்போது வரங்கல் மாவட்டம், மகபூபாபாத் மண்டலத்தில் கேசமுத்திரம் என்ற பெயரில் அழைக்கப்படுகிறது. அவனது புதல்வன் இரண்டாம் பேட்டா, செட்டி கேரியா மற்றும் கேசரி சமுத்திரம் என்ற கண்மாய்களை உருவாக்கினான். இதேபோல இரண்டாம் புரோலாவும் சில நீர்நிலைகளை உருவாக்கியுள்ளான். உதய சோழன் நகரை கைப்பற்றிய ருத்ரதேவா அங்கும் ஓர் ஏரியை உருவாக்கினான். தற்போது அனுமகொண்ட பேருந்து நிலையத்திற்கு அருகே உள்ள ஏரி ருத்ரதேவாவின் அமைச்சர் கங்காதரனால் உருவாக்கப்பட்டது. கணபதி தேவாவும் நெல்லூர், கிருஷ்ணா மாவட்டங்களில் ஏரிகளை உருவாக்கியுள்ளார். கீழே குறிப்பிடப்பட்டுள்ள ஏரிகள் எல்லாம் காகதியர் காலத்தில் உருவாகக்ப்பட்டவை.

பாகால ஏரி

வரங்கல் மாவட்டம், நரசம்பேட் மண்டலத்தில் மானேர் நதியின் வடிகால் பகுதியில் அமைந்துள்ளது. இதைச் சுற்றி அடர்ந்த வனப்பகுதி உள்ளது. 80 ச.கி.மீ. பரப்பளவுக்கு இதன் பாசனநீர் வளம் செய்கிறது. இதன் கொள்ளளவு 2452 கன அடி; பாசனப் பகுதி 17258 ஏக்கர். தற்போது பாசன வசதி பெறும் நிலங்கள் 9000 ஏக்கர். ஒரு மைல் நீளம் கொண்ட இதன் கரை கற்களாலும் மண்ணாலும் கட்டப்பட்டது; 40 வாய்க்கால்கள் மூலம் பாசனம் நடைபெறுகிறது. ஏரிக்கரையின் அகலம் 30-50 அடி; இது கணபதி தேவாவின் காலத்தில் அவரது அமைச்சர் ஜெகதால மும்மடி என்பவரால் கட்டப்பட்டது.

ராமப்பா ஏரி

வரங்கல்லிலிருந்து 65 கி.மீ. தூரத்தில் முலுகு மண்டலத்தில், பாலம்பேட் என்ற ஊரில் உள்ளது. கி.பி.1213இல் கணபதி தேவாவின் தளபதியான ரேச்சர்ல ருத்ரா என்பவரால் கட்டப்பட்டது. இதுவும் இதை ஒட்டியுள்ள ராமப்பா கோயிலும் இவரால் உருவாக்கப்பட்டவை. கரையின் நீளம் 2000 அடி; உயரம் 56 அடி; 4350 ஏக்கர் நிலங்கள் பாசன வசதி பெறுகின்றன.

கான்பூர் ஏரி

ராமப்பா ஏரி உருவாக்கப்பட்ட அதே காலத்தில் வெட்டப்பட்டது; 350 ஏக்கர் நிலம் பாசனவசதி பெறுகிறது.

லக்னவரம் ஏரி

காகதியர் காலத்தில் உருவாக்கப்பட்ட ஏரிகளில் இதுவும் ஒன்று. லக்னவரம் ஏரி, பைய்யாரம் ஏரி, மற்றும் பாகால ஏரி, ஆகிய மூன்றும், மூன்று பெரிய ஓடைகளால் நீர் வரத்து பெறுகின்றன. பைய்யாரம் ஏரியை உருவாக்கியவர், கணபதி தேவாவின் சகோதரி மைலாம்பா. குண்டவரம் அருகேயுள்ள குண்ட சமுத்திரத்தை அமைத்தவர், அதே மன்னரின் மற்றொரு சகோதரியான குண்டமாம்பா. வரங்கல் அருகிலுள்ள கொண்டபர்தியில் சவுண்டா சமுத்ரா என்னும் நீர்நிலையை அமைத்தவர் கணபதி தேவாவின் தலைமை தளபதியான மல்யால சவுண்ட சேனாபதி. இவரது மனைவி மைலம்மா கரிம்நகர் மாவட்டம் கட்டகூரு என்னுமிடத்தில் ஒரு கண்மாயை ஏற்படுத்தினார். நல்கொண்டா மாவட்டத்தில் ஏரிகள் பலவற்றை அகழ்ந்தெடுத்தவர்கள் ரேச்சர்ல குடும்பத்தைச் சார்ந்த பில்லல மர்ரி சிற்றரசர்கள். மாடபல்லி பொல்ல நாயகா என்பவர் மட்டும் பல ஏரிகளை உருவாக்கியுள்ளார். வரங்கல், கரிம்நகர், கம்மம், நல்கொண்டா நிஜாமாபாத் ஆகிய தெலங்கானா மாவட்டங்களில் கண்மாய்கள் இல்லாத ஊர்களே இல்லை என்று சொல்லலாம். மற்ற பகுதிகளைவிட, இம்மாவட்டங்களில் மழைப் பொழிவு அதிகமென்பதால், நீரோட்டத்தை சரியாகக் கணித்து, சரியன இடத்தை தேர்வு செய்து, உருவாக்கிய ஏரிகளும் கண்மாய்களும் தெலங்கானாவின் வேளாண் தொழில் சிறப்பாக அமைய உதவி புரிந்தன. இதற்கு ஒரே காரணம் காகதிய பேரரசர்களின் சீர்மிகு திட்டமிடுதலே. இதுவே இப்பேரரசு 250 ஆண்டுகள் நிலைத்து நின்றதற்கு காரணம்.

ஏரிகள் மட்டுமின்றி, சிற்றோடைகளுக்கு அருகே ஊற்றெடுக்கும் நீரை கால்வாய் மூலம் திரட்டி, விவசாயத்திற்கு பயன்படுத்தினர்.

இவற்றுக்கு ஊற்றுக் கால்வாய்கள் என்று பெயர். இவற்றைப் பற்றி பல கல்வெட்டுகளில் குறிப்பிடப்பட்டுள்ளன. கரிம்நகர் மாவட்ட கொனுகு கால்வாய், மூசி நதியிலிருந்து பிறக்கும் மூசிகால்வாய் ஆலேறிலிருந்து தோன்றும் ஆலேடி கால்வாய், குச்சினேனி கால்வாய், ராவிபாட்டி கால்வாய், பொம்மகண்டி கால்வாய், உத்தம கண்ட கால்வாய், சிம்தல் கால்வாய், மற்றும் உடும் கால்வாய் ஆகியவை குறிப்பிடத்தக்கவை.

அக்காலத்தில் கிணறிறிலிருந்தோ நீர் நிலைகளிலிருந்தோ நீர் இறைப்பதற்கு ஏற்றம் அல்லது மோட்டுவை பயன்படுத்தினர். அவற்றுக்கு இராட்டினம் என்று பெயர். இவ்வாறு நீர் இறைக்க

எருதுகளை பயன்படுத்தினர். சொந்தமாக ராட்டினம் இல்லாதவற்கு ராட்டினங்கள் வாடகைக்கு கிடைத்தன. சனிகரம் கல்வெட்டுகளில் இதுபற்றிய குறிப்புகள் உள்ளன. பணமாக அல்லது தானியமாக வாடகை வசூலிக்கப்பட்டது. இதுபோல சிறிய குளங்கள் இறைவனுக்கு கொடையாக வழங்கப்பட்டுள்ளன. கி.பி.1108இல் வெளியிடப்பட்ட கல்வெட்டில் மகாமண்டேஸ்வரா ஜெக்கதேவஸ்வரா என்பவன் "இல்லெண்டு குண்ட்டா" என்ற குளத்தை இறைவன் ஹரிகேஸ்வர தேவாவுக்கு கொடையாக வழங்கியதாக குறிப்புகள் உள்ளன. மெகபூப் நகர் மாவட்டம் அமரபாடு கிராமத்தில் கி.பி.1290இல் வெளியிடப்பட்ட கல்வெட்டில், ஓடையிலிருந்து வெட்டப்பட்ட "போகசிரி வாகு" என்ற வாய்க்காலை, அக்கிராம தேவதைக்கு "விருத்தி" எனப்பட்ட காணிக்கையாகக் கொடுக்கப்பட்டுள்ளது, தெரியவருகிறது. இவ்வாய்க்கால் மூலம் தண்ணீரைப் பெறுவோர் தரும் வரிப்பணம் இறைவனுக்கு செலுத்தப்பட்டது. இதிலிருந்து கிணறு, குளம், வாய்க்கால் சொந்தமாக வைத்திருந்தோர் இதர விவசாயிகளுக்கு தண்ணீரை வழங்கி பணம் பெற்றுள்ளனர்.

மல்லி செட்டி என்பவர், ஸ்வயம்புதேவா என்ற கோயிலுக்கு சொந்தமான குளத்தின் கரைகளை உயரமாக்கி வலுப்படுத்தி, அதனால் நீர்ப்பாசனம் அதிகரித்ததால், கொடுத்த வரிகளைப் பற்றி, கி.பி.13ஆம் நூற்றாண்டில் வெளியிடப்பட்ட அமராபாத் கல்வெட்டில் தெரியவருகிறது. வாய்க்கால் வெட்டியதற்கு 30 மாடாவும், கரையை உயர்த்தியதற்காக 25 மாடாவும், நீரைப் பயன்படுத்தியதற்காக 10 விசாக்களும் கோயிலுக்கு வழங்கியதாக பதிவு செய்யப்பட்டது. இதன் மூலம் வேளாண்மை செய்தவருக்கும், குளத்தின் சொந்தக்காரருக்கும் (இறைவன்) எவ்வாறு பயன்கிடைத்தது என்பதை அறியலாம். இந்நிகழ்வு ஒன்றே காகதியர் காலத்தில் எவ்வாறு நீர்ப்பாசன முறை வகுக்கப்பட்டது என்பது தெளிவாக தெரிகிறது.

7. குளங்கள், கால்வாய்கள் - மராமத்து

நீர்நிலைகள் மராமத்து செய்யும் பணிகளை முடியரசு மேற்கொண்டது. கரைகளை வலுப்படுத்துதல், அடி மண்ணை அகற்றி ஆழப்படுத்துதல், வாய்க்கால் பராமரிப்பு, மதகுகளை சரி பார்த்தல் போன்ற பணிகள் ஆண்டுதோறும் மேற்கொள்ளப்பட்டன. இவற்றுக்கொன பணியாளர்கள் அமர்த்தப்பட்டனர். இவர்களுக்கு "தசாவந்தா" எனப்பட்ட கூலி வழங்கப்பட்டது. மொத்த விளைச்சலில் 'புட்டி' ஒன்றுக்கு ஒரு "குஞ்ச்சா" என்ற வரிப்பணம் பயிரிடுவோரிடமிருந்து வசூலிக்கப்பட்டது. பொதுவாக இம்முறைக்கு "புட்ட குஞ்ச்சா" அல்லது "செருவு குஞ்ச்சா" என்ற பெயர் இருந்தது. மேலும் "தசாவந்த மானியம்" என்ற மற்றொரு

பணம் கொடுத்தல் முறை இருந்தது. ஏரிப்பாசனம் பெறும் நிலங்களில் ஒரு பாகத்தை ஏரியை பராமரிப்பவருக்கு மானியமாக வழங்கப்பட்டது.

8. வேளாண்மை - நிலப்பிரிவுகள்

விவசாய நிலங்கள் இரு பெரும் பிரிவுகளாகப் பிரிக்கப்பட்டன. நஞ்சை மற்றும் புஞ்சை; நஞ்சை நிலங்கள் நீர்நிலங்கள் அல்லது நெல்விளையும் பூமி அல்லது தோட்டம் எனவும் பிரிக்கப்பட்டது. புஞ்சை நிலங்களில், தினைவகைகள், எள்ளு, கடுகு, ஆமணக்கு போனறவை பயிரிடப்பட்டன. காடுகளும் மேய்ச்சல் நிலங்களும் கால்நடைகளுக்கு ஒதுக்கப்பட்டன. ஏர்உழவின் கீழ்கொண்டு வரப்பட்ட நிலங்கள், நஞ்சை புஞ்சை உள்ளிட்டவை “அச்சுகட்டு” நிலங்கள் என்றழைக்கப்பட்டன. இவறுக்கு வரி விதிக்கப்பட்டது. கடவுளுக்கு நன்கொடையாக ஒருவீசா அல்லது ரூகாயில் 16இல் 1 பகுதி வரியாக வசூலிக்கப்பட்டது. கார்த்திகை, வைசாக பட்டத்திற்கேற்ப வரிவசூல் இருந்தது. கூடூரு மற்றும் உப்புநூருலு கல்வெட்டுகளில் “அடபகட்டு” நிலங்கள் பற்றி குறிப்பிடப்பட்டுள்ளது. இவ்விரண்டு நிலங்களிலும் பெற்ற வருவாயில் ஒரு பகுதி இறைவனுக்கு காணிக்கையாக வழங்கப்பட்டது. வரங்கல் மாவட்டம் கொண்டபர்தியில் பதிவு செய்யப்பட்ட தகவல் ஒன்று “தாம்பூல ஸ்ராவ” என்று ஒரு ஒப்பந்தத்தை குறிப்பிடுகிறது. அதாவதுநில உரிமையாளரும் குத்தகைதாரரும் ஒரு தொகையை முன்பணமாக உரிமையாளருக்கு கொடுக்க வேண்டும். தெலுங்கில் “அடபமு” என்றால் தாம்பூலம் (அ) வெற்றிலை என்று பொருள். “அடபகட்டு” என்றால் அரசால் குத்தகைக்கு விடப்பட் நிலங்கள் என்று பொருள்.

9. வேளாண் திருவிழாக்கள்

சமீப காலம் வரை நாம் கடைப்பிடித்த அதே உழவு முறைகளை காகதியர் காலத்திலும் பயன்படுத்தினார்கள், ஏர்களும், எருதுகளும் பயன்படுத்தப்பட்டன. அறுவடைக் காலத்தின் அடிப்படையில் கார்த்திகா, வைகாசா என்ற இரு பட்டங்கள் இருந்தன. தென்மேற்கு பருவ மழைக் காலத்தில் அறுவடை செய்யப்பட்டவை வைகாசா பட்டம் எனப்பட்டன. ஆனால் சிலவகை நிலங்களில் இரண்டு பட்டங்களில் சாகுபடி செய்யப்பட்டன. இவை இருகாரு (அ) இரு ஊபு என்றழைக்கப்பட்டன. இது பற்றிய தகவல்கள் குச்சிமஞ்ச, கோவிந்தாபுரம், பதிவுகளில் காணப்படுகின்றன. நல்லநாள் பார்த்து விதைத்தலும், அறுவடை செய்தலும் ஒரு விழாவாகக் கொண்டாடப்பட்டன. வைகாசா மாதத்தின் பௌர்ணமி தினத்தன்று முதல்பட்ட விதைப்பு தொடங்கும். இது தென்மேற்கு பருவ மழை தொடங்கும் மாதமாகையால் விதைப்பு செய்ய இதுவே சரியான தருணம் என்று இம்மாதத்தை தேர்வு

செய்தனர். அந்த நன்னாளில் கோயில் அல்லது, சிறிய மலையில் விவசாயிகள் ஒன்றுகூடி இறைவனை வழிபடுவார்கள். கி.பி.1235இல் வெளியிடப்பட்ட கணபதி தேவாவின் காலத்தில் வெளியிடப்பட்ட உப்பரபல்லி கல்வெட்டில், ஏருவாக்கா குப்பிலி என்ற மலைப்பகுதி இடம் பெறுகிறது. இம்மலைக்கு ஏர்களையும் உழவுமாடுகளையும் விதை நெல்லால் அலங்கரித்து, கடவுளுக்கு பூஜை செய்து விதைப்புப் பணியை மேற்கொள்வர்.

இதேபோல மார்கசீரா மாதத்தில் வரும் பௌர்ணமி நாளன்று அறுவடை செய்வார்கள். இந்த நாளிலும் இறை வழிபாடு நடைபெறும். இந்த அறுவடை திருநாள் சங்கராந்தி (பொங்கல்) விமரிசையாக நடைபெறும்.

10. பயிர்கள்

முடியரசிலும் நெல் பிரதான பயிராக இருந்தது. இப்போதுள்ளது போல பெரிய அணைகள் காகதியர் காலத்தில் இல்லாவிட்டாலும் சிறிய தடுப்பணைகள், ஆறுகள், சிற்றோடைகள், கிணறுகள், வாய்க்கால்கள் மூலம் சாகுபடி செய்யப்பட்டது. நெல், தினை, கம்பு, கேழ்வரகு ஆகியவை முக்கிய பயிராக இருந்தன. ஆசிரியர் பெயர் தெரியாத ஒருதெலுங்கு காவியத்தில், ஆந்திர தேசத்து மண் பொன்னிறமாகவும், அதில் விளைந்த நெற்பயிர்கள் தங்கக் குவியல் போன்று காட்சியளித்ததாகவும் புகழப்பட்டுள்ளது. கோதுமை, எள்ளு, பயறு வகைகளும் பயிரிடப்பட்டன. பணப் பயிர்களில் தென்னை, பாக்கு, கரும்பு வெற்றிலை பயிரிடப்பட்டன. கைத்தறிக்குத்தேவையான பருத்தி அக்காலத்திலேயே மிக முக்கிய பயிராக இருந்தது. மஞ்சளும், காய்கறிகளும் தாராளமாக பயிரிடப்பட்டன. நீலச்சாயம் தயாரிக்க உதவும் அவுரிச் செடிகள் பரவலாக பயிர்செய்யப்பட்டன. வெங்காயமும் இஞ்சியும் முக்கிய பயிர்கள்.

இராமப்பா கோயில்

கான்பூர்
தொகுப்பு கோயில்கள்

கொலனுபாகா ஜெயின் கோயில்

பத்மாக்ஷி கோயில்

1000 கால் திருக்கோயில்

காகதிய பேரரசி ருத்ரமாதேவி

லக்னவரம் ஏரி

வரங்கல் காகதிய கலா தோரணம்

8. காகதியர் காலத்தில் வணிக முறைகள்

வரி விதிப்பு முறைகள்

காகதியரின் வரிவிதிப்பு முறை சாளுக்கியரிடமிருந்து சற்றே மாறுபட்டது. புதர்க்காடுகளை அழித்து, மண் சீர்திருத்தம் செய்து, நீர்ப்பாசனம் செய்ய பணம் தேவைப்பட்டதால் நிதி ஆதாரங்களை பெருக்க வேண்டி பல புதிய வரிகள் விதிக்கப்பட்டன. காகதியரின் காலத்தில் விதிக்கப்பட் வரிகளை 5 வகையாகப் பிரிக்கலாம்.

1. நிலவரிகள்
2. சொத்து வரி மற்றும் உற்பத்தி வரிகள்
3. தொழில் வரிகள்
4. வணிக வரிகள்
5. இதர வரிகள்

1. நில வரிகள்

தனி நபர்கள், கோயில்கள், பிராமணர்கள் மற்றும் தளபதிகளுக்கு வழங்கப்பட்ட நிலங்களுக்கு வரி வசூலிக்கப்பட்டது. கிராமங்களில் தரிசு பூமி என்றழைக்கப்பட்ட தரிசு நிலங்கள், காடுகள், மலைப்பகுதிகள், நதிநீர்பகுதிகள் ஆகியவற்றுக்கு மட்டும் வரிவிலக்கு அளிக்கப்பட்டது. பிராமண அக்ரஹாரங்கள், தேவதான நிலங்கள் ஆகியவை சர்வமானிய நிலங்கள் ஆதலால், அவற்றுக்கு மட்டும் குறைந்த அளவில் வரி வசூலிக்கப்பட்டது. புதியதாக சீர் செய்யப்பட்ட நிலங்களுக்கு மட்டும் சில வரிச் சலுகைகள் வழங்கப்பட்டன. நிலத்தின் தன்மையைப் பொறுத்து மூன்று அல்லது அதற்கு மேற்பட்ட காலத்திற்கு வரி செலுத்துவதிலிருந்து விலக்கு அளிக்கப்பட்டிருந்தது. குடும்பங்கள் அங்கு நிரந்தரமாக குடியேறி விவசாயம் செய்யத் தொடங்கிய பின்னர், இவ்வகை நிலங்கள் 'அச்சுக்கட்டு' அல்லது 'ஆயக்கட்டு' நிலங்கள் என்றழைக்கப்பட்டன. இவற்றுக்கு பணமாகவோ பொருளாகவோ வரி வசூலிக்கப்பட்டது. இவ்வரிகளை

வசூலிக்க 'ஆயகாம்டத' அல்லது கர்ணம் என்பவர் நியமிக்கப்பட்டார். இவர்களே பிற்காலத்தில் கர்ணம், தலையாரி, மற்றும் ஊர்க்காவலர் என்றழைக்கப்பட்டனர். இவர்களுக்கு பயிரிடுவோர் விளைச்சலின் ஒரு பகுதியை கூலியாக வழங்கினார்.

2. அளவு முறைகள்:

இடைப்பட்ட வரலாற்று காலத்தில் பணமாகவோ பொருளாகவோ பெறப்பட்ட வரி "சித்தாய" என்றழைக்கப்பட்டது. காகதியர் காலத்தில் ஒரு "புட்டி" தானிய அளவு "சித்தாய" எனப்பட்டது. காகதியர் காலத்தில் புழங்கப்பட்ட சில அளவைகளைப் பற்றி காணலாம்.

1. பன்னு: அனைத்து வகை நிலங்களுக்கும் விதிக்கப்பட்ட நிலவரி. முடியரசில் அரசர்தான் நிலச் சொந்தக்காரர் என்பதால், இவ்வரி வசூலிக்கப்பட்டது. இது பணமாகவே வசூலிக்கப்பட்டது.
2. பம்கமு (அ) பம்கா: காகதியர் காலத்தில் 'சித்தய' என்ற சொல்லுக்கு பதிலாக பம்கமு வழங்கப்பட்டது. இதன் பொருள் விளங்கவில்லை. கோயில் நிலங்களிலிருந்து நாலில் ஒரு பங்கு வரிவசூல் செய்யப்பட்டது.
3. காணிக்கை: இது அரசருக்கு செலுத்தப்பட்ட நேரடி வரி. இது தேவதான நிலங்களுக்கும் பொருந்தும். இவ்வரி நில உரிமையாளர்களிடம் மட்டுமல்லாமல், இதர சொத்துரிமையாளர்களிடமிருந்தும் வசூலிக்கப்பட்டது.
4. தரிசனமு: ஒரு குடியானவர் தளபதியையோ அரசரையோ பார்க்க விரும்பினால் செலுத்தப்படும் கட்டணமே, தரிசனக் கட்டணம் ஆகும்.
5. நிலத்தின் மீது உபரி வரிகள்: மேற்கூறப்பட்ட வரிகளுக்கு அப்பால், நிலச் சொந்தக்காரர்கள் அரசரிடமிருந்து பல்வேறு சலுகைகளை பெறுவதால் கீழ்க்கண்ட வரிகளையும் செலுத்த வேண்டும்.

   அ) நீர்விடி: கோயில் பூஜாரிகளுக்கு சம்பளம் வழங்கும் பொருட்டு பொதுமக்களிடமிருந்து வசூலிக்கப்பட்ட வரி. ஆற்று நீரையோ, வாய்க்கால் நீரையோ பயன்படுத்துவதற்கு விதிக்கப்பட்ட வரி.

   ஆ) வென்னு பன்னு (அ) என்னு பன்னு: அறுவடைக்கு தயாராக இருக்கும் பயிர்கள் மீது, விளைச்சலைப் பொறுத்து விதிக்கப்படும் வரி. விளைச்சல் உபரியாக இருப்பின் கூடுதல் வரி செலுத்த வேண்டும்.

   இ) பம்டெல ஆயமு: படை நிர்வாகச் செலவுகளை சரி செய்யும் பொருட்டு இது விதிக்கப்பட்டது.

   ஈ) அர்தாய: அரசு நிலங்கள் குடியானவர்களுக்கு குத்தகைக்கு விடப்படும் போது, விளைச்சலில் பாதியை அரசுக்கு வரியாகச் செலுத்த வேண்டும்.

உ) புல்லரி: இந்தச் சொல்லைப் பிரித்தால் பொருள் வரும். புல்லு + அரி; அதாவது புல்லுக்குண்டான வரி, ஆடு, மாடுகள் மேயும் காட்டுப் பகுதிகள், மேய்ச்சல் நிலங்களுக்கான வரிகள் இவை.

இவ்வாறு விதிக்கப்பட்ட வரிகளின் மதிப்பு எவ்வளவு என்பதை சரியாகக் கணக்கிட முடியவில்லை.

3. உற்பத்தி வரிகள்

எண்ணெய் எடுப்பவர்கள் மற்றும் நெசவாளர்கள் இருவகையான வரிகளை செலுத்த வேண்டியிருந்தது. ஒன்று முதலீட்டு வரி, மற்றது உற்பத்தி வரி. இவை அங்கம், காணிக்கை, மேலா மற்றும் பன்னு என்றழைக்கப்பட்டன. இதில் பன்னு வரி என்பது தொழிற்சாலை வரியாகவும், ஆரி என்பது தொழில் வரியாகவும் கருதப்பட்டது.

4. சொத்து வரிகள்

அ) கால்நடை வரி

வேளாண் தொழில் செய்தவர்கள், அக்காலத்தில் ஆடு மாடு போன்ற கால்நடை வளர்ப்புத் தொழிலை ஒரு முக்கிய தொழிலாக செய்துவந்தனர். எனவே, இவற்றுக்கும் வரி விதிக்கப்பட்டது. ஆனால் கால்நடைகளை வளர்ப்பவர்க்கு மட்டுமா அல்லது இனவிருத்தி செய்து விற்பவருக்கும் சேர்த்தா என்பது தெரியவில்லை. ருத்ரமாதேவியின் காலத்தில் வெளியிடப்பட்ட கல்வெட்டில், கோயிலுக்கு நெய் வழங்கிய இடையர் ஒருவனுக்கு வரி விலக்கு அளிக்கப்பட்டது குறித்து குறிக்கப்பட்டுள்ளது. அரசாங்க மேய்ச்சல் நிலத்தில் ஆடுமாடுகள் மேய்த்தவர்கள், 'புல்லரி' என்னும், மேய்யச்சல் வரியை கட்டினர் என்பது தெளிவு. மேலும் "அரி" எனவும் 'அர்ப்பணம்' என்ற வரியும் விதிக்கப்பட்டன. திரிபுரந்தகம் கல்வெட்டில் இடையன் ஒருவனுக்கு 50 பசுமாடுகள் தானம் வழங்கப்பட்டது குறித்து தெரிவிக்கப்பட்டுள்ளது. அதன்படி 25 பசுமாடுகள் மூலம் பெற்ற நெய்யை கோயிலுக்கு தீபமேற்ற வழங்க வேண்டும்; மீதமுள்ள 25 பசுக்களிடமிருந்து கிடைக்கும் வருவாயில் தன் வாழ்வுக்கான செலவுகளுக்கும், அரசுக்கு வரி கட்டுவதற்கும் பயன்படுத்திக் கொள்ளலாம். ஒருசில இடங்களில் இவர்களுக்கு வரிவிலக்கும் அளிக்கப்பட்டிருந்தது.

ஆ) வீட்டுவரி: வீடுகளுக்கு விதிக்கப்படும் வரி 'இல்லரி' வரி (அ) 'இல்லடி வரி' என்றழைக்கப்பட்டது. ஆனால் இந்த வரி விதிப்பு எதன் அடிப்படையில் விதிக்கப்பட்டது என்பது தெரியவில்லை.

விவசாயிகளுக்கு குறைவாகவும், வியாபாரிகள், நெசவாளிகளுக்கு அதிகமாகவும் வசூல் செய்யப்பட்டது.

5. தொழில் வரி:

காகதியர் காலத்தில் தொழில் வரி வசூலிக்கப்பட்டது குறித்து பல்வேறு தகவல்கள் கிடைத்துள்ளன. அக்காலத்தில் பெரிய தொழிற்சாலைகள் எதுவுமில்லை. துணி நெய்தலும், செக்கிலிருந்து எண்ணெய் எடுப்பதுமே முக்கிய சிறு தொழில்களாக இருந்தன. ஜாதி அடிப்படையிலான வரி, விஜயநகர பேரரசு காலத்தில் தான் விதிக்கப்பட்டது. கி.பி.1912இல் மன்னர் கணபதி தேவா மற்றும் அவரது புதல்வி ஞானபாம்பா வெளியிட்ட செப்புப் பட்டயத்தில் இந்த வரிகள் பற்றிய தகவல்கள் கிடைக்கின்றன. பல்நாட்டு சீமையில் ருத்ரப்ப ரெட்டி என்பவருக்கு வழங்கப்பட்ட "மோகலுட்லா" என்ற கிராம கொடையில் கீழ்க்கண்ட தகவல்கள் உள்ளன.

1. கணபதி தேவா தனக்கு வரவேண்டிய ஆறில் ஒரு பங்கு வரி வருவாயை ருத்ரப்ப ரெட்டிக்கு வழங்கியது.
2. மேலும், தச்சர், கருமான், குயவர், தட்டான், வண்ணார், சவரத் தொழிலாளி, பறையர் மற்றும் பயிர் பங்கீட்டாளர் ஆகியோர் தமக்கு செலுத்த வேண்டிய வரியினை மேற்கூறப்பட்ட கொடையாளிக்கு வழங்க வேண்டும். ஆனால் வரி விதிப்பின் அளவுகோல்கள் என்பதில் தெளிவு இல்லை. கி.பி.1314இல் கிருஷ்ணா மாவட்டத்தில் வெளியிடப்பட்ட கல்வெட்டில் ஒரு தகவல் கிடைத்துள்ளது.

கோமுட்டிகள்	-	வீடு ஒன்றுக்கு	-	1 ரூகா
காபுக்கள்	-	வீடு ஒன்றுக்கு	-	1/2 ரூகா
பிரமாணர்கள்	-	வீடு ஒன்றுக்கு	-	1 ரூகா
நெசவாளிகள்	-	வீடு ஒன்றுக்கு	-	1/2 ரூகா
கர்ணம்	-	வீடு ஒன்றுக்கு	-	1 கட்யா

குறிப்பு: ரூகா, கட்யா - இவற்றில் மதிப்பு எவ்வளவு? இவ்வரிகள் உள்ளூர் கோயிலுக்கா அல்லது அரசருக்கா என்ற விவரம் இல்லை.

6. வணிக வரிகள்:

பன்னு வரியைப் போலவே சுங்கவரியும் வசூலிக்கப்பட்டது. சந்தையில் விற்கப்படும் அனைத்துப் பொருட்களுக்கும் வரி வசூலிக்கப்பட்டது. இவ்வரிக்கு காகதியர் காலத்தில் "அட்டவட்டு" என்று பெயர். 'அட்ட'

என்பதற்கு சந்தை என்பது பொருள். வரி வசூலிக்கும் அதிகாரிகளுக்கு "சுங்க அதிகாரிகள்" என்று பெயர். இவர்கள் தாங்கள் வசூலிக்கும் வரியில் ஒரு பகுதியை தளபதிக்கோ அரசருக்கோ செலுத்த வேண்டும். ஆனால் எவ்வளவு செலுத்த வேண்டும் என்பதில் தெளிவு இல்லை. சந்தைக்கு தெலுங்கில் "பெம்டா" என்ற பெயருண்டு. இச்சந்தைக்குக் கொண்டு வரப்படும் பொருட்கள் விற்கப்படாவிட்டாலும் அதற்கும் வரி செலுத்த வேண்டும்.

7. சந்தை அதிகாரிகள்

வரி வசூலிக்கும் அதிகாரியின் பெயர் "சுங்க மான்யகாடு". இவர் ஒரு குறிப்பிட்ட தொகைக்கு சந்தையை ஏலம் எடுத்து, அத்தொகையை அரசுக்கு செலுத்தி, சந்தைக்கு வருவோரிடம் வரிவசூல் செய்துகொள்ள வேண்டும். அரசுக்கு செலுத்த வேண்டிய வரியை "கர்ணம்" என்ற அதிகாரியிடம் செலுத்த வேண்டும். இவருக்கு மேல் உள்ள அதிகாரியான "திர்பாரி" என்பவர்தான், சந்தைக்கு வரும் பொருட்களின் மதிப்பை தீர்மானித்து வரியின் அளவை நிர்ணயம் செய்பவர், நான்காவது அதிகாரியான "கொலகாடு" என்பவர் சந்தைப் பொருட்களை அளந்து எடைபோட்டு சரிபார்ப்பவர். இவ்வாறு காகதியர் காலத்தில் நான்கு அடுக்குமுறை இருந்தது.

8. சுங்க வரி

பொருள் வாங்கினாலும் விற்றாலும் அதன்மீது சுங்கவரி விதிக்கப்பட்டது. இந்த இரட்டை வரி விதிப்புக்கு பல்வேறு கல்வெட்டு ஆதாரங்கள் உள்ளன. அரசுக்கு வரவேண்டிய விளைச்சலின் ஒரு பகுதிக்கு வரி விதிக்கப்பட்டதை நாம் ஏற்கனவே பார்த்தோம். இந்த இரட்டை வரி விதிப்பு முறை மொத்த வியாபாரிகளுக்கு மட்டுமே; சில்லரை வியாபாரிகளுக்கல்ல. ஒரு சில இடங்களில் மட்டும் பொருள் வாங்கும் போது மட்டுமே வரி வசூலிக்கப்பட்டது. கணபதி தேவாவின் காலத்தில் கீழ்க்கண்டவாறு சுங்கவரி வசூலிக்கப்பட்டது.

1. குதிரைகள், மாடுகள், வண்டிகள் - வாங்கும்போது
2. ஆடுகள் - வாங்கும்போதும், விற்கும்போதும்
3. திருமண நிகழ்ச்சிகளுக்கு
4. எள்ளு - வாங்கும்போது
5. அரசுக்கு வரவேண்டிய விளைச்சல் தானியங்களுக்கு விவசாயிகளிடமிருந்து வரி வசூலிக்கப்படும்.

9. செக்கு ஆலைகள் - உரிமைக் கட்டணம் மற்றும் உற்பத்தி வரி.

கோயில் நிலங்களுக்கும், தேவதான நிலங்களுக்கும் பல இடங்களில் சுங்கத்துக்கு விதிவிலக்கு அளிக்கப்பட்டது. சுங்கவரி பணமாகவோ பொருளாகவோ பெறப்பட்டது.

10. இதர வரிகள்

1. புர்ர சுங்கம்: இதன் பொருள் சரியாக விளங்கவில்லை. எண்ணெய் அளக்கும் பாத்திரத்தின் பெயர் தெலுங்கில் 'புர்ர' எனப்பட்டது. எனவே ஒரு புர்ராவுக்கு இவ்வளவு வரி, என்று வசூலிக்கப்பட்டிருக்கலாம்.
2. மடிக சுங்கம்: கடைகள் மீது விதிக்கப்பட்ட வரி
3. பிட்ட பேரு சுங்கம்: குழந்தைக்கு பெயர் சூட்டும்போது கொடுக்கப்படும் வரி.
4. திருமண வரி: திருமணம் செய்யும்போது, மணமகன் செலுத்த வேண்டிய வரி.
5. கம்டி சுங்கம்: மாடுகளுக்கு தண்ணீர் வைக்கும் குழிவான பாத்திரம் (அ) அமைப்பு.
6. ரேவு சுங்கம்: நதிகளையும் ஏரிகளையும் கடக்க உதவும் படகுகளுக்கான வரி.

   அலமு: காய்கறிகள் மீது

   பன்சை: கொடை நிலங்கள் மீது

   அந்தர்ய: பாக்கு மர தோட்டங்கள் மீது

   கிலராமு: ஆட்டு மந்தைகள் மீது

11. வணிகம்

காகதியர் காலத்தில் மிகவும் நெறிப்படுத்தப்பட்ட முறையில் வணிகம் நடைபெற்றது. இதற்கென வியாபார அமைப்புகள் ஏற்படுத்தப்பட்டன. வியாபாரி மற்றும் வியாபாரம் என்ற சொற்கள் புழக்கத்தில் இருந்தன. உள்நாட்டு வியாபாரிகள் சுதேசி என்றும் வெளிநாட்டு வியாபாரிகள் பரதேசி என்றும் அழைதுக்கப்பட்டனர். இதில் அய்யவாளி 500 என்ற அமைப்பு பிரசித்தி பெற்றது. இதுபோக வைசியர் மற்றும் கோமுட்டிகளும் சந்தையில் இருந்தனர். வியாபார குழுக்களில் செட்டியார், ரெட்டியார், நாயுடுக்கள், போயர்கள் மற்றும் இடையர்கள் உறுப்பினர்களாக இருந்தனர்.

தெலங்கானாவில் காகதியர் கோலோச்சிய காலத்தில் இந்த வியாபார குழுக்களில் மாறுதல் ஏற்பட்டது. இக்குழுக்கள், நகரமு, சுதேசி, பரதேசி, உபய நானாதேசி, பேக்கம்ட்ரு என்று வகைப்படுத்தப்பட்டன. ஆனால் இவர்கள் என்ன வகை வணிகம் செய்ய வேண்டும் என்பதில் விவரம் இல்லை. ஒவ்வொரு சந்தையையும் ஒரு குழு மேலாண்மை செய்தது.

12. வியாபரிகள்:

வியாபார குழுக்களில் பல்வேறு ஜாதியைச் சேர்ந்தவர்கள் இருந்தாலும், இவர்களில் முக்கியமானவர்கள் வைஸ்யர்களே. தெலுங்கில் இவர்கள் கோமுட்டியினர் எனப்படுவர். இவர்கள் செட்டி என்றும் செட்டியார் என்றும் அழைக்கப்படுவர். இடைக்கால இந்தியாவில் கோமுட்டிகளின் முக்கியத்துவம் உணரப்பட்டுள்ளது. தக்காணத்தில் இவர்கள் நாட்டுப் பொருளாதாரத்தில் ஆற்றிய பணியைப் பற்றி "சுமதி சதகம்" எழுதிய பெத்தண்ணா குறிப்பிட்டுள்ளார். யானைக்கு தும்பிக்கை போல, நெல்லுக்கு நீர்போல, நகர வாழ்க்கைக்கு உயிரளித்தவர்கள் கோமுட்டிகள் என்று இவர் குறிப்பிட்டுள்ளார். மக்களின் அன்றாட தேவைகளை இன்றுகூட பூர்த்தி செய்பவர்கள் கோமுட்டிகளே. நாட்டுப் பொருளாதாரத்தை மூலை முடுக்கெல்லாம் எடுத்துச் செல்பவர்கள் இவர்களே. வேளாண் தொழில் சிறக்கவும் சிறு வாணிபம் முதல் பெரு வாணிபம் வரை நடக்கவும் காரணகர்த்தாக்கள் இவர்களே. செக்கிழுத்து எண்ணெய் எடுத்தவர்களும், நெசவாளிகளும், விவசாயிகளும் இவர்களுக்கு அடுத்தே நின்றனர். அரசுக்கு வரவேண்டிய தானிய விளைச்சலின் ஒரு பகுதியை வரியாக வசூலிக்க அரசர்கள் "அரச செட்டிகள்" என்பாரை வேலைக்கு அமர்த்தினர். சந்தைக்கு வரும் பொருட்களை மதிப்பீடு செய்யவும், அந்த மதிப்பீட்டின் பேரில் வரி வசூல் செய்யவும், "திர்பாரிகள்" என்றழைக்கப்பட்ட செட்டிகள் பயன்பட்டனர்.

13. வணிக உரிமம்:

ஒரு குறிப்பிட்ட நகரத்திலோ, அல்லது சந்தையிலோ வியாபாரம் செய்ய, வியாபார குழுவின் உரிமம் பெறவேண்டும். இவர்கள் கோயில்களுக்கும் மன்னர்களுக்கும் அளித்த கொடைகள் பற்றிய விவரங்கள் பல்வேறு கல்வெட்டுகளில் காணப்படுகின்றன. பிரதாப ருத்ராவின் காலத்தில் வெளியிடப்பட்ட சித்தாப்பூர் ஆவணம் ஒரு நல்ல எடுத்துக்காட்டு. வீர பலஞ்ச சமூகத்தைச் சார்ந்த வைரி செட்டி என்பவர் ஒரு குளம் வெட்டி, அதன் மூலம் பாசன வசதிபெற்ற நிலங்களின் வருவாயிலிருந்து மூன்றில் ஒரு பகுதியை கோயிலுக்கும், மீதியை அரசருக்கும் காணிக்கையாக செலுத்தியதாக குறிக்கப் பட்டுள்ளது. அரசரிடம் வணிக

உரிமை பெறும்பொருட்டு, இக்குளத்தை தமது செலவில் வெட்டியதாக தெரிகிறது. இவ்வகைச் செயல்கள் சமூகத்திற்கு மட்டுமின்றி அரசருக்கும் பயனளித்ததாகத் தெரிகிறிது. இதுபோன்ற பல்வேறு கொடை நிகழ்வுகள் கல்வெட்டுகளில் பதிவு செய்யப்பட்டுள்ளன. வளர்ச்சியில் எல்லாருக்கும் சமபங்கு இருந்தது என்பது இதன்மூலம் கண்கூடாகத் தெரிகிறது.

ஒரு தனி நபருக்கோ அல்லது வியாபார குழுவினருக்கோ பணம் அல்லது பொருளைப் பெற்றுக்கொண்டு, அரசனால் உரிமம் வழங்கப்பட்டது. இவர்கள் தனித்தனியாக வியாபாரம் செய்தார்களா அல்லது ஒரு குழுவாக செயல்பட்டார்களா என்பது பற்றி விவரங்கள் இல்லை. இவர்கள் அனைவரும் சேர்ந்து ஒரு பெரிய குழுவாக செயல்படாவிட்டாலும் சிறுசிறு குழுக்களாக இணைந்து வணிகம் செய்திருக்க வாய்ப்புண்டு.

இக்குழுக்கள் ஈடுபட்ட வியாபார பொருட்கள்; துணி வகைகள், வெற்றிலை, பாக்கு, காய்கறிகள், தேங்காய், பழங்கள், கோதுமை, எள்ளு, நெல், சோளம், கம்பு, உப்பு, செம்பு, ஈயம், சந்தனம், முத்துக்கள், பருத்தித் துணிகள், கம்பளி போன்றவை.

14. சந்தைகள்

மொத்த வியாபாரமாயினும் சில்லரை வியாபாரமாயினும் பொது இடமான 'சந்தை' என்ற இடத்தில்தான் நடைபெற்றது. இதற்கு தெலுங்கில் 'பெம்டா', "அட்டா" என்ற பல்வேறு பெயர்கள் இருப்பினும், இன்றுவரை 'சந்தை' என்ற பெயரே நிலைத்து நிற்கிறது. வணிகர்கள் தமது பொருட்களை தலைச்சுமையாகவோ, காவடியாகவோ சந்தைக்கு விற்பனைக்கு எடுத்துச் செல்வர். காகதிய தளபதி தேவரி நாயகா, கி.பி.1310இல் வெளியிட்ட கோச்சர்ல கோட்டா கல்வெட்டில் ஒரு சந்தை எவ்வாறு செயல்பட்டது என்பதை எடுத்துக்காட்டுகிறது. சந்தையில் கூரை வேய்ந்து அங்காடிகள் அமைக்கப்பட்டிருக்கும்; வியாபாரிகள் வாடகை கொடுத்து, தமது பொருளை அங்கு விற்பனை செய்வர். ஒரு அங்காடிக்கு ஒரு வார வாடகை ஒரு "கட்யானா" (பணம்) வசூலிக்கப்பட்டது. விற்காத பொருள் சேமிப்புக் கிடங்கில் வைத்தால் மற்றுமொரு "கட்யானா" செலுத்த வேண்டும். மேலும் சேமிப்புக் கிடங்கில் வைக்க "முத்திரை சுங்கம்" என்று தனியாக வரி செலுத்த வேண்டும். இவ்வாறு வசூலிக்கும வரியை, "சர்வ மானியம்" என்ற பெயரில் கோமுட்டிகள் கோயிலுக்குச் செலுத்த வேண்டும். இவ்வாறு அரசுக்கு, சந்தை கொட்டகை வாடகை, சுங்கம், மற்றம் முத்திரை சுங்கம் போன்ற வரி வருவாய்கள் வந்தன. விற்கப்படும் அல்லது வாங்கப்படும் பொருளின் எடையைப் பொறுத்தும் தன்மையைப் பொறுத்தும் விற்பனை வரியும், கொள்முதல் வரியும் வசூலிக்கப்பட்டன.

15. விற்பனை செய்யப்பட்ட பொருட்கள்:

அக்காலத்தில் கிராமங்கள் உணவிலும் உடையிலும் தன்னிறைவு பெற்றிருந்தன. ஆயினும் வேளாண் விளை பொருட்கள் ஒரு ஊரிலிருந்து மற்ற ஊர்களுக்கு எடுத்துச் செல்லப்பட்டன. உப்பு, தாதுப்பொருட்கள் மற்றும் வனப்பொருட்கள் இடமாற்றம் செய்யப்பட்டன. மிளகு, இஞ்சி மற்றும் இதர வாசனைப் பொருட்கள் பிற இடங்களிலிருந்து இறக்குமதி செய்யப்பட்டன. குதிரைகள், ஆடு மாடுகள், ஒட்டகங்கள் போன்ற கால்நடைகள் விறப்னைக்கு வந்தன. இவற்றுக்கென தனியாக கால்நடை சந்தைகள் அமைக்கப்பட்டன.

16. வியாபார மார்க்கங்கள்

அய்யவாளி வியாபாரிகள் குழு சாளுக்கியர், காகதியர் காலத்தில் மிகவும் பெயர் பெற்ற வியாபாரகுழு. குதிரைகள், கழுதைகள், மாடுகள் மற்றும் வண்டிகள் மீது பொருட்களை ஏற்றி வியாபாரம் செய்து வந்தனர். இவர்கள் சென்ற பாதைகள் தான் இன்று கர்நாடகாவிலும் தெலங்கானாவிலும் நெடுஞ்சாலைகளாக மாறியுள்ளன. பெல்லாரி - நெல்லூர் சாலை, பெல்லாரி - சித்தூர், ராய்ச்சூர் - கொலனுபாகா, பீதர் - கொலனுபாக மற்றும் அனுமகொண்ட சாலைகள் ஆகியவை இடைக்கால இந்தியாவில் முக்கிய இணைப்புச் சாலைகளாக இருந்தன. பீதர் - படாஞ்செருவு - வரங்கல் அக்காலத்தில் முக்கிய சாலையாகும். சாளுக்கியர் காலத்தில் கர்நாடகாவில் உள்ள கொப்பால் - ரெய்ச்சூர் மற்றும் தெலங்கானாவில் உள்ள கொலனுபாக ஆகியவற்குக்கிடையே முக்கிய சாலை இருந்தது. இச்சாலைக்கு பெயர் தண்டு - பாட்டா. அதாவது சைன்யங்கள் பயணிக்கும் சாலை. இச்சாலை வழியாகத்தான் சாளுக்கியருக்கும் சோழருக்கும் பெரும் போர்கள் நடந்தன. உப்புக் கேந்திரங்களான பெத்த கஞ்சம், மோட்டுப்பல்லி ஆகியவை திரிபுரந்தகம், கர்நூல் வழியாக பெல்லாரியை இணைத்தன. இதேபோல முக்கிய நகரான அனுமகொண்ட இதர சந்தைகளுடனும் நகரங்களுடனும் இணைக்கப் பட்டிருந்தது. இந்த சாலைகள் தான் இன்று பிரதேச சாலைகளாகவும், தேசிய நெடுங்சாலைகளாகவும் உருமாறியுள்ளன. கிருஷ்ணா, கோதாவரி நதிகள் காகதியரின் வளர்ச்சிக்கு பெருந்துணை புரிந்துள்ளன. இந்த நதிகள்மூலம், படகுகளின் துணையுடன் வணிகம் நடைபெற்றதால், இப்பொருட்களுக்கு "ரேவு சுங்கம்" என்ற ஆற்று வரி விதிக்கப்பட்டது.

இக்காலத்தைப் போலவே அக்காலத்திலும் வாடகை வண்டிகளில் பொருட்கள் கொண்டு செல்லப்பட்டன. வியாபாரிகள் சொந்தமாக வண்டிகள், மாடுகள், குதிரைகள் வைத்திருந்தாலும், வாடகைக்கு வண்டிகளையும் மாடுகளையும் பயன்படுத்திக்கொண்டனர்.

இவ்வாறு வண்டிகளையும் மாடுகளையும் வாடகைக்கு விட்டோர், அரசருக்கோ அவரது பிரதிநிதிக்கோ சுங்கவரி செலுத்த வேண்டும். இவ்வாறு வாடகைக்கு வண்டிகளை கொடுத்தவர்கள் "பெரிக வாரு" என்றழைக்கப்பட்டனர்.

17. முக்கிய வியாபார கேந்திரங்கள்

1. ஓருகல்லு என்றழைக்கப்பட்ட வரங்கல் ஒரு முக்கிய கேந்திரம். இப்போது மட்டேவாடா எனப்படும் இதன் அப்போதைய பெயர் "மத்தியா" என்பதாகும்.
2. நல்கொண்டாவிற்கு அருகிலுள்ள பனுகல்லு; கந்தூரி சோழர்களின் தலைநகரான இதுவும் முக்கிய வணிக கேந்திரம்.
3. மகபூப்நகர் மாவட்டத்திலுள்ள சட்செர்லா: இது தற்போதும் கூட முக்கிய ஸ்தலம்.
4. துங்கபத்ரா நதிக் கரையிலுள்ள ஆரம்பூர்
5. ராய்ச்சூர் அருகிலுள்ள மகதாலா
6. கரிம்நகர் மாவட்டத்திலுள்ள மந்தினி
7. பேரூரு - நல்கொண்டா மாவட்டம்
8. வெல்பூரு - குண்ட்டூர் மாவட்டம்
9. திரிபுரந்தகம் - பிரகாசம் மாவட்டம்
10. பெனுகொண்டா - மேற்கு கோதாவரி
11. கோச்சர்ல கோட்டா பெத்தகஞ்சம் - பிரகாசம் மாவட்டம்
12. கண்ட்டசாலா, குடிவாடா - கிருஷ்ணா மாவட்டம்

ஏறக்குறைய 25 ஊர்கள், காகதியர் காலத்தில் முக்கிய வணிக கேந்திரங்களாக விளங்கின.

18. வணிக முறையை நெறிப்படுத்த அரசரின் நடவடிக்கைகள்

காகதி பிரதாப ருத்ரா வகுத்த நீதிசாரா என்ற அரசியலமைப்பின்படி, அரசர் வணிக முறைகளை நெறிப்படுத்தியுள்ளார். தவறான எடைக்கற்கள், அளவுகளை உபயோகப்படுத்துவோர், பொருளை பதுக்குவோர், கொள்ளை லாபம் ஈட்டுவோர் ஆகியோர் மீது மன்னர் கடும் நடவடிக்கை எடுத்தாகக் கூறப்பட்டுள்ளது.

19. அயல்நாட்டு வணிகம்:

கணபதி தேவாவின் காலத்தில் வெளியிடப்பட்ட கல்வெட்டுகள் காகதியர் காலத்தில் நிலவியிருந்த வணிக முறையை விரிவாகக் கூறுகிறது.

கடல் வாணிபம் மேற்கொண்டவர்களுக்கு அவர் அளித்த சலுகைகள் பின் வருமாறு:-

"இதர நாடுகள், கண்டங்கள், தீவுகள் மற்றும் நகரங்களுடன் வாணிபம் செய்பவர்க்கு நாம் வழங்கும் உறுதிமொழி".

இதற்கு முன்னால், கடல் சீற்றங்களுக்கு ஆளாகி கடலோரம் ஒதுங்கிய, யானைகள், குதிரைகள், தங்கம் மற்றும் நவரத்தினங்களை, அரசர்களே முழுமையாக பறித்துக் கொள்வார்கள்.

ஆனால் நாமோ இரக்கத்தின் அடிப்படையில், நமது மகிமையின் பொருட்டு, அவ்வாறு கரை ஒதுங்கிய பொருட்களுக்கு வரி மட்டும் வசூலித்து, மேற்படி பொருட்களை உயிரினங்களை வணிகர்களுக்கே விட்டுவிடுவது என்று தீர்மானித்தோம்; அதன்படியாக,

1. ஏற்றுமதி, இறக்குமதி பொருட்களுக்கு, மூன்றில் ஒரு பங்கு தீர்வை
2. சந்தனத்தின் மீது துலம் ஒன்றுக்கு கால் ரூபாய் அல்லது ஒரு "கடியான" வரி விதிப்பு.
3. சீனாவிலிருந்து இறக்குமதி செய்யப்படும் கற்பூரம், முத்துக்களுக்கு கடியான ஒன்றுக்கு 3/4 மற்றும் 3/8 வரி
4. பன்னீர், தந்தம், புனுகு, செம்பு, மயில்துத்தம், பாதரசம், ஈயம், பட்டு, ஜரிகை, பவழம் மற்றும் வாசனாதி திரவியங்களுக்கு கடியானா ஒன்றுக்கு ரூகாவில் 1 ¼ மற்றும் 1/8 வரி
5. மிளகு - கடியானா ஒன்றுக்கு ¾ மற்றும் 1/8 ரூகா வரி
6. அனைத்து வகை பட்டு - பேல் ஒன்றுக்கு 5 ½ ரூகா வரி
7. பாக்கு - கடியானா ஒன்றுக்கு 3 ¼ ரூகா வரி

குறிப்பு: கடியானா என்பது காகதியர் காலத்தின் எடை அளவு; ரூகா என்பதை ரூபாய் என்று கொள்க.

இதிலிருந்து நமக்கு புலப்படுவது,

1. இடர்பாடுகளுக்கிடையே கடல் வாணிபம் செய்யும் வியாபாரிகளுக்கு, வழங்கப்பட்ட சலுகைகள்.
2. இந்து மன்னருக்கே உரித்தான தர்மத்தின் அடிப்படையில் வணிகர்களுக்கு இரக்கத்தின் அடிப்படையில் உதவி.

3. மிகக் குறைவான சுங்க வரி
4. மோட்டுபல்லி, ஏற்றுமதி இறக்குமதியாளர்களுக்கு முக்கிய வியாபார கேந்திரம்
5. ஏற்றுமதி இறக்குமதி தீர்வை 30இல் ஒன்று, அதாவது 30 யானைகள் ஏற்றுமதி செய்தால், ஒரு யானையை சுங்கமாக அரசருக்கு கொடுத்துவிட வேண்டும். இது குதிரைகள், தங்கம், ரத்தினங்களுக்கும் பொருந்தும்.

20. மார்க்கோ போலோவின் வருகை:

சாளுக்கியர் மற்றும் சோழர் காலத்தில் இருந்த வரி விதிப்பு முறைகள் மிகக் கடுமையாக இருந்தன. அதை மாற்றி அமைத்தவர் கணபதி தேவா. ருத்ர மாதேவியின் ஆட்சியின் இறுதிக்காலத்தில் மோட்டுப்பல்லி துறைமுகத்தை பார்த்தவர் மார்க்கோ போலா என்ற வெனிஸ் நகரத்தைச் சேர்ந்தவர். இவர் எழுதிய குறிப்பில் இத்துறைமுகத்தில் வைரங்களும், சிலந்தியின் வலையைவிட மிகவும் மென்மையான பட்டுத்துணிகளும் ஏற்றுமதி செய்யப்பட்டதாகவும் அதை அணிய விரும்பாத அரசரோ அரசியோ உலகில் இருக்க முடியாது என்றும் எழுதியுள்ளார்.

21. துறைமுகங்கள்:

மோட்டுப்பல்லியைப் போலவே நெல்லூர் மாவட்டத்தில் கிருஷ்ணபட்டினம் துறைமுகம் 12 முதல் 14ஆம் நூற்றாண்டு வரை முக்கிய ஏற்றுமதி இறக்குமதி ஸ்தலமாக விள்ஙகியது. காகதியரிடம் சிற்றரசர்களாக இருந்த தெலுங்கு சோழ மன்னர்கள் இத்துறைமுகத்தைப் போற்றி வளர்த்தனர். அதேபோல பிரகாசம் மாவட்டத்திலுள்ள சின்ன கஞ்சம், சதவாகனர் காலத்திலேயே சிறந்த துறைமுகமாக திகழ்ந்தது. கிருஷ்ணா நதி முகத் துவாரத்திலிருந்த தேவி அல்லது ஹம்சலா தேவி என்ற துறைமுகம் வெலநாட்டி சிற்றரசர்களால் போற்றி பாதுகாக்கப்பட்டது. இதுபோலவே பந்தர் எனப்படும் மசூலிப்பட்டினமும் சிறந்த துறைமுகமாக விளங்கியது. இவ்வாறு ஏற்றுமதி, இறக்குமதி செய்ய பயன்படுத்தப்பட்ட துறைமுகங்கள், காரப்பட்டினம் என்றழைக்கப்பட்டன. இங்கு சேமிப்புக்கிடங்குகள், அரசால் உருவாக்கப்பட்டன.

மோட்டுப்பல்லி கல்வெட்டு குறிப்புகள்படி, ஏற்றுமதி இறக்குமதியில் சீன ஒரு முக்கிய நாடாக விளங்கியது. இதுபோலவே இந்தோனேஷியா, ஜாவா, சுமத்திரா, ஜப்பான், மலேயா போன்ற நாடுகள் இவ்வகை அயல் வணிகத்தில் இடம் பெற்றிருந்தன. மிளகு மற்றும் வாசனை திரவியங்கள் நம் நாட்டின் தெற்கு மற்றும் தென்மேற்குப் பகுதியில்

இருந்து வாங்கப்பட்டு மேற்கண்ட துறைமுகங்களிலிருந்து ஏற்றுமதி செய்யப்பட்டன. குதிரைகள் எங்கிருந்து இறக்குமதி செய்யப்பட்டன என்று குறிப்புகள் இல்லை.

ஆயினும் இவை போர் முனைகளிலும் வணிகப் போக்குவரத்திலும் பெருமளவில் பயன்படுத்தப்பட்டன.

ஆந்திராவும் தெலங்கானாவும் எந்நெந்த நாடுகளுடன் வணிக உறவு கொண்டிருந்தன என்பது பற்றி 15ஆம் நூற்றாண்டில் வாழ்ந்த நாதா என்பவர் எழுதிய "ஹரவிலாசமு" என்ற நூலில் குறிப்பிடப்பட்டுள்ளது. இவ்வகையான ஊர்களைப் பற்றி திரு. சோமசேகரா என்பவர் விரிவாக ஆராய்ந்து, விவரங்களை தொகுதுதுள்ளார்.

22. நாணயங்களும் எடைகளும்

காகதியர் காலத்தில் நாணயங்கள் வெளியிடப்பட்டன. வெளியிட்ட மன்னரின் சிறப்புப் பெயருடன் அவை வெளியிடப்பட்டன.

சிறப்புப் பெயர்கள்:

முதலாம் மற்றும் இரண்டாம் புரோலா - அரி கஜ கேசரி

ருத்ரதேவா - தயகஜகேசரி

கணபதி தேவா மற்றும் ருத்ரமாதேவி - ராய கஜ கேசரி

பிரதாப ருத்ரா - தய கஜ கேசரி

காகதியர் வரலாற்றை முழுமையாக ஆய்வு செய்த பரப்பிரம்ம சாஸ்திரி அவர்கள் ஆங்கிலத்தில் வெளியிட்ட "காகதியர் நாணயங்களும் எடைகளும்" என்ற புத்தகத்தில் இவற்றைப் பற்றிய முழு விவரங்கள் இருக்கின்றன.

இவை கேசரி மாடா என்றும், கேசரி கட்யானா என்றும் ரூகா என்று அழைக்கப்பட்டன. இவற்றில் வராக சின்னமும் பொறிக்கப்பட்டுள்ளது.

23. எடைகள்

கேசரி புட்டி, கேசரி தூமு, கேசரி மாணிக்கா, கேசரி குஞ்சமு என்ற பல பெயர்களில் எடைகளின் அளவுகள் இருந்தன. இதேபோல துலம், பலம் மற்றும் வீசா என்ற பெயர்களில் எடைகளின் அளவுகள் குறிக்கப்பட்டன.

24. சமுதாயம் - சமூகப் பிரிவுகள்:

இந்தியாவின் மற்ற பகுதிகளைப் போலவே, காகதியர் ஆண்ட ஆந்திரா, தெலங்கானா பிரதேசங்களிலும் பிராமணர், ஷத்திரியர்,

வைஸ்யர், சூத்திரர் என்ற நான்கு ஜாதிப் பிரிவுகள் இருந்தன. இவர்களின் உட்பிரிவுகளாக சில ஜாதிகள் இருந்தன. எடுத்துக்காட்டாக, பிராமணர்களின் உட்பிரிவுகளாக வெலநாடு, வேங்கிநாடு, தெலங்கானா, கம்மனாட்டி, கசலநாடு, முல்கி நாடு ஆகியவை இருந்தன. தெலங்கானா வரலாற்று நூலான "பிரதாப சரிதம்" இந்த சமூகப் பிரிவுகளைப் பற்றி விரிவாக எடுத்துரைக்கிறது. ஓருகல்லு நகரில் 27 சமூகப் பிரிவுகள் இருந்ததாகத் தெரிகிறது. ஆயினும் பொதுவாக "அஷ்டதாச பிரஜா" எனப்படும் 18 வகை சமூகப் பிரிவுகள் இருந்ததாக கொள்ளலாம். இவ்வகை சமூக அமைப்புகள் அவரவர் செய்யும் குலத்தொழிலை அடிப்படையாகக் கொண்டவை.

9. காகதிய பேரரசில் பின்பற்றப்பட்ட மதங்கள்

1. புத்த மதம்

ஆரம்பகாலத்தில் ஆந்திராவிலும் தெலங்கானாவிலும் வெகு வேகமாக பரவத் தொடங்கிய புத்த மதம் 10-11வது நூற்றாண்டுகளில் குறையத் தொடங்கியது. புத்த மதம் பற்றிய குறிப்புகள் சில் கல்வெட்டுகளில் காணப்படுகின்றன. கி.பி.1182இல் கோட்டா கேட்ட ராஜாவும் அவரது மந்திரி பிரதானிகளும் புத்த தேவருக்கு தீபங்கள் வழங்கியதாக அப்பூரு கல்வெட்டு குறிப்பிடுகிறது. இதுபோன்று அமராவதி, தக்ஷராமா, காஷிராமா (பால கொல்லு), பீமராமா (சாமல்கோட்), கோமரா்மா (பீமவரம்) ஆகிய இடங்களில் இருந்த புத்ததேவரின் சிலைகளுக்கு சோமண்ணா பெக்கடா என்பவர் தீபங்கள் வழங்கியதாக குறிப்புகள் உள்ளன. கி.பி.1171இல் வெளியிடப்பட்ட கரிம்நகர் கல்வெட்டில் கங்காதர் என்பவர் பட்டசாலா என்னுமிடத்தில் புத்தர் சிலையை நிறுவியதாக குறிப்புகள் உள்ளன. அசுரர்களை ஏமாற்றும் விதமாக விஷ்ணு எடுத்த அவதாரமே புத்த அவதாரம் என்று சொல்லப்படுகிறது. பல்குருகி சோமநாதர் எழுதிய, "பண்டித ராத்ய சரிதம்" என்ற நூலில் புத்த பிரச்சாரகளுக்கும் சைவ மதம் சார்ந்த மல்லிகார்ஜுன பண்டிதருக்கும் ஏற்பட்ட பூசல் பற்றி குறிப்பிடுகிறார். இவர்களுக்கிடையே மூண்ட பகையால், பண்டிதருடைய சீடர்கள், புத்த ஆச்சாரியரை கொலை செய்துவிட்டனர். இதைக் கேள்விப்பட்ட அரசன் (வெலநாட்டு மன்னன் இரண்டாம் இராஜேந்திர சோழன்) பண்டிதரின் கண்களை குருடாக்கிவிட்டான். சிவபெருமான் கருணையால் தம் பார்வையை மீண்டும் பெற்ற சிவாச்சாரிய பண்டிதர், அரசனை சபித்துவிட்டு ஸ்ரீசைலம் சென்றுவிட்டார். ஆந்திர தேசத்தில் புத்த மதத்திற்கு எதிராக நடைபெற்ற சம்பவம் இது. இதன் பின்னர் புத்தமதம் மெதுவாக ஷீணிக்கத் தொடங்கியது.

2. ஜைன மதம் (சமணம்)

காகதிய பேரரசு உருவான காலத்தில், சமண மதம் இவர்களது ஆதரவைப் பெற்றிருந்தது. வேமுலவாடா சாளுக்கியர்கள் சமண மதத்தைப் போற்றி வளர்த்ததாக யாசாஸ்திலகா மற்றும் ஆதிபுராணத்தில் சோமதேவா மற்றும் பம்பாவால் குறிப்பிடப்பட்டுள்ளது. இதேபோல காகதியர்களும் சமணத்தைப் பேணி பாதுகாத்தனர் என்று சித்தேஸ்வர சரிதத்தில் குறிப்பிடப்பட்டுள்ளது. யுத்தமல்ல ஜைன கோயிலுக்கு முதலாம் பேட்டா கொடை வழங்கியுள்ளான். இரண்டாம் காகதி பேட்டாவும் ஜைன கோயிலுக்கு கொடை வழங்கியதாக பானாஜிபேட் கல்வெட்டு சான்று கூறுகிறது. இரண்டாம் புரோலா கி.பி.1117-இல் வெளியிட்ட

கல்வெட்டுகளில் கடலாலய சமண கோயிலுக்கு அரச குடும்பத்தினர் கொடை வழங்கியதாக குறிக்கப்பட்டுள்ளது. பிரதாபருத்ர தேவா காலம் வரை கருட இலச்சனையே பயன்படுத்தப்பட்டது. இது வைஷ்ணவத்தை குறிப்பதல்ல, சமண மத குருவான 16வது தீர்த்தங்கரர் சாந்திநாதரின் அடையாளமாக கருட இலச்சினை உபயோகிக்கப்பட்டது.

கோவிந்தபுரம் கல்வெட்டிலும், சித்தேஸ்வர சரிதம் கல்வெட்டிலும் நடைபெற்ற நிகழ்வினை ஒரே மாதிரியாக பதிவு செய்யப்பட்டுள்ளது. முதலாவது கூற்றுப்படி, போலவாசா வம்சத்தை நிறுவிய மாதவ சக்ரவர்த்தி என்பவர் சமண முனிவரின் ஆசியாலும், யக்ஷேஸ்வரியின் கருணையாலும் 8 ஆயிரம் யானைகளையும், 10 ஆயிரம் குதிரைகளையும், எண்ணற்ற படைவீரர்களையும் கொண்டு விளங்கியதாக தெரிகிறது. இரண்டாவது கூற்றுப்படி காகதிய வம்சத்தை நிறுவிய மாதவ வர்மன், இறைவி பத்மாக்ஷியின் கருணையால் ஆயிரக்கணக்கான யானைகளையும் லட்சக்கணக்கான குதிரைகளையும் படை வீரர்களையும் பெற்றதாகத் தெரிகிறது. தக்ஷராமம் கல்வெட்டுப்படி, மாதவர்மன் தான், காகதிய வம்சா வழியை தோற்றுவித்தவன். அனுமகொண்டா கோயிலில் குடிகொண்டுள்ள இறைவி பத்மாக்ஷி, பார்வதியின் அம்சமாக வழிபடப்பட்டாலும், அது உண்மையில் ஒரு சமண மத இறைவியே. சுற்றியுள்ள சிலைகளெல்லாம் ஜைனமத தீர்த்தங்கரர்களாக இருக்கும்போது, பத்மாக்ஷி மட்டும் எப்படி சைவ கடவுளாக இருக்க முடியும் என்பதே கேள்வி. பிற்காலத்தில் காகதியர் நம்பிக்கைக்கு ஏற்றபடி, ஜைனக் கடவுள் தான், சைவக் கடவுளாக மாறியுள்ளது, பத்மாவதி என்றழைக்கப்படும், யக்ஷேஸ்வரி, 23வது தீர்த்தங்கரரான யக்ஷேஸ்வரி அல்லது சாசனாதேவி (பர்ஷவநாதா) என்று அறியப்படுகிறார். இதிலிருந்து ஆரம்பகால காகதியர்கள் சமண மதத்தை பின்பற்றினார்கள் என்பதும், பிற்கால காகதியர் சைவ மதத்தை தழுவினார்கள் என்பதும் தெளிவாகிறது. கூடுர் கல்வெட்டில் கூறப்பட்டதுபோல, கருட பேட்டா அல்லது முதலாம் பேட்டா என்ற காகதி மன்னன் அனுமகொண்டாவில் ஜைனமத இறைவியின் சிலையை நிறுவினான் என்பதும், அதற்கு காகதி அம்மன் எனப் பெயரிட்டான் என்பதும், அதுவே பின்னர் பத்மாக்ஷி அம்மன் எனறு வழிபடப்பட்டு வருகிறது, என்பதும் புலனாகிறது.

சமண மதத்தைப் பற்றிய அப்போதைய கருத்துக்களை நல்கொண்டா மாவட்டம் பெக்கல்லு கல்வெட்டு மூலம் தெரிந்துகொள்ளலாம். மல்லி ரெட்டி என்பவர் சமண மதத்தை பின்பற்றினாலும், சிவனுக்கு 21 கோயில்களை கட்டினார். ஒருசில தெலுங்கு இலக்கியங்களில், காகதியர் காலத்தில் சைவம், வைஷ்ணவம், புத்தம், சமணம் என நான்கு சமயங்கள் இருந்தன என்றும், அவை வெவ்வேறு கடவுளை மொழிந்தாலும், அனைவரும் ஒரு கடவுளே என்று கருதப்பட்டது. எனவே

அக்காலத்தில் இந்த நான்கு மதங்களையும் எவ்வித பேதமுமின்றி பின்பற்றினார்கள் என்று நமக்கு புரிகிறது.

3. சைவ மதம்:

சைவத்தில் காலாமுகர், கபாலிகர், பாசுபதர், வீர சைவர் என்று பல உட்பிரிவுகள் இருந்தாலும், காகதியர் காலத்தில் பாசபத சைவம் தான் மேலோங்கி நின்றது. சமணத்தைவிட்டு, சைவ மதத்தை பின்பற்றத் தொடங்கிய காலத்தில், காலாமுக சைவம்தான் பின்பற்றப்பட்டது. இரண்டாம் பேட்டா, சைவத்தை தழுவியபோது, ராமேஸ்வர பண்டிதருக்கு சீடராகி, அவருக்கு சிவபுரம் என்ற ஊரை கொடையாக வழங்கினார். இரண்டாம் பேட்டாவும் அவரது புதல்வர்களான துர்கராஜா மற்றும் இரண்டாம் புரோலாவும், காலாமுக சைவத்தை பின்பற்றினர். சைவ பீடமான ஸ்ரீசைலம், காலாமுகர் கையிலிருந்ததால், காலாமுகச் சைவமதம் தழைத்தோங்கியது, சிவாச்சரியார்களின் பெயர்கள் சக்தி, ராசி, பண்டிதர், ராசி பண்டிதர் என்று முடியும். காலாமுக சைவத்தை தோற்றுவித்தவர் லகுலேஸ்வரர் எனப்படும் நகுலேஸ்வரர். இரண்டாம் பேட்டா மற்றும் இரண்டாம் புரோலாவுக்கு ராஜகுருவாக இருந்த ராமேஸ்வர பண்டிதர். ஸ்ரீசைலம், மடத்தின் தலைவராகவும் இருந்தார். மேலும் தக்ஷாராமா போன்ற இதர மடங்களுக்கும் இவர் ஸ்தானதிபதியாக விளங்கினார்.

12வது நூற்றாண்டின் இறுதிவரை ஆந்திரா முழுவதும், காலாமுக சைவம் தழைத்திருந்தது. கோயில்களிலும் மடங்களிலும் முழுமையாக இதுவே பின்பற்றப்பட்டது. ஆந்திரா, தெலங்கானாவில், சைவ மத வளர்ச்சியில் கணபதி தேவாவின் காலம் ஒரு முக்கிய காலகட்டம். பாசுபத சைவம் வளர்ச்சியின் தொடக்க காலம் அது. காலாமுகமும், பாசுபதமும் முற்றிலும் வேறுபட்டவை அல்ல. கணபதி தேவாவின் காலத்தில் பாசுபத சைவத்தின் வளர்ச்சி தொடங்கியது எனலாம். காலாமுக சைவர்களின் பெயர்கள், ராசி, பண்டிதர், சக்தி என்று முடிவதுபோல, பாசுபதி சைவர்களின் பெயர்கள் சிவா, சாம்பு, ரிஷி என்று முடியும். விஸ்வேஸ்வர

சிவா என்பவர் தான் கணபதி தேவாவுக்கும், ருத்ரமாதேவிக்கும் ராஜகுருவாக இருந்தவர். ருத்ரமாதேவியால் வெளியிடப்பட்ட மல்காசுரம் கல்வெட்டுகள், சிவாச்சாரியர்களைப் பற்றி கூறுகிறது. இதன்படி, கங்கைக்கும் நர்மதைக்கும் இடைப்பட்ட தாஹல மண்டல பிரதேசத்தில் வாழ்ந்த துர்வாசர் என்ற முனிவரால் சிவாச்சாரியர்கள் பலர் உருவானார்கள். இப்படி வந்தவர்தான் சத்பவ சம்பு என்பவர். கலசூரி மன்னர் யுவராஜதேவாவிடம் இனாமாகப் பெற்றதுதான் முலக் பிரதேசம். இந்த சிவாச்சாரியர்தான் கோலகி மடத்தை நிர்மாணித்து,

இந்த மடத்தின் செலவுகளுக்காக தாம் மானியமாக பெற்ற முலக் பிரதேசத்தை தானாமாக வழங்கினார். இம்மடத்திலிருந்து தோன்றிய பல சிவாச்சாரியர்கள் தான் மன்னர்களுக்கு வரம் கொடுக்கவும் சாபம் கொடுக்கவும், அதிகாரம் பெற்றிருந்தார்கள். இவர்களில் சக்தி சம்பு, கீர்த்திசம்பு, விமலசிவா, விஸ்வேஸ்வர சம்பு ஆகியோர் பிரசித்த பெற்றவர்கள். இவர்களில் விஸ்வேஸ்வர சம்பு என்பவர் கணபதி தேவாவுக்கு தீக்ஷகுருவாக திகழ்ந்தவர்.

கி.பி.1261இல் “விங்வேஸ்வர சம்பு” என்ற சிவாச்சாரியருக்கு ருத்ரமாதேவி, வெலநாட்டு பிரதேசத்தில் கிருஷ்ணா நதிக்கரையில் இருந்த மண்டாரம் என்ற கிராமத்தை கொடையாக அளித்தார். கொடையாகப் பெற்ற கிராமத்தில் இந்த சிவாச்சாரியார் ஒரு சிவன் கோயில் கட்டியதோடு, சுத்த சைவ மடம் ஒன்றையும் நிறுவி அன்னதானத்துக்கு ஏற்பாடு செய்தார். பல பிராமண குடும்பங்களை அங்கே குடியமர்த்தி அவ்வூருக்கு விஸ்வேஸ்வர கோலகி என்ற பெயரிட்டார். அம்மடத்தில் மருத்துவ மனை மற்றும் தாய்சேய் நல விடுதியையும் உருவாக்கி மக்களுக்கு தொண்டு செய்தார்.

விஸ்வேஸ்வரர் உபால மடத்தை நிறுவி, காலேஸ்வரத்தில் ஒரு சிவன் கோயிலையும் கட்டினார். இந்த மடம் இவரது மகன் விஸ்வேஸ்வர சிவா என்பவரால் நிர்வகிக்கப்பட்டது. மேலும், மந்திரகுட்டா, சந்திரவல்லி, கொம்முகிராமம், நிவ்ரித்தி மற்றும் உத்தர ரோமசிலா ஆகிய 6 இடங்களில் சிவலிங்கத்தை ஸ்தாபித்து வழிபடச் செய்தார்.

இந்த கோலகி மடத்துக்கு பல்வேறு கிளைகளை உருவாக்கினார். இவற்றில் குறிப்பிடத்தக்கவை பட்டிப்ரோலு, புஷ்பகிரி, ஸ்ரீபர்வதம், திரிபுரந்தகம், ஆலம்பூர், தக்ஷராமம் ஆகியன. இவற்றுக்கெல்லாம் தலைமை வகித்தவர்கள் இம்மடத்தைச் சார்ந்த சிவாச்சாரியர்களே. பாசுபத சைவம், காகதியர் காலத்தில் செழித்தோங்கி, பிரதாப ருத்ர தேவாவின் காலம் வரை நீடித்திருந்தது. அதன்பிறகு இதன் நிலைகுறித்த குறிப்புகள் இல்லை. கணபதி தேவாவின் காலத்தில் வெளியிடப்பட்ட துர்கி கல்வெட்டில் பாசுபத சைவத்திற்கு அளிக்கப்பட்ட முக்கியத்துவம் பற்றி குறிப்பிடப்பட்டுள்ளது. வெங்கடேஸ்வர தேவா கோயிலுக்கு உரித்தான அன்னசாலையில், சதுர்மாஸ்ய காலத்தில் வரும் நான்கு மாதங்களில் தினமும் ஐந்து பாசுபத சிவாச்சார்யார்களுக்கு அன்னதானம் செய்ய வேண்டும் என்று வரையறுக்கப்பட்டுள்ளது. இதேபோல, திரிபுரந்தகத்தில் நிறுவப்பட்ட விசுத்த சிவா மடத்தில் செய்யப்பட வேண்டிய தானதர்மங்கள் குறித்து சொல்லப்பட்டுள்ளது. கர்ணம், சயைல்காரர்கள், தோட்டக்காரர், காவலாளிகள் மற்றும் இதர ஊழியர்கள், இந்த மடத்தில் ஊழியம் செய்தவர்கள், விஸ்வேஸ்வர

சாம்புவால் நிர்மாணிக்கப்பட்ட சுத்த சைவ மடம் பற்றிய குறிப்புகள் மல்காபுரம் கல்வெட்டுகளில் காணப்படுகின்றன.

ஆந்திராவிலும் தெலங்கானாவிலும், காகதியர் காலத்தில் போற்றப்பட்ட மற்றொரு சைவ சித்தாந்தம், ஆராதிய சைவம் ஆகும். காகதிய மன்னர்கள் இதற்கு முழு ஆதரவு தராவிட்டாலும் இதுவும் மக்களிடையே பிரசித்தி பெற்றது. இந்த வகை சிவாச்சாரியர்களில் புகழ் பெற்றவர் மூவர். ஸ்ரீபதி பண்டிதர், மல்லிகார்ஜுன பண்டிதர் மற்றும் மஞ்ச்சன பண்டிதர். இவ்வகை சைவத்தை பின்பற்றியவர்கள் ஆராதியா அல்லது லிங்கதாரிகள் என்றழைக்கப்பட்டனர். ஏனெனில் லிங்கத்தை தமது உடலில் பச்சை குத்தி இருந்தனர். இவ்வகை சைவ சமயத்தினர் இன்றும் ஆந்திராவில் உள்ளனர். இவர்களில் மல்லிகார்ஜுன பண்டிதர், வெலநாட்டி சோழ மன்னன் ராஜேந்திர சோழனின் சமகாலத்தவர்.

பல்குரிகி சோமநாதா என்பவரால் இயற்றப்பட்ட "பண்டிதராத்ய சரிதம்" என்ற நூலில் இவரது சைவ சித்தாந்தங்கள் விரிவாக எழுத்துரைக்கப்பட்டுள்ளன.

இதே காலத்தில் "வீர சைவம்" என்ற மற்றொரு சைவ சித்தாந்தம் கர்நாடகத்தில் புகழ் பெற்றிருந்தாலும், ஆந்திராவில் காகதிய காலத்தில் இது நடைமுறையில் இல்லை. பசவர் எழுதிய பசவபுராணத்தை பல்குரகி சோமநாதர் ஆந்திராவில் பரப்ப முயற்சி செய்தார்.

காகதியர் காலத்தில் இருந்த சைவ மடங்கள் சைவத்தை மட்டும் போதிப்பதோடு நிற்கவில்லை. வேதங்களையும் சாஸ்திரங்களையும் ஆகமங்களையும் கூடவே போதித்தன. வேதங்களில் முக்கியமாக ரிக் வேதம், யஜுர் வேதம், சாம வேதத்தையும் போதித்தன.

4. வைஷ்ணவம்

காகதியர்கள் சைவத்தைப் போற்றினாலும், வைணவத்தை வெறுக்கவில்லை, காகதியர்கள் விஷ்ணு எனப்படும் வாசு தேவனை வழிபாடு செய்ததற்கான அடையாளம் அவர்கள் தமது இலச்சினையிலும் நாணயங்களிலும் வராக (பன்றி) சின்னத்தைப் பொறித்ததன் மூலம் தெரிந்துகொள்ளலாம். மேலும் "திரிகூடா" கோயில்களில் ஹரியின் சிலையை ஸ்தாபித்து வழிபட்டனர். அனுமகொண்டாவில் உள்ள ஆயிரங்கால் கோயிலில் வாசுதேவனின் சிலையை வைத்தவர் ருத்ரதேவா மன்னர். இதேபோல இவரது அமைச்சரான வெல்லகி கங்காதர் என்பவர். அனுமகொண்டாவில் பிரசன்ன கேசவருக்கு ஆலயம் எழுப்பினார். கணபதி தேவாவின் சகோதரியான மைலாம்பா, கோபால கிருஷ்ணனுக்கு கோயில் எழுப்பி கொடைகள் வழங்கினார். பிரதாப ருத்ராவின் அமைச்சரான தேவரிநாயகா என்பவர் அரசரின்

கோரிக்கையை ஏற்று சலகலவீடு என்னுமிடத்தில் காவிரி ஸ்ரீரங்கநாதனுக்கு கோயிலெழுப்பினார். இதே மன்னர்தான் இறைவன் சென்னகேசவனுக்கு கி.பி.1321இல் கொடைகள் வழங்கியுள்ளார். மேலும் நரசிம்ம ஸ்வாமி கோயிலுக்கும் மன்னர் மானியங்கள் வழங்கியுள்ளார். கரிம்நகர் மாவட்டத்திலுள்ள எல்கேடு கல்வெட்டின் கூற்றுப்படி அவ்வூரிலுள்ள இராமநாத தேவனுக்கு பிரதாபருத்ரதேவா கொடைகள் பல வழங்கியுள்ளார். இதிலிருந்து காகதியர்கள் விஷ்ணுவையும் வழிபாடு செய்துள்ளனர் என்று தெரிகிறது.

காகதியர் காலத்தில், பொதுவாகப் பார்த்தால் சைவமும் வைணவமும் பரவலாகப் பின்பற்றப்பட்டன. இவர்களுக்கு தனித்தினயே மடங்களும், மடாதிபதிகளும் இருந்தனர். காகதியர் காலத்திலேயே சிம்மாசலம், சர்ப்பவரம், ஸ்ரீகாகுளம், பாபட்ல, மாசெர்ல, அகோபிலம் நெல்லூர், தருமபுரி, திருப்பதி ஆகியவை வைணத் திருத்தலங்களாக திகழ்ந்தன. தெலங்கானா பகுதியில் வெலநாட்டு மன்னர்கள் வைணவத்தை போற்றிப் பாதுகாத்தனர்.

பல்நாட்டி வீர சரிதம் என்ற நாடோடி பாடல்களின்படி, பிரம்மநாயுடு, வீர வைஷ்ணவத்தை போற்றியபோது, நலகாமராஜாவும் நாகம நாயகரும் சைவத்தைப் போற்றினர். இவர்களுக்கிடையே ஏற்பட்ட பூசல்தான், இருபகுதியினருக்கிடையே பிணக்காக மாறியது. மாச்செர்லாவில் உள்ள சென்னகேசவப் பெருமாள் கோயிலில்தான், பிரம்மநாயுடு என்பவர், சாதிமத பேதமற்ற வைணவத்தை பரப்பினார்.

5. மத ஒற்றுமை:

சைவம், வைணவம் ஆகிய இரு பிரிவினர் இருந்தாலும் அவர்களுக் கிடையே மதச் சண்டைகள் ஏற்படவில்லை. இதற்குக் காரணம் காகதிய மன்னர்களின் அணுகுமுறைதான். அப்போதைய கர்நாடகத்தில் மதச் சண்டைகள் மேலோங்கியபோது, தெலங்கானாவிலும் ஆந்திராவிலும் மதநல்லிணக்கம் காணப்பட்டது. புத்தரை, விஷ்ணுவின் அவதாரமாகக் கருதிய அமைச்சர் கங்காதர், பாட்டசாலாவில் புத்தருக்கு சிலை வைத்தார். பேக்கல்லு கல்வெட்டை பொறித்த மல்லி ரெட்டி என்பவர் சைவம், வைணவம், புத்தம், சமணம் ஆகியவற்றிக்கிடையே அதிக வேறுபாடில்லை என்று குறிப்பிட்டுள்ளார். அவர் சமணத்தை பின்பற்றினாலும் சிவனுக்கு கோயில்கள் கட்டினார். இதிலிருந்தே காகதிய பேரரசில் மதநல்லிணக்கம் காணப்பட்டது என்பது புலனாகிறது.

6. திருக்கோயில்கள்

இடைக்கால தக்காணித்தின் வரலாற்றில் கோயில்கள் சமூக கலாச்சாரங்களின் அடையாளங்களாகத் திகழ்ந்தன. வரலாற்று நிகழ்வுகள் கல்வெட்டுகளிலும், ஓலைச்சுவடிகளிலும், பட்டயங்களிலும் பொறிக்கப்பட்டுள்ளன. கோயில் இல்லாத ஊரே இல்லை எனலாம். ஒரு கிராமத்தை உருவாக்கியபோது, கோயிலுக்குண்டான நிலமும் ஒதுக்கப்பட்டது. கி.பி.1299இல் வெளியிடப்பட்ட மந்தினி கல்வெட்டில், அரசரின் குருவான மஞ்சிபட்டோபத்யாய ஒரு கிராமத்தை உருவாக்கி, குளத்தை வெட்டி, மகாதேவருக்கு ஒரு கோயிலும் வாசுதேவருக்கு ஒரு கோயிலுமாகக் கட்டினார். அந்த காலத்தில் சப்தசந்தானம் எனப்பட்ட 7 வகை புண்ணியங்களில் கோயில் கட்டுவதும் ஒன்று. பணக்காரர்கள் தாம் ஈட்டிய செல்வத்தை கோயில் கட்ட உபயோகித்தனர். காகதியர் ஓருகல்லு நகரில் சுயம்புதேவருக்கு ஒரு சிறப்பான ஆலயம் எழுப்பினர். இதுபோல பஞ்சலாரிய, காகதி மற்றும் ஏகவீரனுக்கும் கோயில்கள் எழுப்பப்பட்டன. அனுமகொண்டாவில் ஆயிரங்கால் ருத்ரேஸ்வரா கோயில், பத்மாக்ஷி கோயில் பிரசன்ன கேசவ கோயில் ஆகியவை பிரசித்தி பெற்றவை. மேலும் காகதியர் காலத்தில் பாலம்பேட், பில்லலமர்ரி, கான்பூர், நாகநூறு மற்றும் நாகுலபாடு ஆகிய இடங்களிலும் கோயில்கள் கட்டப்பட்டன. "பிரதாப ருத்ரியம்" என்ற இலக்கியத்தை எழுதிய வித்யநாதர் என்பவர் காகதிய பேரரசை திரிலிங்க தேசம் என்றழைத்தார். ஏனெனில் மூன்று லிங்கங்கள் கொண்ட கோயில்கள் மூன்றுதிசைகளில் காகதிய நாட்டிற்கு எல்லைகளாக இருந்தன. அவை கர்நூல் மாவட்டத்தில் உள்ள ஸ்ரீசைலம், கரிம்நகர் மாவட்டத்தில் உள்ள காலேஸ்வரம் மற்றும் கிழக்கு கோதாவரியில் அமைந்த தக்ஷாராமம், மேலும் திரிபுராந்தகம், சித்தவரம், ஆலம்பூர் மற்றும் உமாகேஸ்வரம் என்னும் நான்கு ஊர்களில் இருந்த கோயில்கள், ஸ்ரீசைலம் கோயிலுக்கு நுழைவாயிலாகக் கருதப்பட்டன. அமராவதி, தக்ஷாராமம், பீமேஸ்வரம், பாலகொல்லு மற்றும் குமாரராமா என்ற 5 கோயில்கள் பஞ்ச ராமா எனப்பட்டன. மேலும் சிம்மாசலம் நரசிம்ம ஸ்வாமி கோயில், வேதாத்ரி, தருமபுரியில் இருக்கும் நாசிம்மர் கோயில், மற்றும் மோபூரு, நந்தலூரு, நெல்லூர், புஷ்பகிரி, மகாநந்தி, காளஹஸ்தியில் இருக்கும் கோயில்களும் காகதியர் காலத்தில் உருவானவையே. இக்கோயில்களுக் கெல்லாம் நிலமும், கிராமங்களும் கொடையாக அளிக்கப்பட்டு பராமரிக்கப்படுகின்றன.

7. கோயில்களின் பன்முகப் பயன்கள்:

பேராசிரியர் நீலகண்ட சாஸ்திரி அவர்கள் கோயில் பல்வேறு பணிகள் ஆற்றியதாகக் குறிப்பிடுகிறார். அவர் வார்த்தைகளில் குறிப்பிடுவதென்றால்,

“இடைக்கால இந்திய கோயில்கள், நிலஉரிமையாளராக, எஜமானராக, நுகர்வோராக, வங்கியாக, பள்ளியாக, அருங்காட்சியகமாக, மருத்துவச் சாலையாக, நாடக அரங்காக, குறிப்பாகச் சொன்னால் கலைக்களன் ஊற்றாக திகழ்ந்து, தர்மத்தின் காவலாக விளங்கின”.

இவையெல்லாம் இன்றளவும் நடைபெறுகின்றன, என்பதற்கு சான்றாகத் திகழ்கிறது திருப்பதி ஏழுமலையான் திருக்கோயில்.

ஸ்தான: கோயில்களின் அறங்காவலர் குழுவே ஸ்தான எனப்படுவது. இதன் தலைவர் ஸ்தானாதிபதி என்றழைக்கப்படுவார் இவர் அறங்காவலர் குழுவின் தலைவர். கோயில் நிர்வாகத்தை கவனிப்பவர். கி.பி.1133இல் வெளியிடப்பட்ட நாதேண்ட்ல கல்வெட்டின்படி ஸ்தானிதிபதிக்கும் நிலங்கள் ஒதுக்கப்பட்டன. தேவவஸ்தான் என்ற பதவி இப்போதும் உள்ளது. கோயில் சம்பந்தப்பட்ட அனைத்து வேலைகளையும் மேற்பார்வையிடுவது இவரது வேலை. வேத பாடசாலைகளாகவும் கோயில்கள் திகழ்ந்தன. ஆகம சாஸ்திர விதிகளின்படி கோயில்களில் பூஜைகள் நடத்தப்பட்டன. மடத்து தலைவரின் முயற்சியால் கோயில்களின் சொத்துக்களும், செல்வங்களும் பெருமைகளும் கூடிக்கொண்டே போயின. கோயில்கள் பல்கலைக்கழகங்கள் என்றால் மிகையாகாது.

8. கோயில் ஒரு ஜமீந்தார்

மன்னர்களும், மந்திரி பிரதானிகளும் கோயில்களுக்கு கிராமங்களை கொடையாக வழங்கினர். கி.பி.1313இல் பிரதாப ருத்ரா வெளியிட்ட கல்வெட்டில் ஸ்ரீசைலம் மல்லிகார்ஜுன கோயிலுக்கு மட்டும் 72 கிராமங்கள் கொடையாக கொடுக்கப்பட்டன. அவ்வூரிலிருந்த மடத்துக்கு பல்வேறு கிராமங்களும் தானமாக வழங்கப்பட்டன. இதுபோலவே திரிபுரந்தகம், ஆலம்பூர், தக்ஷாராமம், பாபட்லா, சர்ப்பவரம், விஜயவாடா, காலேஸ்வரம், மல்காபுரம், அமராவதி மற்றும் வெல்பூரு கோயில்களுக்கு நிலங்களும் ஊர்களும் கொடையாக கொடுக்கப்பட்டன. இக்கோயில்களெல்லாம் மண்டலாதிபதிகளாக நிலங்களை உரிமையாகக் கொண்டிருந்தன. கோயில்கள் அமைந்திருந்த பிரதேசங்களில் மட்டுமின்றி,

இதர பிரதேசங்களிலும் கோயில்களுக்கு தானமாக வழங்கப்பட் ஊர்கள் இருந்தன. எடுத்துக்காட்டாக ஸ்ரீசைலம் கோயிலுக்கு, கர்நாடக மாநிலத்தில், தொரசமுத்திரம் பிரதேசத்தில் ஹரலாயபுரம் என்ற கிராமம் கொடையாக வழங்கப்பட்டது. பாண்டியரின் ஆட்சிக்குட்பட்ட ஸ்ரீரங்கம் கோயிலுக்கு, பிரகாசம் மாவட்டத்திலுள்ள “சலகலவீடு” என்ற கிரமம் பிராதப ருத்ராவால் வழங்கப்பட்டது. எனவே அப்போது கோயில்களுக்கு அரசு எல்லைகள் கிடையாது. அரசர்களும் கோயில்களிடமிருந்து மிகக்

குறைவான வரியையே வசூலித்தனர். பெரும்பாலான கோயில்கள் "சர்வ மானியம்" என்ற பெயரில் வரிவிலக்கு பெற்றிருந்தன.

9. கோயில் ஒரு முதலாளியாக:

கோயில் ஊழியர்கள், நான்கு வகையாகப் பிரிக்கப்பட்டனர். ஸ்தானபதி, மானுலு, சானுலு மற்றும் நிபந்தக்காரர்.

1. ஸ்தானபதிகளில் கோயில் குருக்களும் அடக்கம். ஒருசில இடங்களில் ஸ்தானபதிகள் தனியாகவும், குருக்கள் தனியாகவும் வகைப்படுத்தப்பட்டனர். ஸ்தானாபதிகள் அறங்காவலராக இருந்தமையால் இவர்கள் குருக்களைவிட ஒருபடி மேலானவர்களாகக் கருதப்பட்டனர். சில சமயங்களில கோயில் குருக்கள் கூட ஸ்தானாபதி பதவிக்கு உயர்த்தப்பட்டனர். ஸ்தானாபதிக்கு தேவதான நிலங்கள் கொடையாக வழங்கப்பட்டுள்ளன.

2. இரண்டாவது வகை கோயில் ஊழியர்கள், "மானுலு" என்றழைக்கப்பட்டனர். தெலுங்கில் மானுலு என்றால் உயர்ந்தவர்கள் என்ற பொருள். இருப்பறை காப்பாளர், பொருளாளார் மற்றும் இடையர் கூட இவ்வகையில் அடங்குவர்.

3. மூன்றாவது வகை ஊழியர்கள் "சானி" எனப்பட்டனர், "ஸ்வாமினி" என்ற சமஸ்கிருத வார்த்தையிலிருந்து தோன்றியதுதான் "சானி" என்ற சொல். தளபதிகள், பிராமணர்கள், ரெட்டிமார்களின் மனைவியர் இந்த பட்டத்தை பெற்றனர். கோயிலில் ரங்க மண்டபத்தில் "ரங்க போகா" நடனமாடிய நாட்டிய பெண்களும் இப்பட்டத்தை கொண்டிருந்தனர். ஆனால் மற்ற ஊழியர்களைப் போல இவர்களுக்கு நிரந்தர ஊதியம் வழங்கப்படவில்லை. நாட்டியம் செய்யும் போது மட்டும் கொடையாளிகளால் ஊதியம் தரப்படும். குண்ட்டூரு மாவட்டம் வெல்பூரி கல்வெட்டின்படி, கோட கணபதி தேவா என்பவர், தேவரடியாளான பண்டராமு அக்கம்மா என்பவருக்கு நிலமும், வீட்டுமனையும் வழங்கியதாக குறிப்புள்ளது. மற்றொரு கல்வெட்டின்படி, மங்கி செட்டி என்பவர் தனது இரண்டு பேத்திகளை, ஏலேஸ்வர தேவா என்ற இறைவனுக்கு 'சானி'யாக (தேவரடியாளாக) ஒப்புக்கொடுத்ததாகத் தெரிகிறது. இவர்கள், பாலியல் தொழில் செய்பவர்கள் அல்ல. இவர்கள் மணம்புரிந்து கௌரவமான வாழ்க்கையை நடத்தியவர்கள். இவர்கள் விழாக்காலங்களில் இறைவன் முன்பு நாட்டியமாடியவர்கள். இந்து தர்மப்படி குறிக்கப்பட்டுள்ள 16 வகை பக்திமார்க்கத்தில் நாட்டியமும் இசையும் அடக்கம்.

4. இதர பணியாளர்கள், நான்காவது வகைப் பணியாளர்களாகக் கருதப்பட்டனர். இவர்களுக்கு "கரணகார்மீகுலு" என்று பெயர். சிறுவேலை செய்வோர், சமையல்காரர், பெருக்குவோர், காவலாளிகள், சங்கு ஊதுவோர், மேஸ்திரிகள் இதில் அடக்கம். துர்கி கல்வெட்டு 20 வகை வேலைக்காரர்கள் இருந்ததாகக் குறிப்பிடுகிறது. கி.பி.1133இல் வெளியிடப்பட்ட கல்வெட்டில், 48 வகையான இதர கோயில் ஊழியர்கள் இருந்ததாகக் கூறுகிறது. கடவுளுக்கு ஆபரணங்கள் செய்யும் தட்டான்களும் இதில் அடக்கம்.

அரசவைக்கு அடுத்தபடியாக அதிகளவு ஊழியர்களைக் கொண்டதாக கோயில்கள் விளங்கின. அவர்களுக்கு கூலியாக பணமோ பொருளோ வழங்கப்பட்டது.

10. கோயில் ஒரு நுகர்வோராக

இறை பக்தியின் காரணமாக, நிலத்தில் முதலில் விளைந்த தானியங்கள், பழங்கள், வெல்லம், ஆடு மாடுகள் கோயிலுக்கு காணிக்கைகளாகச் செலுத்தினர். இப்போதுகூட, வேமுலவாடாவில் குடிகொண்டிருக்கும் ராஜேஸ்வரனுக்கு மக்கள் பசுமாடுகளை தானமாகக் கொடுக்கின்றனர். தக்ஷாராமம் கோயிலில் உள்ள பதிவுகளை பார்த்தால், ஆயிரக்கணக்கான ஆடுகள், மாடுகள் பீமேஸ்வரனுக்கு காணிக்கை கொடுப்பதை அறியலாம். வேலைக்கார பெண்களும், நாட்டியப் பெண்களும்கூட கோயிலுக்கு அர்ப்பணிக்கப்பட்டனர். எனவே அரசவைக்கு அடுத்தபடியாக கோயில்களுக்குதான் அதிக வருவாய் கிட்டியது. இறுதியாகப் பார்த்தால் கோயிலுக்கு கொடுக்கப்பட் பொருட்கள் யாவும் கிராம மக்களுக்கும் ஏழைகளுக்கும் பங்கிட்டு கொடுக்கப்பட்டன.

வேலையின்றி தவிப்பவர்களுக்கு, பணி வழங்கும் கேந்திரமாக கோயில்கள் விளங்கின. அன்னதானங்கள் மூலம் ஏழை எளியவர்கள் பசியாறினர். போயர், இடையர்கள், செக்காட்டுவோர், மற்றும் சிறு, குறு வணிகர் நேரிடையாக கோயில் பணியாளராக இல்லாவிட்டாலும் கோயிலுக்குத் தேவைப்படும் எண்ணெய், நெய், ஆகியவற்றை வழங்கியது மூலமாக, இவர்களும் கோயிலுக்கு மறைமுக பணியாளர்களாகத் திகழ்ந்தனர்.

11. கோயில் ஒரு வங்கியாக:

கோயில்கள் பொதுமக்களுக்கு வட்டிக்குக் கடன் கொடுத்தன. 12ஆம் நூற்றாண்டில் வெளியிடப்பட்ட தக்ஷாராமம் தகவல்படி, வழங்கப்பட்ட கடன் தொகைமூலம் பெறப்பட்ட வட்டியிலிருந்து கோயிலின்

வருடாந்திர உற்சவத்தை நடத்த வேண்டும் என்று குறிப்பிடப்பட்டுள்ளது. அசல்தொகை, சன்னிஷ்கா என்றும் வட்டித்தொகை மகாநிஷ்கா என்றும் அழைக்கப்பட்டது. இதேபோல கடன் பெற்றவர்கள் வட்டிக்கு ஈடாக கோயிலுக்கு தீபங்கள் மற்றும் எண்ணெய், நெய் வழங்க ஒபபுக்கொண்டுள்ளனர். இவ்வாறு கோயில்கள் நிதிநிறுவனங்கள் போல செயல்பட்டன.

12. கோயில் ஒரு நிறுவனமாக

கோயிலில் போதிக்கும் ஆசிரியர்களுக்கும், பயிலும் மாணவர்களுக்குமான செலவை ஈடுகட்டும் பொருட்டு கொடைகள் வழங்கப்பட்டுள்ளன. திரிலோக மல்லன் சோமேஸ்வரன் காலத்தில் கர்நாடகாவிலுள்ள நாகை கோயில் ஒரு சிறந்த பல்கலை நிறுவனமாக விளங்கியது. விஸ்வேஸ்வர சிவாச்சாரியரின் மடத்துக்குட்பட்ட அனைத்து நிறுவனங்களுக்கும் கொடை வழங்கப்பட்டது குறித்து குண்ட்டூர் மாவட்ட மல்காபுரம் கல்வெட்டு சான்று கூறுகிறது. ஸ்ரீசைலம் மல்லிகார்ஜுன சுவாமியின் கோயிலுக்குட்பட்ட வித்யா மண்டபமும் இதில் அடங்கும். ஏறக்குறைய அனைத்து கோயில்களிலும் வித்யா மண்டபம் அமைக்கப்பட்டு, ஆசிரியர்கள் பணியமர்த்தப்பட்டதுடன், மாணவர்களுக்கு இலவச தங்குமிடமும், உணவும் வழங்கப்பட்டது.

13. கோயில் ஒரு அருங்காட்சியகமாக

இந்தியாவில் மட்டுமின்றி அயல்நாடுகளிலுள்ள அனைத்து அருங்காட்சியங்களும், இந்தய சிற்ப மற்றும் ஓவியக் கலைகளை காட்சிப்படுத்தியுள்ளன. காகதியரின் சுயம்புதேவ கோயிலின் கலாதோரணங்களின் நகல்கள் புதுடில்லியில் உள்ள இந்திய தொல்லியல் துறையின் அருங்காட்சியகத்தில் காட்சிப் பொருளாக வைக்கப்பட்டுள்ளன. இதுபோலவே அனுமகொண்ட, பாலம்பேட், பில்லலமர்ரி, நாகுலபாடு, கான்பூர் ஆகிய இடங்களிலுள்ள முக்கலிங்கம் பெருங்கோயில், கலிங்கமன்னரின் சிற்ப்க்கலைக்கு சான்றாக திகழ்கிறது. அதேபோல் நல்கொண்ட அருகிலுள்ள பனுகல்லு கோயில் சாளுக்கியரின் சிற்பக்கலைக்கு சாட்சி. மாச்செர்ல, தாடிபத்ரி ஆசிய இடங்களிலுள்ள கோயில்களும் பல்வேறு மன்னர்களின் சிற்பக்கலைக்கு எடுத்துக்காட்டாக விளங்குகின்றன.

14. கோயில் ஒரு நாடக அரங்காக:

அனைத்து கோயில்களிலும் “ரங்க மண்டபம்” கட்டப்பட்டு “ரங்கபோகம்” என்ற நாட்டிய நாடகங்கள் நடத்தப்பட்டன. திருவிழாக்காலங்களில்

சிறப்பு நிகழ்ச்சிகள் அரங்கேறின. "ஹரிகதா" போன்ற காலட்சேபங்கள் கிராமத்தில் நடத்தப்பட்டால் அது கோயில்களில்தான் நடத்தப்பட்டது.

15. கோயில் ஒரு சமுதாயக் கூடம்

கிராம குழுக்களின் கூட்டங்கள் யாவும் கோயிலில் நடைபெற்றன. அங்கு எடுக்கப்பட்ட முக்கிய முடிவுகள் கோயில் சுவற்றில் எழுதப்பட்டன. அரசர்கள் கூட கோயில்களில் கூட்டத்தை நடத்தி முடிவுகளை சுவற்றில் பதிவு செய்தார்கள். திருமணங்கள் கோயில்களில் நடத்துவதை ஒரு வழக்கமாக மக்கள் கொண்டிருந்தனர். அரசர்கள் தமது போர் வெற்றியை கோயில்களில் கொண்டாடுவதும், முடிசூட்டிக்கொள்வதும் ஒரு சம்பிரதாயமாக பார்க்கப்பட்டது. பராந்தக மன்னன் சாளுக்கிய சோழனுக்கு தமது விசுவாசத்தை தக்ஷராமம் பீமேஸ்வரன் கோயில் சுவற்றில், தளபதிகள் பதிந்து வைத்தனர். எந்தவொரு புண்ணிய காரியம் செய்தாலும் அதை கடவுள் முன்னிலையில் கோயில் சுவற்றில் பதிவது வழக்கம். சுருக்கமாகச் சொன்னால் இடைக்கால இந்தியாவில் கோயில் ஒரு வழிபாட்டு ஸ்தலம் மட்டுமல்ல, அது சமுதாய வாழ்வின் சின்னமாக திகழ்ந்தது.

கோயிலை நிர்வாகம் செய்ய அறங்காவலர் குழு இருந்தது. சில கோயில்களுக்கு அவற்றைச் சார்ந்த மடத்து தலைவர்களே கண்காணிப்பாளர்களாக இருந்தனர். கோயில்கள் தமக்கென தனியாக எடை அளவுகளை வைத்திருந்தனர். சிவாலயங்கள் பொதுவாக "நந்தி மாணிக்கம்" மற்றும் "நந்தி குஞ்சம்" என்ற எடை அளவுகளை வைத்திருந்தனர். விஷ்ணு கோயில்களில் கருட இலச்சினை பயன்படுத்தப்பட்டது. கோயில் நிலங்களில் எல்லைக் கற்களாக நந்தி தூண்கள் அல்லது கருட தூண்கள் பயன்படுத்தப்பட்டன. கோயிலுக்கு வரவேண்டிய எண்ணெய் அல்லது நெய்யை வசூலிக்க தேவரடியார்கள் பயன்படுத்தப்பட்டனர்.

திரிபுரந்தகம் கல்வெட்டு ஒன்றில், உள்ளூர் குழு ஒன்றுக்கு கோயில் சார்பாக வரி வசூலிக்கும் பொறுப்பு வழங்கப்பட்டது, பற்றி தெரிவிக்கப்பட்டுள்ளது. பிரதாபருத்ராவின் காலத்தில் வெளியிடப்பட்ட சித்தாபூர் கல்வெட்டு ஒன்றில் பைரி செட்டி என்ற வணிகர் ஏரியை வெட்டி, நீர்ப்பாசனம் செய்து பெற்ற வருவாயில் மூன்றில் ஒரு பங்கு கோயிலுக்கு வழங்கி, அதன்மூலம் தனது வணிக உரிமத்தை பெற்றதாக தகவல் உள்ளது. இவ்வாறாக வணிகர் ஒருவரது பக்தியை பயன்படுத்தி மன்னர் நிலங்களுக்கு நீர்ப்பாசனத்தை ஏற்படுத்தி உள்ளார். இதன் மூலம் வேளாண்மைக்கும் வணிகத்துக்கும் காகதியர் ஆதரவு அளித்ததை நாம் புரிந்துகொள்ள முடியும்.

அக்காலத்தில் கோயில் எழுப்புவது, கட்டுமானப் பணிகளில் மிகச்சிறந்ததாக திகழ்ந்தது. இதில் பணம், மனித சக்தி, வேலைத்திறன் ஆகியவை வெளிப்பட்டன. இடைக்கால இந்தியாவில் கோயில்கள் இறைவழிபாட்டுத் தலங்களாகவும் சமூக பாதுகாப்பு கூடங்களாகவும் திகழ்ந்தன. காகதியர் காலம் ஒரு பொற்காலம் என்றே கூறலாம்.

10. இலக்கியங்கள், சிற்பக்கலைகள்

இலக்கியங்கள்

1. சமஸ்கிருதம்

காகதியர் காலத்தில் சமஸ்கிருதத்திற்கு முன்னுரிமை தரப்பட்டது. ஆந்திராவிலும் தெலங்கானாவிலும் மன்னர்களும் அமைச்சர்களும் கல்விக்கும் கற்றவர்க்கும் சிறப்பு செய்தனர். மல்காபுரம் கல்வெட்டுகள் வித்யா மண்டபம் எனப்படும் கல்வி நிறுவனங்களைப் பற்றி குறிப்பிடுகின்றன. கணபதி தேவா மற்றும் ருத்ரமாதேவியின் ராஜகுருவாகத் திகழ்ந்த விஸ்வேஸ்வர சிவாச்சாரியார், தாம் மானியமாகப் பெற்ற மந்தார என்ற கிராமத்தில், விஸ்வேஸ்வர கோலகி என்ற பெயரில் ஒரு சைவ மடத்தை நிறுவி, சமஸ்கிருதம் பயில ஏற்பாடுகள் செய்தார். அங்கு ரிக், யஜூர், சாம வேதங்களும், இலக்கணம், தத்துவம், இலக்கியங்களும் போதிக்கப்பட்டன. இதுபோன்ற வித்யா மண்டபங்கள் ஸ்ரீசைலத்திலும் புஷ்பகிரியிலும் தோற்றுவிக்கப்பட்டன. சமீபத்தில் வெளியிடப்பட்ட உத்தரேஸ்வர கொடையிலும் கண்டவெல்லி பட்டயங்களிலும் பிராமணர்களுக்கு வழங்கப்பட்ட கொடை பற்றி குறிப்பிடப்பட்டுள்ளது. இவ்வாறு பிராமணர்களுக்கும் அக்ரஹாரங்களுக்கும் வழங்கப்பட்ட கொடைகளெல்லாம் சமஸ்கிருதத்தை போதிப்பதற்கு வழங்கப்பட்டவையே. ஆறு அங்கங்கள் அல்லது சாஸ்திரங்கள் என்று சொல்லப்பட்ட வேதங்களை பயிற்றுவிக்கும பாடசாலைகளாக வித்யா மண்டபங்கள் திகழ்ந்தன.

காகதியர் காலத்தில் சமஸ்கிருத இலக்கியங்கள் தோன்றின. ஆயிரங்கால் கோயிலிலுள்ள சமஸ்கிருத சுலோகங்கள் ஒரு சிறு இலக்கியம் எனலாம். இவை அத்வாயமிருதாயாதி என்பவரின் சீடரான அச்சிதேந்திரா என்பவரால் இயற்றப்பட்டவை. கோட்டா மன்னர்களின் ஆதரவால் அனுப்பிரசா, பிரதலோமய மற்றும் யமாகா எனப்படும் மிகச் சிறந்த சமஸ்கிருத இலக்கிய நூல்கள் வெளியிடப்பட்டன. கணபதி தேவாவின் காலத்தில் ஈஸ்வர பட்டோபாத்யாய என்னும் வேத விற்பனர், மிகச் சிறந்த சமஸ்கிருத இலக்கண நூலை படைத்துள்ளார்.

மேலும் தேவனபட்டர், நந்தி மித்ரா, பாலபாரதி, கவிச்சக்கரவர்த்தி ஆகியோர் காகதியர் காலத்தில் புகழ்பெற்ற சமஸ்கிருத கவிஞர்கள்.. நூலாசிரியர்களில் மிக முக்கியமானவர் பிரதாப ருத்ராவின் காலத்தில் அரசவைக் கவிஞராக விளங்கிய வித்யநாதர் என்பவர். பிரதாப ருத்ரியம் என்று நூலை எழுதியவர் இவரே. இவர் தம்மை அகத்திய முனிவருடன் ஒப்பிட்டு எழுதுவதால் அவரும் இவரும் ஒன்றே என்று கூறுவாரும் உளர். அகத்தியர் எழுதிய 72 நூல்களில் நமக்கு கிடைக்கப் பெற்றவை

3 மட்டுமே. அவை பாலபாரதம், நளகீர்த்தி கௌமுடி, மற்றும் கிருஷ்ண சரிதம். விஜயநகர இளவலான குமார கம்பண்ணாவின் ஆசிரியர் அகத்தியர். காகதியர் காலத்தில் தோன்றிய மற்றொரு கவிஞர் சாகல்ய மல்லா என்பவர். இவர் உதாத்த ராகவ காவியம் மற்றும் நிரோஷ்தய இராமாயணம் ஆகியவற்றை படைத்தவர். விந்தனாச்சார்யா என்பவர் எழுதிய பிரேமய சர்சாமிர்தா என்ற நூல் நமக்கு கிடைக்கப்பெறவில்லை.

எல்லா நூல்களிலும் மிகவும் மேலான படைப்பாக கொள்ளப்படுவது வித்யநாதர் எழுதிய பிரதாப ருத்ரியம். இது அலங்கார சாஸ்திரத்தை முழுமையாக விவரிக்கிறது. பிரதாப ருத்ராவின் அரசவைக் கவிஞராக இருந்த வித்யநாதர் தமது பாடல்களில் மன்னரை புகழ்ந்து பாடியுள்ளார். பத்து வகை ரூபங்களில், நாடக வடிவமும் ஒன்று என்று இவர் நாடகத்தை சிறப்புப்படுத்தினார். மேலும் கலிங்கர், பாண்டியர் மற்றும் செவுனர்கள் மீது பிரதாப ருத்ரா கொண்ட வெற்றியை விஜய யாத்ரா என்று புகழ்ந்துரைத்துள்ளார். பிரதாப ருத்ராவின் அரசாட்சி காலத்தில் புகழ்பெற்ற மற்றொரு கவிஞர் காண்டிய பட்டர். இவர் எழுதிய "பிராணமதிகாரி" என்று நூல் அந்தணர்களைப் பற்றியது. அத்வைதத்திற்கு விளக்கஉரை எழுதியவரும் இவரே.

ருத்ரமாதேவி மற்றும் பிரதாப ருத்ராவின் தளபதியான கோலனி ருத்ரதேவா உருவாக்கிய இலக்கணத் தொகுப்பு மிகவும் புகழ்படைத்தது. "ஸ்லோக வார்த்திகா" என்பதற்கான பொழிப்புரையை எழுதினார். கணபதி தேவாவின் சேனாதிபதியான ஜெய சேனாபதி என்பவர் நாட்டிய சாஸ்திர நூலான "நிருத்த ரத்னாஞ்சலி"யை எழுதினார். இதன் சிறப்பாக, கணபதி தேவாவின் காலத்தில் நிலவியிருந்த நாட்டிய வகைகளை தொகுத்து எழுதியிருந்தார். இது நாட்டியம், மார்கம், தேசி, அபிநயம், கர்ணங்கள், அங்கஹாரங்கள் பற்றிய விளக்கங்கள் கொண்டது. இசையைப் பற்றி கீதரத்னாவளி என்ற நூலையும், இசைக்கு பயன்படும் கருவிகள் பற்றி வாத்யரத்னாவளி என்ற நூலையும் தொகுத்தவர் ஜெயபா என்பவர்.

ஓருகல்லு கோட்டையை சுற்றியுள்ள இடங்களை அகழ்வாராய்வு செய்தபோது, சில இலக்கிய படைப்புகள் பற்றிய புதிய தகவல்கள் கிடைத்துள்ளன. ராஜகுரு விஸ்வேஸ்வரனின் மகனான நரசிம்ம ரிஷியைப் பற்றி குறிப்புகள் கிடைத்தன. கற்பாறை ஒன்றில் மன்னன் வீருத்ராவைப் புகழ்ந்து தெலுங்கில் பொறிக்கப்பட்ட வாசகங்கள் கிடைத்துள்ளன. இவை நரசிம்ம ரிஷியால் வரையப்பட்டவை. இன்னொரு கலா தோரணத்தில் கவிநரசிம்மரை இறைவன் நரசிம்மரோடு ஒப்பிட்டு எழுதப்பட்ட மெய்கீர்த்தியும் காணக்கிடைக்கிறது. இது மேலும் குறிப்பது யாதெனில், கவி நரசிம்மன் தூணாகப் பிறக்காவிட்டாலும், இரண்ய கசிபுவை கொல்லாமல் போனாலும், விகார உருவத்தை பெறாவிட்டாலும் பத்து ரூபங்களில் இவன் புகழ்பெறுவான். இன்னொரு

தோரணத்தில் கவிநரசிம்மன் எழுதிய சந்தங்கள் இருக்கின்றன. மற்றுமொரு கீர்த்தி தோரணத்தில், சாஸ்திரங்களின் ஆசிரியரான கவிநரசிம்மன் ரிக்வேதத்திற்கு பொருளுரை மற்றும் காகதிய சரிதம் எழுதியவர் என்றும் குறிப்பிடப்பட்டுள்ளது.

இதுபோன்ற குறிப்புகள் வரங்கல் அருகேயுள்ள உர்சு என்ற ஊரில் கிடைத்துள்ளன. இதிலும் நரசிம்மரிஷியைப் பற்றி தகவல் உள்ளது. இது தேவநகரி எழுத்துக்களில் உள்ளது. தெலுங்கில் எழுதப்பட்ட மற்றொரு காவியம் முழுமையாக உள்ளது. இது 60 அடிகளைக் கொண்ட பாடல். இது சித்தர் ஒருவரது திருமணத்தை விவரிக்கிறது. 37 அடிகள் கொண்ட முற்றுப்பெறாத மற்றொரு கவிதை அனுமகொண்ட அருகேயுள்ள மலையில் கிடைத்தது. இது ஆந்திர தேசத்தையும் ஓருகல்லு நகரத்தையும் பாடுகிறது. ஆனால் ஆசிரியர் யார் என்று தெரியவில்லை.

2. தெலுங்கு இலக்கியங்கள்

சமஸ்கிருதம் போலவே, தெலுங்கிலும் பல்வேறு இலக்கியங்கள் இயற்றப்பட்டன. பீமைய்ய பண்டா என்பவர் மார்கம் மற்றும் தேசி என்ற இருவகை நடையிலும் தெலுங்கு இலக்கியம் வடித்தவர்.

ஆந்திர மகாபாரதம்

காகதியர் காலத்தில் இயற்றப்பட்ட தெலுங்கு இலக்கியங்களில் மிக முக்கியமானது நிக்கண்ண சோமயாஜி இயற்றிய ஆந்திர மகாபாரதம் ஆகும். இவர் நெல்லூர் தெலுங்கு சோழ மன்னன் இரண்டாம் மனுமசுத்தியின் அரசவையை அலங்கரித்தவர். இது வியாச பாரதத்தின் மொழி பெயர்ப்பு என்று கூறினாலும் சோமயாஜி தமக்கே உரித்தான நடையில் இக்காவியத்தை எழுதினார். இவர் வியாச பாரதத்தை தேவைப்படும் இடங்களில் சுருக்கியும், விரிவாக்கியும், மிகச் சிறப்பாக அமைத்தார். தெலுங்கு இலக்கியங்களில் இது ஒரு மணிமகுடம்.

இராமாயணம்

காகதியர் காலத்தில் ஒன்றுக்கு மேற்பட்ட இராமாயணங்கள் எழுதப்பட்டன. இதிலும் சோமயாஜி எழுதிய உத்திரகாண்டம் மட்டும் உள்ளது. ஏனெனில் இவரது தந்தையார் இவருக்கு முன்பே இதர காண்டங்களை எழுதிவிட்டார். அடுத்ததாகக் குறிப்பிடப்படும் பாஸ்கர ராமாயணம், ஒன்றுக்கு மேற்பட்ட ஆசிரியர்களால் உருவாக்கப்பட்டது. ஹீலக்கி பாஸ்கரா, மல்லிகார்ஜுனபட்டர், மாரய்யாவின் மகனான குமாரருத்ரா, சாகல்யன் மகனான அய்யலார்ய ஆகியோர்; இவர்கள் சமகாலத்தவர் அல்ல.

ரங்கநாதா இராமாயணம்

ஈரடி கொண்ட ஒரு சிறப்பான காவியம் இது. இதன் ஆசிரியர் பற்றி குழப்பம் உள்ளது. ரங்கநாதர் என்பவர் எழுதியதாக சிலர் கூறுவர். புத்தராஜா என்பவர் எழுதியதாக கூறுபவர் உண்டு.

மார்க்கண்டேய புராணம்

திக்கண்ண சோமயாஜியின் சீடரான மாரண என்பவர் எழுதிய காவியம் இது.

காவியங்கள்

காகதியரின் ஆரம்பகால ஆட்சிக்காலத்தில் நன்னே சோடாவின் குமாரசம்பவம் எழுதப்பட்டது.

ஆந்திர தாச குமார சரிதம்

கேடனா என்பவர் எழுதிய தெலுங்கு உரைநடைக் காவியம். இது ஒரு சமஸ்கிருத நூலை தழுவி எழுதப்பட்டது. மிகச்சிறப்பான முறையில் எழுதப்பட்டது. ராஜசேகரா என்பவர் எழுதிய நாடகமான வித்தசால பாஞ்சிகா என்ற நூலை தெலுங்கில் கேயுரபாகுசரிதம் போன்ற இதர கதைகளையும் தமது நூலில் சேர்த்துள்ளார். இதே கேடனா என்பவர் தான், தெலுங்கு இலக்கண நூலையும் எழுதியுள்ளார். காகதியர் காலத்தில் நீதிசாரம், காமந்தகம், புருஷாரதாசரா, சுமதி சதகம், சாஸ்திர முக்தாவளி போன்ற ராஜநீதி மற்றும் அரசியல் சார்ந்த நூல்கள் பல எழுதப்பட்டன.

காகதியர் காலத்தில் எழுதப்பட்ட தெலுங்கு நூல்கள் பெரும்பாலும் சைவத்தை அடிப்படையாகக் கொண்டவை. இவற்றில் பால்குரிக்கி சோமநாதர் எழுதிய இரு நூல்கள் மிகவும் போற்றப்பட வேண்டியவை. பிரதாப ருத்ராவின் காலத்தில் வாழ்ந்த இவர், வரங்கல் மாவட்டம் ஜனகாம் தாலுக்காவில் உள்ள பாலகுர்தி ஊரைச் சார்ந்தவர். சோமநாதர் எழுதிய பண்டிதராய சரிதம் மற்றும் பசவபுராணம் ஆகியவை மிகவும் புகழ்பெற்ற நூல்களாகும். இவையிரண்டுமே ஈரடி கொண்ட பாடல்களாகும். பசவர் போற்றிய வீரசைவத்தை புகழ்படும் நூல்களாகும். சைவத்தை போற்றும் இவர், வேதத்தையும் வேதாந்தத்தையும் தாக்கி எழுதியுள்ளார். இவரது நூல்கள் அக்காலத்தில் நிலவிய சமூக, மத நிலைப்பாடுகளை குறிக்கின்றன. சோமநாதர் தெலுங்கு மற்றும சமஸ்கிருதத்தில் வல்லமை படைத்தவராய் இருந்தார்.

3. கலைகள், கட்டிடக் கலைகள்

காகதியரின் கோயில்கள், கலைகள், சிற்பங்கள் சாளுக்கிய கலையை ஒட்டியே அமைந்தன. ஆயினும் வாஸ்து, சிற்ப சாஸ்திரத்திலிருந்து வேறுபட்ட கலைகளை உருவாக்கினர். திரிகூடா எனப்படும் முக்கூட கோயில்களில் சாளுக்கியரின் சிற்ப சாஸ்திரத்தை கடைபிடித்தனர். விமானம் வரைக்கும் கருங்கற்களையும் மணல் பாறைகளையும் பயன்படுத்தினர். அதற்கு மேலே எழுப்பப்பட்ட தூண்கள் மேற்கூரை மற்றும் புடைப்புச் சிற்பங்கள் கருங்கல்லால் உருவாக்கப்பட்டன. காகதியர் காலத்தில் உருவான முக்கிய கோயில்களும், கட்டுமானப் பணிகளும் வருமாறு.

ஆயிரங்கால் கோயில்

அனுமகொண்டாவுக்கும் வரங்கல்லுக்கும் இடையேயுள்ள இந்தகோயில் கி.பி.1163இல் ருத்ரதேவாவால் கட்டப்பட்டது. நட்சத்திர வடிவான இக்கேயிலில் மூன்று கருவறைகள் உள்ளன. சாளுக்கிய சிற்பக் கலையை ஒட்டி உருவாக்கப்பட்ட இக்கோயிலில் புடைப்புச் சிற்பங்களும் யானை வடிவங்களும் காணப்படுகின்றன. மூன்று கருவறைகளும் சிவன், விஷ்ணு மற்றும் சூரியக் கடவுளர்க்கு உரித்தானவை. ஆனால் தற்போது சிவலிங்கம் மட்டும் உள்ளது. இங்குள்ள 6 அடி உயரமுள்ள நந்தி கருங்கல்லால் வடிவமைக்கப்பட்டுள்ளது. அருகிலுள்ள மண்டபங்கள் சிதிலமடைந்துள்ளதால், அவற்றை சீரைக்கும் பணி தற்போது நடைபெற்று வருகிறது. இம்மூன்று கருவறைகளுக்கும் கோபுரங்கள் கிடையாது. இவை கட்டப்படவில்லையா அல்லது பகை மன்னர்களால் சீரழிக்கப்பட்டனவா என்பது தெரியவில்லை. மூன்று கருவறைகளும் முறையே கிழக்கு, மேற்கு, வடக்காக உள்ளன. இவற்றின் நடுவில் சதுர வடிவிலான மண்டபம் உள்ளது. இவற்றுக்கு முன் அடியாக முகவாயில் மண்டபம் அழகாக அமைக்கப்பட்டுள்ளது. தென் பகுதியில் ஏறக்குறைய 300 தூண்கள் உள்ளன. ஆரம்பகாலத்தில் 1000 தூண்களை கொண்டிருந்ததால் இது ஆயிரங்கல் கோயில் என்றழைக்கப்பட்டது.

இராமப்ப கோயில்

இது வரங்கல்லிலிருந்து 70கி.மீ. தூரத்தில் பாலம்பேட் என்னும் சிற்றூரில் உள்ளது. கணபதி தேவாவின் தளபதியான ராசெர்லா ருத்ரா என்பவரால் கி.பி.1213ஆம் ஆண்டு கட்டப்பட்டது. இது இராமப்ப ஏரியின் அருகே அமைந்துள்ளது. இது திரிகூட கோயில் அன்று. இது கருவறையும் பெரிய மண்டபமும் கொண்டு விளங்குகிறது. இக்கோயில் மண்பாறைகளாலும் கருங்கற்களாலும் அமைக்கப்பட்டுள்ளது. கருவறையில் சிவலிங்கம் ஸ்தாபிக்கப்பட்டுள்ளது. பொதுவாக கோயில்களை இறைவன்

பெயரிலேயே அழைப்பார்கள். ஆனால் இந்த கோயிலை உருவாக்கிய தலைமை ஸ்தபதி இராமப்பா பெயரால் அழைக்கப்படுவது, காகதியரின் பெருந்தன்மைக்கு அடையாளம். இது சமீபத்தில், யுனெஸ்கோ நிறுவனத்தில் புராதன கோயிலாக அங்கீகரிக்கப்பட்டுள்ளது.

இராமப்பா ஏரி

இராமப்பா ஏரி 13ஆம் நூற்றாண்டில் மலைகளுக்கிடையே உருவாக்கப்பட்டது. அரைவட்டவடிமான இந்த ஏரியின் கரை 2000 அடி நீளமுள்ளது. காகதியரின் நீர் சேமிப்பு திட்டத்திற்கு சாட்சியாக உள்ளது. இது இராமப்பா கோயிலை ஒட்டியே உள்ளது.

வரங்கல் கோட்டை

13வது நூற்றாண்டு வரை உயிர்ப்புடன் இருந்த கோட்டை இது. முதலில் மண்கோட்டையாக இருந்த இதனை கி.பி.1262இல் கற்கோட்டையாக மாற்றியவர் கணபதி தேவா மன்னர். இதற்கு நுழைவாயில்களை பொருத்தி, கோட்டையைச் சுற்றிலும மண்கோட்டையை அமைத்து, இதனை பலப்படுத்தினர். காகதியரின் காலத்தில் இந்த பணி முற்று பெற்றது. மேலும் 15 முதல் 17ஆம் நூற்றாண்டு வரை, இது மேலும் வலு சேர்க்கப்பட்டது. இன்று இது சிதிலமடைந்து இருந்தாலும் இந்திய தொல்லியல் துறையால் பாதுகாக்கப்பட்டு வருகிறது.

பத்ரகாளி அம்மன் கோயில்

வரங்கல்லில் அமைந்துள்ள இந்த கோயில், இந்தியாவில் உள்ள அம்மன் கோயில்களில் மிகவும் பழமையானது. இது பத்ரகாளி ஏரிக்கரையில் அமைந்துள்ளது. மற்ற காளி சிலைகள் போலன்றி, இந்த அம்மனின் கண்கள் கருணையோடு பார்க்கும் விதமாக அமைக்கப்பட்டுள்ளன. சிங்கத்தில் அமர்ந்தவாறு எட்டு கைகளிலும் ஆயுதம் தாங்கியிருக்கும் காட்சி கண்கொள்ளா காட்சியாகும். இக்கோயில் சாளுக்கிய வம்சத்தைச் சேர்ந்த இரண்டாம் புலிகேசியால் கி.பி.625இல் கட்டப்பட்டது. இதைச் சுற்றியுள்ள ஏரி காகதிய அமைச்சரான கணபதி தேவா என்பவரால் உருவாக்கப்பட்டது.

லக்னவரம் ஏரி

வரங்கல்லில் இருந்து 80 கி.மீ. தொலைவிலுள்ள லக்னவரம் ஏரி 10,000 ஏக்கர் பரப்பளவில் உள்ளது. காகதியர்களால் கண்டுபிடிக்கப்பட்ட இந்த ஏரியின் கரைகளை பலப்படுத்தி மதகுகளை அமைத்தார்கள்.

இந்த ஏரியினூடே 13 சிறு தீவுகள் உள்ளன. ஏரியைச் சுற்றி அடர்ந்த காட்டுப்பகுதி உள்ளது. இது ஒரு சுற்றுலாப் பகுதியாகும்.

பாண்டவர்கள் குகை

வரங்கல் நகரிலிருந்து 40 கி.மீ. தொலைவில் காட்டுப்பகுதியின் ஊடே இந்த குகைகள் உள்ளன. இங்குள்ள பாறைகளில் 9 மற்றும் 10ஆம் நூற்றண்டில் தீட்டப்பட்ட சிவன், விநாயகர், அனுமான், விஷ்ணு, சரஸ்வதியின் வண்ண ஓவியங்கள் காணப்படுகின்றன. பாண்டவர் வனவாசத்தின்போது இங்கு தங்கியிருந்ததாக கூறப்படுகிறது.

கொலனுபாகா

காகதியர் காலத்தில் மிகவும் புகழ் பெற்ற ஸ்தலங்களில் ஒன்றான கொலனுபாகா, வரங்கல் நகரிலிருந்து 50 கி.மீ. தொலைவில் உள்ளது. 11ஆம் நூற்றாண்டில் கல்யாண சாளுக்கியரின் இரண்டாவது தலைநகராக விளங்கியது. சைவமும், சமணமும், தழைத்தோங்கிய இடம் இது. இங்கு பல கோயில்கள் இருந்தாலும், 2000 ஆண்டுகள் பழமை வாய்ந்த ஜைன கோயில் மிகவும் பிரசித்தி பெற்றது. இங்கு 5 அடி உயரமுள்ள மகாவீரர் சிலையும், 8 தீர்த்தங்காரர்களின் சிலைகளும் இக்கோயிலில் உள்ளன.

தெலங்கானா அரசின் காகதிய நீர்ப்பாசனத்திட்டம்

அன்றைய காகதியரின் தேசமான இன்றைய தெலங்கானா மாநிலத்தில் ஏறக்குறைய 45000 ஏரிக்ள் உள்ளன. இவை பெரும்பாலும் காகதியர் காலத்தில் உருவாக்கப்பட்டவையே. இன்றைய நிலையில் அவை பெரும்பாலும் தூர்ந்துபோய் பயனற்று காணப்படுகின்றன. 2016, ஜூன் 2ஆம் தேதி உதயமானது தெலங்கானா மாநிலம். இது காகதியர் ஆட்சி செய்த நிலப்பரப்பின் ஒரு பகுதியே. தூர்ந்துபோன ஏரிகளை சீரமைத்து, ஆழப்படுத்தி, கரைகளை வலுப்படுத்தி, கதவணைகளை சீர்செய்து பாசன கால்வாய்களை ஒழுங்குப்படுத்தி 22000 கோடி ரூபாயில் தெலங்கானா அரசு திட்டம் தீட்டி செயல்படுத்தப்படுகிறது. இதற்கு உலக வங்கி, நிதி உதவி செய்கிறது. தெலங்கானா பெரும்பாலும் வானம் பார்த்த பூமியே. மழையை மட்டுமே நம்பி இருப்பதால், மழை நீரை ஏரிகளில் சேகரித்து, புஞ்சை நிலங்களுக்கு பாசன வசதி செய்து கொடுக்கப்பட்டால் விவசாயிகள் பெரும் பயன் பெறுவர். இத்திட்டத்தின் மூலம் 265 மில்லியன் கன அடி நீரை சேகரிக்க முடியும். இவ்வாறு செய்வது காகதிய மன்னர்கள் ஆரம்பித்த நீர்ப்பாசன வசதிகளை மேம்படுத்த உதவும். காகதியரின் நீர்ப்பாசனத்திட்டங்கள் காலத்தால் அழிக்க முடியாதவை.

REFERENCE BOOKS AND RESOURCES

1. KAKATIYA OF WARANGAL

   - Dr. P.V.Parabrahma Sastri

2. HISTORY OF ANDHRA DESA

   - Venkataramaniah

3. HISTORY OF REDDY KINGDOMS

   - Somasekara Sarma

4. KAKATIYAS OF WARNAGAL

   - Biswambar Jha

5. HISTORY AND CULTURE OF ANDHRAS

   - K. sathya Narayana

6. HISTORY AND CULTURE OF ANDHRA

   - A.P.History Congress

7. DEPT. OF ARCHEOLOGY AND MUSEUM

   - Gun Foundry, Hyderabad

8. HISTORY OF MEDIEVAL DECCAN

   - H.K.Sherwani

9. THE ILLUSTRATED HISTORY OF SOUTH INDIA

   - K.A.Nilakanta Sastri

10. RANI RUDRAMA DEVI

   - Alekya Punjala - NBT Delhi

ஆசிரியரின் இதர நூல்கள்

1. A Guide to bank's finance for Poverty Alleviation Programmes

   - ASBO Publication - Chennai

2. தொழில் முனைவோருக்கு ஏற்ற கால்நடைப் பண்ணைத் திட்டங்கள் (தமிழக அரசின் பரிச பெற்ற நூல்)

   - New Century Book House - Chennai

3. பால் பண்ணைத் தொழில்கள் வங்கிக் கடனுதவி மற்றும் அரசு மானியத் திட்டங்கள்.

   - Vaadivaasal Pathippagam - Chennai

4. வேளாண் வங்கிக் கடன்கள் மற்றும் அரசு மானியத் திட்டங்கள்

   - Vaadivaasal Pathippagam - Chennai

5. வாய்ஸ் மெயில் மூலம் விவசாயிகளுக்கான ஆடு மற்றும மாடு வளர்ப்பு கல்வி கையேடு.

   - விடியல் - தொண்டு நிறுவனம்

6. மீன்வளம் சார்ந்த தொழில்களில் சுய வேலைவாய்ப்புகள்.

   - New Century Book House - Chennai

மொழி மாற்றம் செய்யப்பட்ட நூல்கள்

- (நேஷனல் புக் டிரஸ்ட், இந்தியா என்ற நடுவண் அரசின் நிறுவனத்துக்காக ஆங்கிலத்தில் இருந்து தமிழில் மொழி மாற்றம் செய்யப்பட்ட நூல்கள்)

1. அழிவுக்கு இலக்காகி இருக்கும் இந்திய விலங்குகளும் அவற்றை காக்கும் முறைகளும்
2. நம்முடன் வாழும் பாம்புகள்
3. இந்திய பாம்புகள்
4. யானை காடுகளின் அரசன்
5. புலிகளுக்கும் கொம்பன் யானைகளுக்கும் நடுலில்

ராணி ருத்ரமாதேவி

காகதிய பேரரசு கி.பி. 1230 - 1323

www.ingramcontent.com/pod-product-compliance
Lightning Source LLC
LaVergne TN
LVHW041213150826
845673LV00001B/390

* 9 7 9 8 8 9 1 3 3 9 8 3 5 *